தடயம்

தடயம்

ரிஷி ரமணா

மெட்ராஸ் பேப்பர்

Title: Thadayam
Author's Name: Rishi Ramana

Published by MadrasPaper

மெட்ராஸ் பேப்பர்

Madras Paper
(An imprint of Zero Degree Publishing)
No.75 & 76, I Floor, Kuppusamy Street,
Balaji Nagar, Padi,
Chennai - 600050

Website: www.madraspaper.com
www.zerodegreepublishing.com
E Mail id: zerodegreepublishing@gmail.com
Phone: 89250 61999

Madras Paper First Edition : December 2025
ISBN : 978-93-47206-66-5
TITLE NO MP:24

Rs. 230/-

Layout: G.Selva kumar
Cover Design: Vijayan, Creative Studio
Printed at Rathna Offset, Chennai, India

சமர்ப்பணம்

ஆசிரியர் பா. ராகவனுக்கு

என்னுரை

'தடயவியல் என்ற சொல்லை அவ்வப்போது பத்திரிகைகளில் பார்க்க முடிகிறது. ஆனால், தடயவியல் முறைகள் எப்படிச் செயல்படுகின்றன என்ற புரிதல் மக்களுக்குப் பெரிய அளவில் இல்லை. புரிந்துகொள்வதற்கான வாய்ப்புகளும் கிடைப்பதில்லை. இந்த இயலை மக்களுக்குக் கொண்டுபோய்ச் சேர்க்கவேண்டும்' என்று என்னுடைய ஆசிரியர் பா.ராகவன் ஒரு சந்திப்பின்போது சொன்னார். அப்போதுதான் இந்தப் புத்தகத்துக்கான முதல் விதை ஊன்றப்பட்டது.

தமிழ்நாடு தடயவியல் ஆய்வகம், இந்தியாவின் முதல் தடயவியல் ஆய்வகம் என்ற பெருமைக்கு உரியது. இதன் வயது நூற்றெழுபது ஆண்டுகளுக்கும் மேல். நூறாண்டுகளைக் கடந்து இத்துறை இங்கு செயல்பட்டு வரும்போதிலும், தமிழக மக்களைப் பொறுத்தவரை, தடய அறிவியல் என்பது அறியப்படாத அறிவியலாகவே இருந்து வருகிறது. தடயவியல் பொதுவெளியில் கற்பிக்கப்படக் கூடாதது என்ற கருத்தாக்கம் முற்காலத்தில் இருந்ததுபோல் தெரிகிறது. இந்த அறிவு குற்றவாளிகளுக்குக் கிடைத்துவிடக் கூடாது எனும் காரணம் அதன் பின்னால் இருந்திருக்கலாம். ஆனால், தகவல் தொடர்பு ஊடகங்கள் பெரும் வளர்ச்சியடைந்துள்ள இந்த நவீன காலக்கட்டத்தில் யாரும் எதையும் ரகசியமாகப் பொத்திவைத்துவிட முடியாது.

தடயவியல் தொடர்பான காணொளிகள் யூட்யூபில் கொட்டிக் கிடக்கின்றன. ஆங்கிலத்தில் இத்துறையில் எண்ணற்ற புத்தகங்கள் வெளிவந்துவிட்டன. தமிழ்ப் புத்தகங்களோ அரிதாகவே கிடைக்கின்றன. கு.சாமிதுரை எழுதிய 'தடய மருத்துவம் மற்றும்

தடய அறிவியல் கையேடு', ஏ.எம். பத்மநாபன் எழுதிய 'காவல் துறையில் விரல் ரேகை அறிவியல்' (இப்புத்தகம் இப்போது பதிப்பிலேயே இல்லை) போன்ற புத்தகங்களைக் குறிப்பிடலாம். ஆங்கிலத்தில் எளிதாகக் கிடைக்கும் தடயவியல் சார்ந்த தகவல் மூலங்கள் தமிழிலும் கிடைத்தேயாக வேண்டும் என்பதால்தான் இப்புத்தகம் உருவானது.

அறிவியல் படிக்காதவர்களுக்கும் எளிய மொழியில் தடயவியலின் வழிமுறைகளைப் புரியச்செய்வது இப்புத்தகத்தின் நோக்கம். இதனால், மர்மப்புனைவு, திகில் புனைவு, சாகசப் புனைவு, துப்பறியும் நாவல்களை எழுதும் எழுத்தாளர்கள் தங்களுடைய கதைசொல்லலை மேம்படுத்திக்கொள்ள முடியும். கற்பனையை இன்னும் விரித்துப் பரப்பிக்கொள்ள முடியும். நீதித்துறை, காவல்துறை அதிகாரிகள், குற்றவியலும் சட்டமும் படிக்கும் மாணவர்கள், திரைத்துறையினர், தடயவியல் ஆர்வலர்கள் போன்றோருக்கு இப்புத்தகம் பயனளிக்கக்கூடும்.

இந்தப் புத்தகத்தை நான் எழுதிக்கொண்டிருந்தபோது, தங்களுக்கான நேரத்தை என்பொருட்டுத் தியாகம் செய்த என் மனைவி நிர்மலாவுக்கும் மகன் சென்னிநிலவன் அபிமன்யுவுக்கும் நன்றி. என்னைத் தொடர்ந்து ஊக்குவித்துவந்த நண்பர்களுக்கும் மெட்ராஸ் பேப்பர் உறவுகளுக்கும் அவ்வப்போது எழுந்த சந்தேகங்களைத் தீர்த்துவைத்த அலுவலகத் தோழர்களுக்கும் நான் நன்றி சொல்லக் கடமைப்பட்டிருக்கிறேன். வழிகாட்டியாக இருந்து என் கையைப் பிடித்து அழைத்துச்சென்ற ஆசிரியர் பா.ராகவனுக்கும் கோகிலாவுக்கும் நான் பட்டிருக்கும் கடன் நன்றி சொல்லித் தீர்க்க முடியாதது.

புத்தகத்தைப் பற்றிய கருத்துகளை என்னுடைய மின்னஞ்சலுக்கு எழுதுங்கள்.

ரிஷி ரமணா

mailtorishiramana@gmail.com

பொருளடக்கம்

1. தடயவியல் – ஓர் அறிமுகம்

தடயவியல் என்பது என்ன? அது எப்போது தோன்றியது?

எளிமையாகச் சொல்வதெனில், வேதியியல், இயற்பியல், உயிரியல், உளவியல், மருத்துவம், மானுடவியல், பொறியியல் போன்ற அறிவியலின் பல்வேறு துறைகளை, பலதரப்பட்ட குற்ற வழக்குகளைத் தீர்ப்பதற்காகப் பயன்படுத்தும் கலப்பு அறிவியலே 'தடய அறிவியல்' அல்லது 'தடயவியல்' எனப்படுகிறது.

இம்முறை எப்போது தோன்றியது என அறிய காலத்தில் பின்னோக்கிச் செல்லும்போது, 'யூ டூ புரூட்டஸ்?' என்ற வரிகள் நம் காதில் விழுகின்றன. ஆம். நாம் நின்றுகொண்டிருப்பது கி.மு. 44-ஆம் ஆண்டில். பண்டைய ரோமில் ஜூலியஸ் சீசர் குத்திக் கொல்லப்படுவதை நாம் காண்கிறோம். நல்ல வேளையாக ஷேக்ஸ்பியரின் புண்ணியத்தில் நமக்கு ஜூலியஸ் சீசரின் கதை நன்கு பரிச்சயமாகியுள்ளது. புரூட்டஸ் உள்ளிட்டோர் அரசியல் காரணங்களுக்காக சீசரை வாளால் குத்திக் கொன்றனர். அப்போது ரோம் ராஜ்ஜியத்தில் மருத்துவராக இருந்த ஆன்டிஸ்டியூஸ் (*Antistius*) சீசரின் பிரேதப் பரிசோதனையைச் செய்தார். சீசரின் உடலில் இருபத்து மூன்று காயங்கள் இருந்ததாகவும் அவை கூர்மையான ஆயுதத்தால் ஏற்பட்ட குத்துக்காயங்கள் எனவும் அவர் கூறினார். மேலும், அந்த இருபத்து மூன்று காயங்களில் மார்பில் ஏற்பட்ட காயம்தான் மரணத்துக்குக் காரணம் என்றும்

அவர் சான்றளித்தார். இதுதான் நமக்குத் தெரிந்தவரையில் முதல் தடயவியல் ஆய்வறிக்கை.

தன்னுடைய அறிக்கையை நியாயவான்களின் விவாதமன்றத்தின் முன்பு விளக்கினார் ஆன்டிஸ்டியூஸ். ஆங்கிலத்தில் ஃபோரம் *(forum)* என்று அழைக்கப்படும் இம்மன்றமே 'ஃபாரன்சிக் *(forensic)*' என்ற சொல்லைப் பிறப்பித்தது. வழக்கம்போல இதுவும் ஓர் லத்தீன் சொல்தான். ஃபாரன்சிக் என்ற சொல்லுக்கு 'விவாதமன்றத்தின் முன்னிலையில் *(before the forum)*' என்பது பொருள். அக்காலத்தில் இத்தகைய மன்றங்களில் வாதிக்கும் பிரதிவாதிக்கும் அவரவர் தரப்புகளை எடுத்துச் சொல்ல வாய்ப்பளிக்கப்படும். யார் தன்னுடைய தரப்பைச் சிறப்பாக முன்வைக்கிறார்களோ அவர்களுக்குச் சாதகமாக வழக்கு முடித்துவைக்கப்படும். இங்கு மீண்டும் ஷேக்ஸ்பியர் நமக்கு உதவுகிறார். ஷேக்ஸ்பியரின் வெனிஸ் நகரத்து வர்த்தகன் நாடகத்தில் ஷைலாக்-ஆன்டோனியோவின் வழக்கும் போர்ஷியாவின் வாதங்களும் இதற்குச் சிறந்த எடுத்துக்காட்டுகள்.

ரோம் ராஜ்ஜியத்தில் கி.மு. 2-ஆம் நூற்றாண்டில் நிகழ்ந்ததாகக் கூறப்படும் சுவையான வழக்கொன்று தடயவியல் முக்கியத்துவம் பெற்றதாக உள்ளது. ரோமின் நீதிமன்ற நடுவர்களுள் ஒருவரான குயின்ட்டிலியான் *(Quintilian)* அல்லது அவருடைய மாணவர்களால் ஆவணப்படுத்தப்பட்ட வழக்கு அது.

இவ்வழக்கு 'கைரேகைகளின் சுவர் *(The Wall of Handprints)*' என்று அறியப்படுகிறது. கண் தெரியாத மகன் ஒருவன் வாரிசுரிமைக்காகத் தன் தந்தை உறங்கும்போது அவரைக் கத்தியால் குத்திக் கொன்றான் என்பதுதான் பிராது. தந்தையின் அறையிலிருந்து மகனுடைய அறைக்குச் செல்லும் வழியிலுள்ள சுவர்களில் பதிந்திருந்த ரத்தம் படிந்த கைரேகைகள் இதற்குச் சாட்சியாகக் காட்டப்பட்டன. அப்போது மகனின் சார்பில் வாதாடியவர் அருமையானதொரு வாதத்தை முன்வைத்தார். கண்தெரியாத மகன் சுவர்களைத் தடவித்தடவித்தான் தன் அறைக்குச் சென்றிருப்பான். எனில், கைரேகைகள் மகனின் அறை இருக்கும் திசைநோக்கி இழுக்கப்பட்டதுபோல் இருந்திருக்க வேண்டும். மாறாக, இவை தெளிவான, சீரான ரேகைகளாக உள்ளன. ஒருவர் வேண்டுமென்றே பதித்ததுபோல்.

அவருடைய வாதம் சரியானதாக இருந்தது. முறையான விசாரணைக்குப்பின் மகனின் மாற்றாந்தாய் கொலைக்காகக் கைது செய்யப்பட்டார். கணவனின் சொத்துகள் குருட்டு மகனுக்குச் சென்றுவிடக்கூடாதல்லவா? எனவே, கொலைக்கான தெளிவான நோக்கமும் இருந்தது.

நம் நாட்டில் அறிவார்ந்த புலனாய்வு பயன்படுத்தப்பட்ட பண்டைய வழக்கென்றால் நமது கண்ணகி-பாண்டிய மன்னன் வழக்கைச் சொல்லலாம். சிலப்பதிகாரம் கி.பி. 2-ஆம் நூற்றாண்டில் எழுதப்பட்டது. 'அரசியின் காற்சிலம்பில் உள்ளவை முத்துப் பரல்கள், என்னுடையதோ மாணிக்கப் பரல்களைக் கொண்ட காற்சிலம்புகள்' எனத் தன் கணவன் சார்பாக வாதாடி, அவன் கள்வனல்லன் என்று நிரூபித்தார் அக்காலத் தடயவியலாளர் கண்ணகி.

ரோமப் பேரரசின் வீழ்ச்சிக்குப்பின் பல நூற்றாண்டுகளுக்குக் குற்றவியலில் அறிவியல்பூர்வமான அணுகுமுறைகள் பின்பற்றப்படாமலே இருந்தன. 13-ஆம் நூற்றாண்டில் சாங் வம்சத்தினர் ஆட்சியில் சீனாவைச் சேர்ந்த சாங் சி *(Song Ci)* என்பவர் எழுதிய 'தவறுகளைக் களைதல் *(Washing Away of Wrongs)*' என்ற புத்தகத்தைத் தடயவியலில் ஒரு மைல்கல் எனலாம். இப்புத்தகம் அவர் கையாண்ட குற்ற வழக்குகளிலிருந்து பெற்ற அனுபவங்களை அடிப்படையாகக்கொண்டு எழுதப்பட்டது. அறிவியல்பூர்வமான அணுகுமுறைகள், பிரேதப் பரிசோதனை முடிவுகள், இறப்புக்கான காரணங்கள், பல்வேறு வகையான மரணங்கள் ஆகியவற்றைப்பற்றிப் பேசுகிறது இப்புத்தகம். தான் பெற்ற அனுபவங்கள் மூலம் எதிர்காலத்தில் குற்றப்புலனாய்வில் தவறுகளைக் களைவதை நோக்கமாகக்கொண்டு சாங் சி இப்புத்தகத்தை எழுதியிருக்கிறார்.

பதினாறிலிருந்து பத்தொன்பதாம் நூற்றாண்டுக்கு இடைப்பட்ட காலத்தில் தடயவியல் குறிப்பிடத்தக்க வளர்ச்சியைக் கண்டது. பத்தொன்பதாம் நூற்றாண்டின் முற்பகுதியில் கைரேகைகளைக்கொண்டு குற்றவாளிகளை அடையாளங்காணும் முறை பெரும் வளர்ச்சி பெற்றது. கைரேகைத் தடயவியலில் முக்கியமான பங்களிப்பைத் தந்த ஹென்றி ஃபால்ட்ஸ் *(Henry Faulds)*, சர் வில்லியம் ஹெர்ஷெல் *(Sir William Herschel)* போன்றோர்

அப்போதைய பிரிட்டிஷ் இந்தியாவில் பணியாற்றிய ஆட்சிப்பணி அதிகாரிகள் என்பது குறிப்பிடத்தக்கது. ஹென்றி ஃபால்ட்ஸ், கைரேகைத் தடயவியலின் தந்தை எனப் போற்றப்படுகிறார். பேராசிரியர் மேத்யு ஆர்ஃபிலாவால் 1813-இல் எழுதப்பட்ட 'விஷங்களைக் கையாளுதல் *(Traite de Poisons)*' என்ற புத்தகம் அவருக்கு நஞ்சியலின் தந்தை என்ற பட்டத்தைப் பெற்றுத் தந்தது.

இதற்குப்பின் அறிவியல் கண்டுபிடிப்புகளால் தடயவியல் சீரான வளர்ச்சியைக் கண்டது. பல்வேறு ஆராய்ச்சியாளர்கள் தங்கள் கண்டுபிடிப்புகளால் தடயவியலுக்கு அணிசேர்த்தனர். அத்துறையைப் பலமாக்கினர். இருபதாம் நூற்றாண்டின் இணையற்ற தடயவியல் கண்டுபிடிப்பு என்றால் அது நிச்சயம் டிஎன்ஏ வகைப்பாட்டியல்தான். தடயவியலுக்குக் கிடைத்த பிரம்மாஸ்திரம் அது.

தடயவியலின் வளர்ச்சி, இலக்கியத்திலும் செல்வாக்கு செலுத்தத் தொடங்கியது. மர்மப் புனைவுகளும் திகில் புனைவுகளும் துப்பறியும் நாவல்களும் புதுப்பொலிவு பெற்றன. பத்தொன்பதாம் நூற்றாண்டின் பிற்பகுதியிலிருந்து தடயவியல் சார்ந்த நாவல்களின் பொற்காலம் தொடங்கியது எனலாம். சர் ஆர்தர் கோனன் டாயில் *(Sir Arthur Conan Doyle, 1859-1930)*, அகதா கிறிஸ்டி *(Agatha Christie, 1890-1976)* போன்ற மர்மப்புனைவு ஜாம்பவான்கள் தங்களது இணையற்ற படைப்புகளால் வாசகர்களை ஆக்கிரமித்தனர். டாயிலின் ஷெர்லாக் ஹோம்ஸ் கதாபாத்திரம் இறவாப்புகழ் பெற்றது. அதற்குக் கிட்டத்தட்ட இணையானது அகதாவின் எர்குல் பொய்ரோ கதாபாத்திரம்.

தடயவியலுக்கென்று பிரத்யேகமான கொள்கைகளும் தத்துவங்களும் உருவானபின், தடயவியல் ஆய்வகங்கள் தோன்றின. உலகின் முதல் தடயவியல் ஆய்வகத்தை 1910-ஆம் ஆண்டில் நிறுவினார் எட்மண்ட் லோகார்ட் *(Edmond Locard)* என்பவர். இவரை மக்கள் ஃபிரான்சின் ஷெர்லாக் ஹோம்ஸ் என்று செல்லமாக அழைத்தனர். தடயவியலின் புகழ்பெற்ற தத்துவங்களுள் ஒன்றான பரிமாற்றக் கொள்கையை வகுத்தவர் லோகார்ட்.

பிறகு, உலகெங்கிலும் பல தடயவியல் ஆய்வகங்கள் தோன்றின. கல்வி நிலையங்களில் தடயவியல் தனியொரு பாடமாகக் கற்பிக்கப்பட்டது. தடயவியலில் ஆராய்ச்சிகள்

மேற்கொள்ளப்பட்டன. புதுப்புதுக் கண்டுபிடிப்புகள் நிகழ்ந்தன. ஏற்கெனவே நடைமுறையில் இருந்த தடயவியல் முறைகள் தொடர்ந்து மேம்படுத்தப்பட்டன. இன்றைய சூழலில், நீதி வழங்கும் அமைப்புகளின் முக்கியமான அங்கமாக உள்ளது தடயவியல் எனும் துறை.

பதினைந்து இருபது வருடங்களுக்கு முன்னால் தடயவியலைப் பற்றி யாரும் அதிகம் பேசியதில்லை. ஆனால், தற்சமயம் இந்த இயல் பெரிய பேசுபொருளாக உள்ளது. யார் கண்ணிலும் படாது இயங்கிய இத்துறை மீது, ஊடகங்கள் குறிப்பாக, வெப் சீரீஸ்கள் பாய்ச்சிய ஒளி இதற்குக் காரணமாக இருக்கலாம். இன்றைய தமிழ்த் திரைப்படங்கள்கூட, தடயவியல் முறைகளை நுட்பமாகக் காட்சிப்படுத்திட மெனக்கெடுவதைப் பார்க்க முடிகிறது.

தற்போதைய சூழலில் தடயவியலைப்பற்றித் தமிழில் அறிந்துகொள்ள ஆர்வம் காட்டும் வாசகர்களுக்கு, அதற்கான வாய்ப்புகள் சொற்பமாகவே உள்ளன. இப்புத்தகம் அத்தகைய ஆர்வலர்களுக்கு ஒரு சிறந்த வாய்ப்பை நல்குவதை நோக்கமாகக் கொண்டுள்ளது. இனிவரும் அத்தியாயங்களில் சுவாரசியமான தடயவியல் முறைகளைப்பற்றித் தமிழில் அறிந்துகொள்ளவிருக்கிறோம்.

தொடங்கலாமா?

2. துரித மாற்றமும் இறந்த நேரமும்

அவனை யாராலும் தேற்ற முடியவில்லை. ஓலமிட்டு அழுது கொண்டிருந்தான். ‘இத்தனை பாசமான கணவனுடன் இந்த துரதிர்ஷ்டக்காரிக்கு வாழக் கொடுத்துவைக்கவில்லையே’ என்று பச்சாதாபப்பட்டனர் உறவினர்கள்.

சுத்தியலால் பின்மண்டை உடைக்கப்பட்டு ரத்தவெள்ளத்தில் பிணமாகக் கிடந்தாள் அவனது புது மனைவி. வழக்கமான தடயவியல் சோதனைகள் நடந்தேறின. பிரேதப் பரிசோதனை முடிவுகளின்படி மதியம் ஒன்றிலிருந்து இரண்டு மணிக்குள்ளாக இறந்திருக்கலாம். வீட்டில் சில பொருள்கள் மட்டுமே காணாமல் போயிருந்தன. எனவே, நடந்த கொலை திருட்டுக்காக நடந்ததுபோலத் தெரியவில்லை. எந்த விலைமதிப்புள்ள பொருள்களையும் விட்டுச்செல்வது தொழில்முறைத் திருடர்களின் வழக்கமில்லை.

அந்த வீட்டுக்கு வந்துசெல்பவர்களை மோப்பம் பிடிக்கத் தொடங்கியது காவல்துறை. குற்றவாளியைக் கண்டுபிடிக்கத் தன்னாலான அனைத்தையும் செய்தது. ஆனால், அதன் ராஜதந்திரங்கள் அனைத்தும் வீணாயின. சந்தேக நபராகக்கூட யாரும் அடையாளம் காணப்படவில்லை. மண்டை காய்ந்த காவல்துறை மாற்றி யோசிக்க முடிவெடுத்தது. கணவனை விலக்கிய முடிவை மறுபரிசீலனை செய்தார் ஆய்வாளர்.

சம்பவம் நடந்த அன்று அந்தக் கணவன் அலுவலகத்துக்குச் சென்றிருந்தாரா என விசாரித்தார். விசாரணையில் அவர் பொய்கூறவில்லை என்று தெரிந்தது. மீண்டும் தோல்வி. ஆய்வாளர் மனம் நொந்தார். மறுநாள், தற்செயலாக மேசை மீதிருந்த பிரேதப் பரிசோதனை அறிக்கையை மீண்டும் படித்தார். அப்போதுதான் அதைக் கவனித்தார். இறந்த நேரம் தோராயமாக மதியம் ஒன்றிலிருந்து இரண்டுக்குள். அது பெருவாரியான அலுவலகங்களுக்கான மதிய உணவு இடைவேளை நேரம். ஒருவேளை அப்படி இருக்கலாமோ?

கணவனின் அலுவலகத்தை அடைந்தது ஆய்வாளரின் ஜீப். சம்பவ தினத்து மதியநேர சிசிடிவி பதிவுகள் ஆராயப்பட்டன. ஆய்வாளரின் யூகம் பொய்க்கவில்லை. இதோ கணவன் அலுவலகத்திலிருந்து கிளம்பிவிட்டார். இரண்டரை மணிக்குச் சற்று முன்பு அவர் அலுவலகம் திரும்பியபோது புதுச்சட்டை அணிந்திருந்தார். இது போதாதா? 'ஆஃபிஸ்ரூம்'க்கு அழைத்துச்சென்று 'கவனித்ததில்' மொத்தமாகச் சரணடைந்தார் கணவர்.

திருமணத்துக்குமுன் விதவையொருத்தியுடன் தொடர்பில் இருந்துள்ளார் அவர். அவளுக்குத் தெரியாமல் வேறொரு பெண்ணை மணந்திருக்கிறார். விதவைக்கு விஷயம் தெரியவந்ததும் அதிர்ந்து போகிறாள். தன்னைத் திருமணம் செய்துகொள்ளாவிட்டால் ஊரறிய நீதிகேட்பேன் என மிரட்டுகிறார். யோசித்தார் கணவர். 'மனைவியைக் கொன்றுவிட்டால் இவளை மணக்கத் தடையில்லை. விதவைக்கு மறுவாழ்வு கொடுத்தவனென்று ஊர் கொண்டாடும். மாறாக, இந்தக் கள்ளத்தொடர்பு அம்பலமானால் தன் கௌரவத்துக்கு இழுக்கு. ஊரே முகத்தில் காறித்துப்பும்.' புது மனைவியைவிட கௌரவமே முக்கியம் என முடிவெடுக்கிறார் கணவர்.

இவ்வழக்கு துலங்குவதற்கு முக்கியக் காரணமாக அமைந்தது பிரேதப் பரிசோதனை அறிக்கைதான். ஒருவர் இறந்த நேரத்தைத் தடயவியலில் எவ்வாறு கண்டறிகிறார்கள்?

முதலில் இறப்பு என்றால் என்னவென்று நமக்குத் தெரிய வேண்டுமல்லவா?

ஒருவர் இறந்துவிட்டார் என்பதை எப்படி உறுதி செய்வது?

நம்மில் பெரும்பாலானோர் பின்வரும் விடைகளை அடைந்திருப்போம்.

★ இதயத்துடிப்பு நிற்பது

★ சுவாசம் நின்றுபோவது

★ மூளைச் செயல்பாடு முடங்கிப்போவது

★ உடலியக்கம் உறைந்துபோவது

இவை அனைத்துமே சரிதான். நம் உயிர்ப்புரவி மூன்றுகால் பாய்ச்சலில் ஓடிக்கொண்டிருக்கிறது. அவை சுவாசம், இதயத்துடிப்பு, மூளைச் செயல்பாடு என்பவை. இவற்றை உயிரின் முக்கால்கள் எனலாம். இவற்றில் ஒரு கால் உடைந்தாலும் உயிர்க்குதிரையின் ஓட்டம் முடிந்தது. மூன்று கால்களால் நிற்குமாறு படைக்கப்பட்ட எந்தவொன்றும் இரண்டு கால்களால் நிற்கவியலாது. இது பௌதிக விதி. இந்த முக்கால்களின் செயல்படாநிலை நிரந்தரமானதாக, மீள்தன்மையற்றதாக இருக்க வேண்டும். மூளை இயக்கம் நின்று கோமாவுக்குச் சென்றவர்களுக்கு சுயநினைவு திரும்பலாம். இதயமும் சுவாசமும் நின்றாலும் உடனடி சிபிஆர் முதலுதவியால் அவற்றை மீட்கலாம். இவற்றை நாம் அறிவோம். எனவே, இம்முக்கால்கள் நிரந்தரமாகச் செயல்படாமல் போவதையே மரணம் என்கிறோம்.

இங்கு நாம் மரணம் என்று குறிப்பிடுவது மருத்துவ-சட்ட ரீதியான மரணம். மெடிக்கோ-லீகல் டெத் என்பார்கள். இம்மரணத்தில் கடைசியாக மூளைத்தண்டின் செயல்பாடு நின்றுபோகும். இதனை சோமாடிக் மரணம் அல்லது மூளைத்தண்டு மரணம் என்பர். இம்மரணம் நிகழ்ந்த பின்னும் உடலின் செல்கள் இரண்டிலிருந்து மூன்றுமணி நேரம்வரை இயங்கிக்கொண்டிருக்கும். இவ்வியக்கம் நின்றபின் உடலின் அனைத்து உயிர்-வேதியச் செயல்முறைகளும் முற்றுப்பெறும். இந்நிலையை மூலக்கூறு மரணம் அல்லது செல்களின் மரணம் *(Molecular Death or Cellular Death)* என்பர். நம்மைப் பொறுத்தவரை நாம் கணக்கில் எடுத்துக்கொள்வது சோமாடிக் மரணத்தைத்தான்.

இறப்பையும் அதன் வகைகளையும் ஆராயும் துறை தானடாலாஜி *(Thanatology)* என்றழைக்கப்படுகிறது. இறந்த உடலின்

மாற்றங்களைப்பற்றி ஆராயும் துறை டாஃபானமி *(Taphonomy)* என்றழைக்கப்படுகிறது. தடயவியல் இந்த இரண்டு துறைகளையும் பயன்படுத்திக்கொள்கிறது.

ஒருவர் இறந்த நேரத்தைக் கண்டறியப் பல வழிமுறைகள் உள்ளன. எதிர்கொள்ளும் சூழலுக்கேற்ற எளிய வழிமுறையைத் தடயவியல் வல்லுநர் பயன்படுத்திக்கொள்வார். நம் வசதிக்காக, இந்த வழிமுறைகளை இரண்டாகப் பிரித்துக்கொள்வோம்.

1. உடல்சார் முறைகள்

2. உடல்சாரா முறைகள்

முதலில் உடல்சார் முறைகளைப் பார்த்துவிடுவோம். உடலில் ஓடும் உயிர்க்குதிரை காலை உடைத்துக்கொண்டு கண்மூடிச் சாய்கிறதல்லவா? அந்நிமிடத்திலிருந்தே உடலின் அழிவு தொடங்கி விடுகிறது. உடல் குளிர்ந்து, விறைத்து, புடைத்து, திரவமாகி, அழுகி, புழுக்களுக்கு உணவாகி, சதை முழுவதையும் இழந்து, எடை குறைந்து, உலர்ந்து, வெறும் கூடாகிறது. அக்கூடும் காலவெளியில் மெல்லமெல்லக் கரைந்து போகிறது. இச்செயல்முறையானது குறிப்பிட்ட தாளகதியில், நேர இடைவெளியில் செவ்வனே நடக்கிறது. எனவே, உடற்சிதைவு விகிதமானது இறந்த நேரத்தைத் தோராயமாகக் கணிக்க உதவுகிறது.

இறப்புக்குப் பின் உடலில் நடைபெறும் மாற்றங்களை இரண்டாகப் பிரித்துக்கொள்கிறது டாஃபானமி.

★ துரித மாற்றங்கள் *(Early Changes)*

★ தாமத மாற்றங்கள் *(Late Changes)*

துரித மாற்றங்களை முதலில் அலசிவிடுவோம்.

'ஒளி படைத்த கண்ணினாய் வா வா வா' என்றார் பாரதி. கண்களின் தீட்சண்யம் உயிரின் தீட்சண்யத்துக்கு நேர்த்தகவில் இருக்கும் போலுள்ளது. ஒளி படைத்த கண்கள், உயிரின் துள்ளலை, அதன் எழுச்சியை, வலிமையைக் குறிக்கும் என பாரதி நினைத்திருக்கலாம். அவர் எண்ணியது மிகச் சரி. உயிர் பிரிந்ததைக் கண்கள் எளிதாகக் காட்டிக்கொடுத்துவிடும். உயிர் பிரிந்ததும் கண்களின் ஒளி குறைந்து, மங்கி, அணைந்துவிடும்.

கண்களிலுள்ள கண்ணீர்ச்சுரப்பிகள் அவ்வப்போது சீராகச் சுரக்கின்றன. ஒவ்வொரு சிமிட்டலின்போதும் கண்களின்மீது படிந்துள்ள தூசுகளை அவை துடைக்கின்றன. இதன்மூலம் கண்களைப் பளபளப்புடனும் ஊடுருவும் தன்மையுடனும் அவை வைத்திருக்கின்றன. இறப்புக்குப் பின் இந்தச் சுரப்பிகள் சுரக்காமல் போய்விடுகின்றன.

சிலர் கண்திறந்த நிலையிலேயே இறந்துபோகிறார்கள். அச்சமயம் அக்கண்களில் எஞ்சியுள்ள கண்ணீர் விரைவிலேயே ஆவியாகும். முடிவில் கண்கள் உலர்ந்துபோய், அதன் ஒளியை இழந்துவிடும். அவை ஊடுருவும் தன்மையை இழந்து, ஒளிபுகா நிலையை *(opacity)* அடைகின்றன. பிறகு, கருவிழிகள் அவற்றின் கருமையை இழக்கின்றன. பனிபடர்ந்ததுபோல் வெண்திரையொன்றை அணிந்துகொள்கின்றன. இம்மாற்றங்கள் ஒருவர் இறந்து, ஆறுமணி நேரத்துக்குள்ளாக நிகழ்கின்றன. எனவேதான் ஆறுமணி நேரத்துக்குள்ளாகக் கண்தானம் செய்யப்பட்டுவிடவேண்டுமென்ற காலநிர்ணயம் வகுக்கப்பட்டது.

அடுத்தது மேற்தோல். 'அச்சத்தால் முகம் பிணம்போல் வெளிறியது', 'கோபத்தில் முகம் சிவந்தது', 'வெட்கத்தால் முகம் சிவந்தாள்'. இந்த வாக்கியப் பிரயோகங்களை நாம் பரவலாகக் கேட்டிருப்போம். இவை அனைத்துக்கும் காரணம் ஒன்றுதான். அதுதான் நமது உடலெங்கும் பாய்ந்துகொண்டிருக்கும் ரத்தம். அதன் சுழற்சிவேகம் தோலின் செந்நிறத்தைக் கூட்டவோ குறைக்கவோ செய்யும். ஒவ்வொரு துடிப்பிலும் இதயமானது சராசரியாக 70மிலி ரத்தத்தை நாளங்களில் பாய்ச்சுகிறது. எனில், நாளொன்றுக்கு 7600லி ரத்தம் இதயத்தால் சுழற்சிக்கு உட்படுத்தப்படுகிறது.

அப்பேர்ப்பட்ட இதயம் துடிப்பதை நிறுத்தினால் என்னாகும்? ரத்தம் சுழற்சியை நிறுத்தி, முழுமையாகத் தன்னைப் புவியீர்ப்புக்கு ஒப்புக்கொடுத்துவிடும். இதனால், ரத்தம் உடலின் கீழ்ப்பகுதிக்குச் சென்று தேங்கி நிற்கும். அப்பகுதியின் வெளித்தோலில் ஆங்காங்கே சிவப்பு அல்லது ஊதாநிறத் திட்டுகள் உருவாகத்தொடங்கும். உதாரணமாக, மல்லாந்து கிடக்கும் பிணத்தின் பின்பக்கத்தில் இந்நிறமாற்றத் திட்டுகளைக் காணலாம். அதேநேரம், ரத்த ஓட்டமில்லாத முன்னுடற்தோல் வெளிறிப்போய்க் காணப்படும்.

இவை ரத்த ஓட்டம் நின்ற இருபதிலிருந்து முப்பது நிமிடங்களில் தொடங்கும். மூன்றிலிருந்து நான்கு மணிநேரத்துக்குள் நல்ல வளர்ச்சியடையும். பத்திலிருந்து பன்னிரண்டு மணிநேரத்தில் கீழ்ப்பகுதித் தோல் முழுவதும் ஆழமாகப் பரவி நிலைபெறும். இந்நிகழ்வு தடய மருத்துவத்தில் லிவர் மார்டிஸ் *(Livor Mortis)* என்றழைக்கப்படுகிறது.

அடுத்தபடியாக, உடல் வெப்பநிலைக்கு வருவோம். இயங்கிக்கொண்டிருக்கும் எந்தவோர் எந்திரமும் வெப்பத்தை வெளியேற்றுவது இயல்புதான். மனிதவுடல் ஓயாமல் இயங்கிக்கொண்டிருக்கும் எந்திரம்தானே? இயக்கத்தை நிறுத்திய பின் எந்திரங்கள் குளிர்ந்து அறை வெப்பநிலையை அடைவதும் இயற்கைதானல்லவா? எனவே, இறந்த உடலின் வெப்பத்தைக்கொண்டும் இறந்த நேரத்தைக் கணக்கிடலாம். தடய மருத்துவம் இதனை 'அல்கர் மார்டிஸ் *(Algar Mortis)*' என்றழைக்கிறது. இதற்காக, கிளைஸ்டர் *(Glaister)* சமன்பாடு என்றோர் எளிய சமன்பாடு வகுக்கப்பட்டுள்ளது. அது பின்வருமாறு:

இறந்த நேரம் (மணிகளில்) = (36.9-பிணத்தின் செல்சியஸ் வெப்பநிலை) x (6/5)

சமன்பாடெல்லாம் எனக்கு ஒத்துவராது என்பவர்களுக்கும் எளிய வழியொன்று உள்ளது. ஒரு மணிநேரத்திற்கு ஒரு டிகிரி வெப்பநிலை குறையும் என வைத்துக்கொள்ளுங்கள். மனிதவுடலின் சராசரி வெப்பநிலை 36.9 டிகிரி செல்சியஸ். எளிமையாக நினைவில் கொள்வதற்காக 37 டிகிரி செல்சியஸ் என வைத்துக்கொண்டாலும் பாதகமில்லை. பிணத்தின் வெப்பநிலைக்கும் சராசரி வெப்பநிலைக்கும் இடையேயுள்ள வித்தியாசம்தான் இறந்தபின் ஆகியிருக்கும் நேரம். இம்முறையில் துல்லியம் சற்றுக்குறைவாக இருக்கும் என்பதையும் நினைவிற்கொள்ள வேண்டும். தமிழகத் தட்பவெப்பத்துக்கு, அதிகபட்சமாக ஒருவர் இறந்த பன்னிரண்டு மணிநேரத்துக்குள்ளாக மட்டுமே அல்கர் மார்டிஸ் முறை பயன்தரும்.

அடுத்தது, உடலின் விறைப்புத்தன்மையைக்கொண்டு இறந்த நேரத்தைக் கணிக்கும் முறை. இதனை ரிகர் மார்டிஸ் *(Rigor Mortis)* என்றழைக்கிறோம்.

உடற்பயிற்சியின்போது தசைகள் இறுகிப்போவதை உணர முடிகிறதல்லவா? இதுவும் ரிகர் மார்டிஸ்தான். வேலையைச் செய்வதற்கு நமக்குச் சக்தி வேண்டும். அந்தச் சக்தி அடினோசின் ட்ரைபாஸ்பேட் எனப்படும் *ATP* மூலக்கூறுகள் எரிக்கப்படுவதால் கிடைக்கிறது. அதேசமயம் தசைகளின் நெகிழ்வுத்தன்மைக்கு இம்மூலக்கூறுகள் முக்கியமானவை. ஆக்டின்-மயோசின் *(Actin-Myosin)* தசைகளின் இணைப்பை இவை தடுக்கின்றன. ஒருவர் இறந்தபின், *ATP* மூலக்கூறுகளைப் புதிதாக உருவாக்கவியலாமல் போய்விடும். இந்நிலையில் தசைகள் ஒன்றோடொன்று வலிமையாகப் பிணைந்துகொள்கின்றன. எனவே, அவை விறைப்புத் தன்மைக்குள்ளாகின்றன.

ATP மூலக்கூறுகளை உற்பத்தி செய்பவை செல்கள். எனவே, செல்களின் மரணம் நிகழும்போது ரிகர் மார்டிஸ் தொடங்குகிறது. செல்களின் மரணம், பிணத்தில் ஒன்றிலிருந்து இரண்டுமணி நேரத்துக்குள்ளாகத் தொடங்கும். அதுவே ரிகர் மார்டிஸ் தொடங்கும் நேரமும். அதைத் தொடர்ந்து, பின்வரும் வரிசையில் விறைப்புத்தன்மை உடலில் படிப்படியாகப் பரவத்தொடங்கும்.

இமைத் தசைகள் - கழுத்து - கீழ்த்தாடை - முகத் தசைகள் - மார்புத் தசைகள் - மேல் மூட்டுகள் - வயிறு - கீழ் மூட்டுகள் - கை மற்றும் கால் விரல்கள்.

இருபத்து நான்கு மணி நேரத்துக்குப் பின், இதே வரிசையில் விறைப்புத்தன்மை படிப்படியாகக் குறையும். தானடாலஜியில் ‘பன்னிரண்டின் விதி’ என்ற ஒன்றுண்டு. இது விறைப்புத்தன்மையின் வெவ்வேறு படிநிலைகளின் நேர இடைவெளியைச் சுலபமாக நினைவிற்கொள்ள உதவும்.

★ இறப்புக்குப் பிறகான பன்னிரண்டு மணி நேரம் - உடலின் அனைத்துப் பகுதிகளுக்கும் விறைப்புத்தன்மை பரவியிருக்கும்.

★ அடுத்த பன்னிரண்டு மணி நேரம் - அது உடலில் நிலைத்திருக்கும்.

★ மூன்றாவது பன்னிரண்டு மணி நேரத்துக்குப் பிறகு - உடலின் அனைத்துப் பகுதிகளிலும் விறைப்புத்தன்மை நீங்கியிருக்கும்.

விறைப்புத்தன்மை நீங்குகிறது எனில், தசைகள் சிதைவடையத் தொடங்குகின்றன எனப் பொருள். எனவேதான், அவற்றின் பிணைப்பு உடைபடுகிறது. ஆகையால், ரிகர் மார்டிஸின் முடிவே உடல் அழுகுவதன் தொடக்கம் எனப் புரிகிறதல்லவா?

அல்கர் மார்டிஸ், ரிகர் மார்டிஸ் முடிவுகளைக்கொண்டு இறப்புக்குப் பிந்தைய நேரத்தைக் கண்டறிய பின்வரும் எளிய குறிப்புகள் உதவும்.

★ உடல் இளஞ்சூடாகவும் விறைப்புத்தன்மையற்றும் இருந்தால் - இறப்பு மூன்று மணி நேரத்துக்குள் நிகழ்ந்திருக்கலாம்.

★ உடல் இளஞ்சூடாகவும் விறைப்புத்தன்மையுடனும் இருந்தால் - இறப்பு மூன்றிலிருந்து எட்டு மணி நேரத்துக்குள் நிகழ்ந்திருக்கலாம்.

★ உடல் குளிர்ச்சியாகவும் விறைப்பாகவும் இருந்தால் - இறப்பு எட்டிலிருந்து முப்பத்தாறு மணி நேரத்துக்குள் நிகழ்ந்திருக்கலாம்.

★ உடல் குளிர்ச்சியாகவும் விறைப்புத்தன்மையற்றும் இருந்தால் - இறப்பு நிகழ்ந்து முப்பத்தாறு மணி நேரத்துக்கு மேலாகி இருக்கலாம்.

3. தாமத மாற்றமும் இறந்த நேரமும்

மூன்று வயதேயான அந்தச் சிறுவன் தொலைந்து பத்து நாள்களாகிவிட்டிருந்தன. ஆயினும், போலீசாரின் தேடுதலில் எந்த முன்னேற்றமும் இல்லை. குழந்தையின் பெற்றோர் அழுது தீர்த்தனர். ‘என் மகனின் விதி அவ்வளவுதான். நீங்கள் என்ன செய்வீர்கள்’ பெருந்தன்மையுடன் பேசினார் தந்தை.

தந்தையின் நடத்தையில் ஒரு நாடகத்தனம் தெரிந்தது ஆய்வாளருக்கு. அவர் குற்றத்தின் வாடையை உணர்ந்தார். அவ்வாடையை நுகரும் உணர்கொம்புகள் அவருக்குண்டு. இத்தனை வருடக் காவற்பணியில் முளைத்தவை அவை. ஆனால், நீதிமன்றம் உணர்வுகளையோ உணர்ச்சிகளையோ பொருள்படுத்துவதில்லை. அதற்குத் தேவை ஆதாரம். அது இல்லையேல், கடவுளிடம் முறையிட்டுவிட்டுக் கடந்து செல்லவேண்டியதுதான். ஆய்வாளர் ஆதாரங்களைச் சேர்க்க முற்பட்டார்.

குழந்தையின் அண்டைவீட்டாரின் தகவலொன்று அவரை யோசிக்க வைத்தது. குழந்தை காணாமல்போன நாளன்று அக்குழந்தையின் அப்பா சாக்குமூட்டையொன்றை எங்கோ தூக்கிச் சென்றாராம். நல்லது. இது முன்னேற்றம்தான். ஆனால், இது போதாது. மேலும் சிலரை விசாரித்தார். அந்தக் குழந்தையை முன்பொருநாள் முகத்தில் காயங்களுடன் கண்டதாக ஒருவர் தகவலளித்தார். வேறொரு நாளில் கால் உடைந்து காணப்பட்டதாக

இன்னொருவர் தெரிவித்தார். அந்தக் குழந்தை அடிக்கடி காயப்படுவது வாடிக்கையாக இருந்துள்ளது. அந்தத் தந்தைக்கு மேலும் இரண்டு குழந்தைகள் உண்டு. வயதில் சற்றுப் பெரியவை. அக்குழந்தைகளும் காயமடைவதற்கு விலக்காக இல்லை. அந்தத் தந்தை தன் குழந்தைகளைத் துன்புறுத்தி மகிழ்பவரோ எனச் சந்தேகித்தார் ஆய்வாளர். ஆனாலும் என்ன செய்ய? எவ்வளவு முயன்றும் தந்தைக்கு எதிராக வலுவான சாட்சிகளேதும் கிடைக்காமலே போய்விட்டது.

கொஞ்ச நாளில் குழந்தையை எல்லோரும் மறந்துவிட்டனர். சில நாள்களுக்குப் பிறகு, அத்தந்தையின் மற்றொரு குழந்தை கீழே விழுந்து இறந்துவிட்டதாகக் கூறப்பட்டது. அதற்குப்பின் சில நாள்களில் அவரது மனைவி விவாகரத்து பெற்றார். தந்தையோ மறுமணம் செய்துகொண்டு வேறொரு வசிப்பிடத்துக்குச் சென்றுவிட்டார்.

கால் நூற்றாண்டு உருண்டோடிவிட்டது. நடைப்பயிற்சிக்குச் சென்றுகொண்டிருந்த ஓய்வுபெற்ற காவலரின் நாய் வடிவில் ஊழ்வினை திரும்ப வந்தது. நடைபாதையிலிருந்து சற்று விலகியிருந்த கற்குவியலருகே சிறுநீர் கழிக்க ஓடிய நாய், அதை விடுத்துக் கற்களைப் பிறாண்டியது. கற்குவியலின் அருகிலிருந்த சாக்குமூட்டையைக் கண்டுபிடித்தது. உள்ளே இருந்தது குழந்தையொன்றின் முழு எலும்புக்கூடு. அந்தக் காவலர் இருபத்தைந்து வருடங்களுக்கு முன் குழந்தையைத் தேடிய காவற்குழுவைச் சேர்ந்தவர்.

அவ்வழக்கு மீண்டும் உயிர்பெற்றது. தடயவியல் புலனாய்வு தொடங்கியது. கிடைத்தவை, மூன்று வயதான ஆண் குழந்தையின் மிச்சங்கள். இறந்து எவ்வளவு நேரம் ஆகியிருக்கலாம் என்பது கணக்கிடப்பட்டது. அது இருபத்தைந்து வருடங்களுக்கு முன் குழந்தை காணாமல்போன காலத்துடன் ஒத்துப்போனது.

சந்தேகத்தின்பேரில் அக்குழந்தையின் தந்தை கைது செய்யப்பட்டார். இத்தனை வருடங்களுக்குப் பிறகு போலிசார் தன்னைத் தேடிவருவார்களென அவர் எதிர்பார்த்திருக்கவில்லை. அதிர்ச்சியடைந்தவர் சிறிது நேரத்தில் மனத்தளவில் உடைந்து போனார். இருபத்தைந்து வருடகாலங்கள் அவரை மாற்றியிருந்தன போலும். குழந்தை மாடிப்படியிலிருந்து தவறி விழுந்துவிட்டது

என்றார். தான் யாருக்கும் தெரியாமல் குழந்தையின் உடலை அப்புறப்படுத்தியதாகக் கூறினார். ஆனால், பிரேதப் பரிசோதனை முடிவுகள் அவர் புனைந்த கதையுடன் ஒத்துப்போகவில்லை.

குழந்தையின் ஆறு விலா எலும்புகள் உடைபட்டிருந்தன. ஒரு பலமான உதை அதனைச் செய்திருக்கக்கூடும் என்பது தடயவியல் வல்லுநரின் முடிவு. மேலும், குழந்தை இறந்தது விபத்தென்றால் அதை மூடிமறைக்க வேண்டிய தேவை என்ன? என்ற கேள்வி எழுந்தது. சாட்சிகளின் அடிப்படையில் தந்தைக்கு நீதிமன்றம் ஆயுள் தண்டனை விதித்தது.

இவ்வழக்கில், கண்டறியப்பட்ட எலும்புக்கூட்டின் வயது, பாலினம், இறந்த நேரம், இறப்புக்கான காரணம் போன்றவற்றைத் தடயவியல் நிபுணர்கள் ஆதாரபூர்வமாக நிறுவினார்கள். இவற்றுள் இங்கு நாம் விவாதிக்கப்போவது இறந்த நேரம் பற்றித்தான். பிறவற்றை வரும் பகுதிகளில் பார்க்கலாம்.

மேற்கண்ட எலும்புக்கூட்டில் தாமத மாற்றங்கள் ஆய்வுக்குட்படுத்தப்பட்டன. இம்மாற்றங்கள், உடல் அழுகத் தொடங்கும் படிநிலையிலிருந்து தொடங்குகின்றன. பொதுவாக, இறந்த உடலானது இருபத்து நான்கிலிருந்து முப்பத்தாறு மணிநேரத்தில் அழுகத் தொடங்குகிறது. உடல் அழுகுதல் இரண்டு வகையான செயல்முறைகளில் நிகழும். முதலாவது ‘தற்சிதைவு *(Autolysis)*’. உடலிலுள்ள நொதிகளின் தூண்டலினால் செல்கள் அழிவதை இது குறிக்கிறது. அடுத்தது பாக்டீரியாக்களால் ஏற்படும் சிதைவு. ஏற்கெனவே உடலிலுள்ள பாக்டீரியாக்கள்தான் இச்செயல்முறையில் முதலில் ஈடுபடுகின்றன. பிறகு, வெளியிலுள்ள பாக்டீரியாக்களும் இந்த வேலையில் கைகோத்துக்கொள்கின்றன. இனி நாம் அழுகுதல் *(Putrefaction)* என்று குறிப்பிடப்போவது இந்த பாக்டீரியச் சிதைவைத்தான்.

அழுகுதலில் மூன்று நிலைகள் உள்ளன.

- நிறமாற்றம் - இருபத்து நான்கிலிருந்து முப்பத்தாறு மணிநேரத்தில் தொடங்கும்.
- வாயுக்களின் உருவாக்கம் - முப்பத்தாறிலிருந்து நாற்பத்தெட்டு மணிநேரத்தில் தொடங்கும்.

- தசைகள் திரவமாதல் - ஐந்திலிருந்து பத்து நாள்களில் தொடங்கும்.

உடல் பச்சைநிறமாவதுதான் நம் கண்ணுக்குத் தெரியக்கூடிய அழுகுதலின் முதல்நிலை. இது வயிற்றுப் பகுதியில்தான் முதலில் நிகழ்கிறது. அங்குதானே குடல் அமைப்பு உள்ளது? அதுவே பெரும்பாலான பாக்டீரியாக்கள் உறையும் இடம். வயிற்றில் தொடங்கி, உடலின் பிற பகுதிகளுக்கு இப்பச்சைநிறம் பரவுகிறது. அடுத்தபடியாக, நரம்புகள் அழுகத்தொடங்கும்போது அவை ஊதா - பழுப்பு நிறத்துக்கு மாறுகின்றன. இவை உடலில் மின்னல் கீற்றுகள் வரையப்பட்டது போன்ற தோற்றத்தை ஏற்படுத்துகின்றன. இந்தப் படிநிலை 'பளிங்காதல்' என்றழைக்கப்படுகிறது. ஆங்கிலத்தில் மார்ப்ளிங் *(Marbling)* என்று கூறுவர்.

அடுத்தபடியாக, உடலின் மென்தசைகள் சிதைவுக்குட்பட்டு வாயுக்களாக மாறுகின்றன. இவ்வாயுக்கள் உடலில் அதிகரிக்கும்போது உடல் உப்பத் தொடங்கும். மென்தசைகள் அதிகம் உள்ளது வயிற்றில்தான். ஆகவே, அதுதான் முதலில் உப்பும். பிறகு, புட்டங்கள், மார்பகங்கள் முகம் போன்றவை ஊதுகின்றன. இது பிணத்துக்கு பருமனான தோற்றத்தைக் கொடுக்கும்.

இவ்வாயுக்களில் முதன்மையானவை ப்யூட்ரெசீன் *(Putrescine)*, கெடாவெரின் *(Cadaverine)*, ஹைட்ரஜன் சல்பைடு, அம்மோனியா, கரியமிலவாயு, மீத்தேன், மற்றும் ஹைட்ரஜன் ஆகியவை. முதலிலுள்ள இரண்டு வாயுக்கள்தான் 'பிணவாடை'க்கு முதன்மையான காரணகர்த்தர்கள். அடுத்துள்ள ஹைட்ரஜன் சல்பைடும் சளைத்ததல்ல. அது அழுகிய முட்டையின் மணத்தைக்கொண்டது. அபானவாயுவின் துர்நாற்றத்துக்குக் காரணம் இந்த வாயுதான். அடுத்துள்ள அம்மோனியா மூக்கை நெருடும் நெடியுடைய வாயு. முதலிலுள்ள மூன்று வாயுக்களின் அளவுக்கு இது மோசமில்லை. பட்டியலிலுள்ள கடைசி மூன்று வாயுக்கள் மணமற்றவை.

உலகின் ஆகச்சிறந்த, மாற்றேயில்லாத வாசனைத் திரவியம் உயிர்தான் என்பர். சத்தியமான வார்த்தைகள். உயிரானது உடலை நீங்கினால் எந்த வாசனைத் திரவியத்தாலும் உடலின் துர்நாற்றத்தை மறைக்கவியலாது. ஆனால், தேர்ந்த தடயவியலாளருக்கு நாற்றம், துர்நாற்றம் என்ற பாகுபாடு இருப்பதில்லை. அவர் மூக்கைப்

பொத்துவதில்லை. வாயுக்களின் இயற்பியற்பண்புகளுள் ஒன்று அவற்றின் மணம். அவ்வளவே. தொழில்முறைத் தடயவியலாளர் தன் புலன்களைக்கொண்டு எதிரேயிருக்கும் சூழலை அணுகுகின்றார். எனவே, அவரது புலன்கள் எப்போதும் விழிப்பாயிருக்க வேண்டியது அவசியமாகிறது. அப்புலன்களுள் ஒன்றை அடைத்துவிடுவது அவருக்கு அடாது.

விஷயத்துக்கு வருவோம். இறப்புக்குப் பின் ஐந்திலிருந்து பத்து நாள்களில் உடலின் திசுக்கள் திரவமாகத் தொடங்கும். இதனை எளிதாகக் கண்டுகொள்ளலாம். இந்தப் படிநிலையில் நகங்கள், முடி போன்றவை உதிரத் தொடங்கும். பிரேதப் பரிசோதனை அறிக்கையில், *'hair was easily pluckable'* எனக்குறிப்பார் தடய மருத்துவர். அதற்கு, இறப்பு நிகழ்ந்து ஐந்து நாள்களாவது ஆகியிருக்கலாம் எனப் பொருள். தொடர்ந்து, கைகால்களின் தோல் நெகிழ்ந்து கழன்றுவிடும். கையுறையைப்போல. இதனை ஆங்கிலத்தில் டீக்ளோவிங் *(Degloving)* என்பர்.

தாடிமுடியின் நீளத்தைக்கொண்டு இறந்தவர் கடைசியாக எப்போது முகச்சவரம் செய்துகொண்டாரென அறியமுடியும். தாடிமுடியானது ஒரு நாளைக்கு 0.5 மிமீ என்ற வீதத்தில் வளருகிறது. நகத்துக்கு இது 0.1 மிமீ ஆக உள்ளது.

டீக்ளோவிங்குக்குப் பிறகு அடுத்த மூன்று முதல் ஏழு நாள்களில் உடலில் புழுக்களைத் தெளிவாகக் காணமுடியும். இவை பிணத்தின் தசைகளை உண்டு, அதனை எலும்புக்கூடாக்குவதில் முக்கியப்பங்கு வகிக்கின்றன. புழுக்கள் தோன்றும் படிநிலை தடயவியலில் மிக முக்கியமானது. இதனைத் தனியே ஒரு பகுதியில் பேசுவோம்.

பிணத்தின் செரிமானமண்டலம் பல நேரங்களில் இறந்த நேரத்தையறியப் பேருதவி செய்திருக்கின்றன. இறந்தவர் கடைசியாக உணவுண்ட நேரம் தெரியுமானால் இறந்த நேரத்தைக் கணித்துவிடலாம். ஆனால், அவர் உணவுக்குப் பின் சிலமணி நேரங்களில் இறந்திருக்க வேண்டும். இந்த முறை நம்பகத்தன்மை மிக்கது. உணவானது, உணவுக்குழாயிலிருந்து நொடிகளில் இரைப்பையை அடைந்துவிடுகிறது. அங்கிருந்து அதன் பயணத்தில், அது எந்தெந்த இடங்களை எவ்வளவு நேரத்தில் அடைகின்றது என்பதைக் கீழ்க்கண்டவாறு தொகுத்துக்கொள்ளலாம்.

இரைப்பை - இரண்டிலிருந்து மூன்று மணி நேரம்

சிறுகுடல் - இரண்டிலிருந்து ஆறு மணி நேரம்

கல்லீரல் நெகிழ்வு *(Hepatic Flexure)* - ஆறிலிருந்து ஒன்பது மணி நேரம்

மண்ணீரல் நெகிழ்வு *(Splenic Flexure)* - ஒன்பதிலிருந்து பன்னிரண்டு மணி நேரம்

நெளிபெருங்குடல் *(Sigmoidal Colon)* - பன்னிரண்டிலிருந்து பதினெட்டு மணி நேரம்

மேற்குறிப்பிட்டுள்ள நேரம்தான் இறப்புக்குப் பிறகான நேரம் என்பதை இந்நேரம் புரிந்துகொண்டு இருப்பீர்கள். இந்நேர அளவு உணவின் தன்மையையும் அளவையும் பொறுத்து மாறலாம்.

இறந்த உடலில் கடைசியாக எஞ்சுவது எலும்புகள்தான். இவை நூற்றாண்டுகள்வரைகூடச் சிதைவடையாமல் இருக்கும். எலும்புகளிலுள்ள அமினோ அமிலங்கள் இறப்புக்குப் பிறகான நேர இடைவெளியை அறிய உதவுகின்றன. புரோலின் அமினோ அமிலம் முதலில் சிதைகிறது. பிறகு ஹைட்ராக்சி புரோலின். கடைசியாகச் சிதைவடையும் அமினோ அமிலம் கிளைசின். நூறு ஆண்டுகளைக் கடந்தபின்னும் எலும்பில் ஏறத்தாழ ஆறு அமினோ அமிலங்கள் சிதைவடையாமல் இருக்கலாம். எனவே, எலும்புகளைக்கொண்டு நூற்றாண்டுகள் கடந்தும் இறந்த நேரத்தைக் கணிக்கலாம்.

சரி. அவ்வப்போது செய்திகளில் 'மூவாயிரம் ஆண்டுகளுக்கு முந்தைய மண்டையோடு கண்டுபிடிக்கப்பட்டது' போன்ற செய்திகளை நாம் பார்க்கிறோம். மூவாயிரம் ஆண்டுகளென்ற முடிவு எப்படி எட்டப்பட்டிருக்கும் என்று சிந்தித்திருக்கிறோமா? இந்த முறைக்கு ரேடியோகார்பன் டேட்டிங் என்று பெயர். கார்பனால் கட்டமைக்கப்பட்ட அனைத்திலும் கார்பன்-14 (C-14) என்ற கதிரியக்கக் கார்பன் சிறிதளவு இருக்கும். இந்தக் கதிரியக்கக் கார்பன் கதிரியக்கத்தை வெளிப்படுத்திச் சிதையத் தொடங்கும். எனவே, சடலமொன்றின் எச்சத்தில் எவ்வளவு C-14 மிச்சமிருக்கிறதெனக் கணக்கிட்டால் அச்சடலத்தின் வயதைக் கணிக்கலாம்.

கதிரியக்கத் தனிமமொன்று சிதையும் விகிதம் அதன் அரைவாழ்வுக் காலத்தைக்கொண்டு கணக்கிடப்படுகிறது. அரைவாழ்வுக் காலமானது அத்தனிமம் அதன் தொடக்க அளவிலிருந்து பாதியாகத் தேவைப்படும் நேரமாகும். C-14 தனிமத்தின் அரைவாழ்வுக் காலம் 5730 ஆண்டுகள். எனில், C-14 முற்றிலுமாகச் சிதைய எவ்வளவு காலமாகும்?

முதல் 50% சிதைய 5730 ஆண்டுகள். அடுத்த 50% என்பதை 50%-ல் 50% அதாவது, 25% எனக்கொள்ள வேண்டும். எனவே, 75% சிதைய 11460 ஆண்டுகள். 87.5% சிதைய 17190 ஆண்டுகள். இப்படியே 99.9% சிதைய 57300 ஆண்டுகளாகும். அதாவது, சுமார் அறுபதாயிரம் ஆண்டுகள்வரை இம்முறையில் காலத்தைக் கணிக்கவியலும். இம்முறையைப் பயன்படுத்துவதற்கு நமது ஆய்வுக்குரிய எலும்போ அல்லது மண்டையோடோ குறைந்தது நூறு ஆண்டுகள் பழைமையானதாக இருத்தல் வேண்டும்.

இப்போது மற்றுமொரு சந்தேகம் வரவேண்டும். அறுபதாயிரம் ஆண்டுகளுக்கு மேலும் பழைமையானவற்றின் வயதை எவ்வாறு கணிப்பது? விடை எளிமையானது. அதிகமான அரைவாழ்வுக் காலம் கொண்ட தனிமத்தின் மிச்சத்தைக் கணக்கிடவேண்டும். உதாரணத்துக்கு, பொட்டாசியம்-40 (K-40). இதன் அரைவாழ்வுக் காலம் நூற்று இருபத்தைந்து கோடி ஆண்டுகள். இந்த முறையைக் கொண்டுதான் தடயத் தொல்லியல் (Forensic Archeology) வல்லுநர்கள் ஆதிமனிதர்களின் எலும்புக்கூடுகளைக்கூடத் தடயவியல் புலனாய்விற்கு உட்படுத்துகின்றனர்.

அடுத்து, இறந்த நேரத்தைக்கணக்கிட உதவும் உடல்சாரா முறைகளையும் பார்த்துவிடுவோமா?

ஒருவர் இறந்ததை நேரில் பார்த்த நம்பகமான சாட்சியை ‘ஐ விட்னெஸ்’ என்றழைப்போம். இவர்களால், இறந்த நேரத்தைப் பெரும்பாலான சமயங்களில் துல்லியமாகச் சொல்லிவிடமுடியும். இப்பணியை ஒரு சிசிடிவி கேமரா இன்னும் சிறப்பாகச் செய்துவிடலாம். இறந்தவரை கடைசியாக நேரில் பார்த்தவர் அல்லது பேசியவரின் வாக்குமூலமும் இங்கே ஒளி பாய்ச்சலாம்.

நின்றுபோன கைக்கடிகாரங்கள் சில வழக்குகளில் இறந்த நேரத்தைக் காட்டியிருக்கின்றன. தாக்குதலின்போதான தள்ளுமுள்ளில்

தாக்கப்பட்டவரின் கைக்கடிகாரம் அதிர்ச்சிக்குள்ளாகிப் பழுதடையலாம். அப்போது கைக்கடிகாரத்தில் நேரம் உறைந்துபோய் இறந்த நேரத்தைக் காட்டும் சாட்சியாக எஞ்சியிருக்கலாம். (ரஜினிகாந்த்தின் 'படிக்காதவன்' திரைப்படம் ஞாபகம் வருகிறதா?).

இறந்தவர் பேஸ்மேக்கர் பொருத்தியிருந்தால் அவரது இதயம் செயலிழந்த நேரத்தைத் துல்லியமாகக் கூறிவிடமுடியும். இதயத்துடிப்பின் ஏற்ற இறக்கங்கள் பற்றிய தகவல்களைக் குறிப்பிட்ட கால இடைவெளிக்கு இச்சாதனத்தால் சேமிக்கவியலும். இத்தகவலைக்கொண்டு இறந்தவர் எப்போது சாப்பிட்டார்? எப்போது தூங்கினார்? உணர்ச்சிவசப்பட்டாரா? ஓடினாரா? பயந்தாரா? இப்படிப் பலவற்றைக் கணிக்கமுடியும்.

இவைதவிர, ஒருவருடைய அன்றாட பழக்கவழக்கங்களும் அவர் இறந்த நேரத்தைத் தெரிவிக்கக்கூடும். உதாரணமாக, இறந்தவர் நடைப்பயிற்சி உடையிலிருக்கிறார் என்று வைத்துக்கொள்வோம். எனில், அவர் தனது அன்றாட நடைப்பயிற்சியின்போது இறந்திருக்கலாமெனக் கணிப்பது எளிதுதானே?

இறந்தவரின் ஆடையில் கண்டறியப்படும் பயணச்சீட்டுகள், திரையரங்கச் சீட்டுகள், உணவக ரசீதுகள் போன்றவை கடைசியாக அவர் உயிருடனிருந்த நேரத்தைக் காட்டலாம். இவ்வகையான முறைகள் உண்மையில் எண்ணற்றவை. இவற்றைக் கண்டறிவது தடயவியல் அதிகாரி, காவல் புலனாய்வு அதிகாரியின் நுண்ணறிவுக்குட்பட்டது.

4. இறப்பின் வகைகள், முறைகள், காரணங்கள்

சிறிய கோழிப்பண்ணையை அவன் தனியாக நடத்திவந்தான். திருமணமாகாதவன். அவன் மணக்க எண்ணியிருந்தது அந்தக் கிராமத்திலிருந்த அழகியொருத்தியை. ஆனால், நகரத்தில் தட்டச்சு வேலையிலிருந்த ஒருத்தியுடன் அவனுக்குப் பழக்கமிருந்தது. இவன் தன்னை மணக்கப்போவதில்லை என்று தெரிந்ததும் கோபம்கொண்டாள் அவள். அன்று மதியம் புறப்பட்டு, கோழிப்பண்ணையில் அவனைச் சந்தித்தாள். தான் கர்ப்பமாயிருப்பதைச் சொல்லி, மணக்காமல் முரண்டுபிடித்தால் ஊரிலுள்ளோரிடம் நீதிகேட்பதாக மிரட்டினாள்.

மறுநாள் மதியம், காவலர்கள் அவன் வீட்டுக்கதவைத் தட்டினார்கள்.

‘அவள் எங்கே?’

‘எவள்?’

‘உன் அன்புக்குரிய தோழி? நேற்றிரவு அவள் வீடு திரும்பவில்லையென அவளது தந்தை புகார் அளித்துள்ளார்.’

‘என்னாயிற்று அவளுக்கு? அவளை நான் பார்த்துச் சில நாள்கள் ஆகின்றதே.’

அதிர்ச்சியடைந்தான் அவன். அவளைக் கண்டுபிடிக்க எல்லாவிதத்திலும் காவல்துறைக்கு உதவுவதாகச் சொன்னான். ஊருக்குள்ளே விசாரித்தால், ‘நேற்று அவள் இவனது

கோழிப்பண்ணையை நோக்கிச் சென்றதை நான் பார்த்தேன்' என்றான் ஒருவன்.

மீண்டும் விசாரிக்கச் சென்ற காவலர்கள் இம்முறை பண்ணையைச் சோதனையிட்டனர். அங்கு அப்பெண்ணின் கைப்பை கிடைத்தது. 'இதற்கு என்ன சொல்கிறாய்?' பார்வையில் கனல் கக்கினார் ஆய்வாளர்.

சரி, இனியும் பார்க்கவில்லை என்று சொல்ல முடியாது. சொல்லி விடுவோம் என நினைத்தவன், 'அவள் அன்று என்னைச் சந்தித்தது உண்மைதான். திருமணம் செய்துகொள்ளச்சொல்லி அவள் அச்சுறுத்தினாள். நான் கோபம் கொண்டு அங்கிருந்து வெளியேறிவிட்டேன். திரும்பி வந்து பார்க்கையில், அவள் தூக்கில் தொங்கிக்கொண்டிருந்தாள். என் நிலையை எண்ணிப்பாருங்கள். போலீஸ் என்னைச் சந்தேகிக்குமோ என்று நான் அஞ்சினேன். அவளை நான்கு துண்டுகளாக்கி, கோழிக்கூண்டின் அடியில் குழிதோண்டிப் புதைத்தேன். எனக்கு வேறு வழி தெரியவில்லை' என்றான். ஓலைக்கூரையாலான சிறுகுடிலின் உச்சியிலிருந்த கம்பத்தைக் காட்டினான் அவன். அதில்தான் அவள் தொங்கிக்கொண்டிருந்தாளாம்.

அவளின் உடல் பாகங்கள் தோண்டி எடுக்கப்பட்டன. புகழ்பெற்ற தடயவியல் நிபுணர் ஒருவர் பிரேதப் பரிசோதனையை மேற்கொண்டார். தூக்கிட்டு இறக்கும்போது பெரும்பாலும் கழுத்தெலும்பு *(hyoid bone)* முறிய வாய்ப்புள்ளது. மேலும், கழுத்தின் ரத்தநாளங்களில் ரத்தவோட்டம் தடைபடுவதும் இயல்பு. இதனால், மூளைக்குச் செல்லும் நாளங்கள் அழுத்தமடைந்து வெடித்தும் காணப்படலாம். அனைத்துக்கும் மேலாக, தூக்குக்கயிறு இறுக்கியதால் கழுத்தில் ஏற்படும் காயம் மிகத் தனித்துவமாக இருக்கும்.

ஆனால், மேற்கண்ட எதுவும் பிரேதப் பரிசோதனையில் கண்டறியப்படவில்லை. மாறாக, பிணத்தின் உடலெங்கும் கன்றிய காயங்கள் காணப்பட்டன. பிரம்பு போன்றதொரு ஆயுதத்தால் அவள் தாக்கப்பட்டிருந்ததை அது காட்டியது. அதனால் ஏற்பட்ட வலியின் அதிர்ச்சியில் அவள் இறந்திருக்கக்கூடும் எனச் சான்றளித்தார் அத்தடயவியலாளர். இதனை, *'Death due to shock'* என்பார்கள் தடயவியலாளர்கள்.

ஆனால், எதிர்த்தரப்பு வழக்கறிஞர் குழு இதனை ஏற்கவில்லை. கண்டெடுக்கப்பட்ட உடல் மோசமாக அழுகிய நிலையில் இருந்தது. எனவே, உங்கள் பிரேதப் பரிசோதனை முடிவுகளில் தவறுகளிருக்க நிறைய வாய்ப்புண்டு. அவள் நிச்சயம் தூக்கிட்டுத்தான் இறந்தாள். நீங்கள் அவ்வுண்மையைப் பார்க்கத் தவறிவிட்டீர்கள் என்று சாதித்தனர்.

சரி. இவர்களுக்குப் பாமர வழியில்தான் புரியவைக்க வேண்டும் என்று முடிவெடுத்தார் அத்தடயவியல் வல்லுநர். நீதிபதியின் முன்னிலையில், அவள் தூக்கிட்டுக்கொண்டதாகக் குறிப்பிடப்பட்ட கம்பத்தைப் பார்வையிட்டார். அக்கம்பம் நீண்ட நாள்கள் தொடப்படாமலே இருந்திருக்க வேண்டும். உச்சியிலுள்ள கம்பத்தை எதற்காக ஒருவர் அணுகப்போகிறார்? எனவே, கம்பத்தில் சில மில்லிமீட்டர்கள் அளவிற்குத் தூசு படிந்திருந்தது. கயிறு கட்டப்பட்டிருந்ததாகச் சொன்ன இடத்திலும்கூட. ஒருவேளை கயிறு கட்டப்பட்டிருந்தால் அவ்விடத்திலிருந்த தூசுப்படலம் கலைந்திருக்க வேண்டுமல்லவா? மேலும், பிணமானது கயிற்றில் ஊசலாடித் தொங்கிக்கொண்டிருக்கும்போது, கயிறு கட்டப்பட்ட பரப்பின்மீது பிரத்யேகத் தடங்கள் ஏற்படும். அத்தகைய தடங்கள் எதுவும் இங்கே காணப்படவில்லை. பிறகென்ன? எதிர்த்தரப்பு கப்சிப். குற்றவாளிக்கு மரண தண்டனை விதிக்கப்பட்டது.

இவ்வழக்கில் மரணத்துக்கான காரணத்தைக் கண்டறிய வேண்டியது அத்தியாவசியமானதாக இருந்தது. காரணத்தின் தன்மையைக் கொண்டுதான் குற்றவாளிக்கு வழங்கப்படும் தண்டனையின் கடுமை நிர்ணயிக்கப்படும். எனவே, இப்பகுதி தடயவியலில் முக்கியமானது.

நான்கைந்து பேர்கொண்ட கும்பல் ஒருவரை வெட்டிக் கொல்கிறார்கள் என்று வைத்துக்கொள்வோம். யார் வெட்டியதால் அந்நபர் இறந்தார் என்பது நீதிமன்றத்துக்கு முக்கியமான கேள்வியாக இருக்கும். சட்டப்படி, அக்காயத்தை ஏற்படுத்தியவருக்கே அதிக தண்டனை தரப்படவேண்டும். எனவேதான் தேர்ந்த கூலிப்படையினர் கூட்டமாக வெட்டுவதை வாடிக்கையாய் வைத்துள்ளனர். இவர்கள், சிசிடிவியின் கண்காணிப்புக்குட்பட்ட இடங்களைக் கொலைக்களங்களாகத் தேர்ந்தெடுப்பதில்லை. எனவே, சிசிடிவி பதிவுகள் இதுபோன்ற

பெரும்பாலான குற்றங்களில் கிடைப்பதில்லை. அப்படியிருக்க, நீதிபதி யாருக்குத்தான் தண்டனை கொடுப்பார். மொத்தத்தில் வழக்கே நீர்த்துப்போய்விடும். வருந்திப் பயனில்லை. மரணத்தை ஏற்படுத்திய காயத்தைக் கண்டறிவதோடு தடயவியலாளரின் பணி முடிந்தது. மற்றவையெல்லாம் அவரது எல்லைக்கு அப்பாற்பட்டது.

மற்றோர் உதாரணத்தையும் பார்ப்போம். இதய நோயாளி ஒருவர் தன் இருசக்கரவாகனத்தில் திடீரென பிரேக்கை அழுத்துகிறார். இதை எதிர்பார்க்காத கார் அவ்வாகனத்தின் பின் மோதிவிடுகிறது. இரண்டு ஓட்டுநர்களும் வாக்குவாதத்தில் ஈடுபடுகிறார்கள். வார்த்தைகளின் உஷ்ணம் உயர்ந்து, கொதிநிலையைத் தொடுகிறது. இருவரும் கைகலப்பில் ஈடுபடுகிறார்கள். ஏற்கனவே இதய நோயாளியான நம்மவர் மாரடைப்பு ஏற்பட்டு இறந்துபோகிறார். இச்சூழலில் தாக்கியவருக்குக் கொலைக்கான தண்டனையானது விதிக்கப்படாது. குறைந்த தண்டனையே கிடைக்கும்.

முதலாவதாக, தாக்கியவர் தன் எதிராளியைக் கொல்ல நினைக்கவில்லை. காயப்படுத்தவே நினைக்கிறார். எனவே, கொலைக்கான நோக்கம் இங்கு இல்லை. அடுத்ததாக, இறந்தவர் ஏற்கெனவே இதய நோயாளி. ஆரோக்கியமான நபர் அக்கைகலப்பில் இறந்திருக்க மாட்டார். ஆகையால், எதிரியின் தாக்குதல் நேரடியாக இறப்பை ஏற்படுத்தவில்லை என்றாகிறது. இந்நிகழ்வில், பிரேதப் பரிசோதனையில் கண்டறியப்படும் இறப்புக்கான காரணம் ஒருவரைக் கொலைக் குற்றத்திலிருந்து காக்கவல்லது. குற்றவாளிக்குத் தண்டனை பெற்றுத்தருவதைவிட முக்கியமானது, அப்பாவியைக் காப்பாற்றுவது.

நிற்க.

மரணத்தில் மூன்று வகைகள் *(Three Modes of Death)* இருப்பதாகப் பார்த்தோம். அவையாவன,

மூளைச்சாவு *(Coma)* - மூளைச்செல்கள் இறத்தல்

இதயச்சாவு *(Syncope)* - ரத்த ஓட்டம் தடைபடுதல்

நுரையீரல் சாவு *(Asphyxia)* - பிராணவாயுவின் விநியோகம் தடைபடுதல்.

இந்த மூன்றில் ஒன்றோ அதற்கு மேற்பட்ட நிகழ்வுகளோ இறப்புக்குக் காரணமாக இருக்கும்.

மரணத்துக்கான காரணங்களைக் கீழ்வருமாறு வகைப்படுத்தலாம்.

1. உடனடிக் காரணங்கள் (*Immediate Causes*): இவை மரணத்தை உடனடியாக ஏற்படுத்திய காரணங்களாகும். எடுத்துக்காட்டாக, புற்றுநோயால் ஒருவருக்கு உடல் உறுப்புகள் செயலிழந்துபோய் மரணம் நிகழுமானால், அம்மரணத்துக்கான உடனடிக் காரணம் உடல் உறுப்புகளின் செயலின்மைதான். புற்றுநோய் அல்ல.

2. அடிப்படைக் காரணங்கள் (*Basic Causes*): இவை உடனடி மரணம் நிகழ்வதற்குக் களமமைத்துக் கொடுக்கும் தொடக்கக் காரணங்களாகும். உதாரணமாக, ஒருவர் நாள்பட்ட இதய நோயால் அவதிப்பட்டு வரும் வேளையில் ஒரு மிதமான மாரடைப்புகூட அவர் உயிரைப் பறித்துவிடலாம். இங்கு மாரடைப்பு என்பது உடனடிக் காரணம். இதய நோயானது அடிப்படைக் காரணம்.

3. பங்களிப்புக் காரணங்கள் (*Contributory Causes*): இவை மரணத்தை ஏற்படுத்தும் காரணங்கள் அல்ல. மரண தேவனுக்குத் துணையாக இருந்து, இறப்பினைத் துரிதப்படுத்தும் காரணிகள். எடுத்துக்காட்டாக, கடுமையான கார் விபத்தில் சிக்கிய ஒருவர் விட்டமின் கே குறைபாடு உள்ளவரெனின் என்னாகும்? விட்டமின் கே குறைபாடு ரத்தம் உறைதலைத் தடுக்கும். சிறுகாயங்கள் ஏற்பட்டாலும் ரத்தம் உறையாமல் வடிந்துகொண்டே இருக்கும். பெரிய காயமென்றால் கேட்கவே வேண்டாம். ரத்தப்போக்கு நிற்கவே நிற்காது. அதுவே காயமடைந்தவரை மரணவாசலில் நிறுத்திவிடும்.

அடுத்து மரணம் நிகழ்ந்த முறை (*Manner of Death*). இதனைப் பின்வருமாறு வகைப்படுத்தலாம்.

★ இயற்கை மரணம்

★ இயற்கையல்லாத மரணம்

★ தெளிவற்ற மரணம்

நோய், வயது முதிர்வு போன்றவற்றால் நிகழும் மரணத்தை இயற்கை மரணம் என்கிறோம். விபத்தாலோ வன்முறையாலோ ஏற்படும் மரணங்கள் இயற்கையல்லாத மரணங்கள் எனப்படும்.

வன்முறை என்பது தற்கொலையாகவோ கொலையாகவோ இருக்கலாம். இயற்கையானதா இல்லையாவெனக் கணிக்கவியலாத குழப்பமான மரணங்கள் தெளிவற்ற மரணங்களாகும்.

இயற்கையல்லாத மரணங்கள் பெரும்பாலும் பின்வரும் வழிகளில் நிகழலாம்.

★ தீயினால் இறத்தல்

★ நீரில் மூழ்கி இறத்தல்

★ விஷத்தால் இறத்தல்

★ தூக்கிட்டு, கழுத்து நெரிந்து, அல்லது மூச்சடைத்து இறத்தல்

★ காயங்களால் இறத்தல்

★ மின்சாரத் தாக்குதலால் இறத்தல் (மின்னல் உள்பட)

★ பசியால் அல்லது தாகத்தால் இறத்தல்

★ கடுமையான தட்பவெப்பச் சூழ்நிலைகளால் இறத்தல்

மேற்கண்ட ஒவ்வொரு முறையிலான மரணங்களையும் கையாளத் தனித்தனியான தடயவியல் வழிமுறைகளுண்டு.

இப்போது ஒரு சிக்கலான பிரச்சனைக்கு வருவோம். யோகிகள் ஜீவசமாதி அடைந்த வரலாறுகளை நாம் கேட்டிருக்கிறோம். இதில் நிகழும் மரணத்தை எந்த வகையில் சேர்ப்பது? ஒருவகையில் இது தற்கொலை. ஆனால், இது கத்தியின்றி, ரத்தமின்றி, வன்முறையின்றி நிகழ்ந்துவிடுகிறது. இங்கு இறப்பு 'ஜீவசமாதி' முறையில் நிகழ்வதாகக் கொள்வோம். இறப்புக்கான உடனடிக் காரணம் என்றவொன்று நிச்சயம் இருக்கும். வகையென்று பார்த்தால் மேற்கூறிய மூன்று வகைகளில் ஏதோ ஒன்றினால்தான் இறப்பு நிகழ்ந்தாக வேண்டும்.

சிக்கல் என்னவெனில், ஜீவசமாதியடைந்த யோகிகளின் உடலை பிரேதப் பரிசோதனைக்கு உட்படுத்தவியலாது. மக்கள் கொதித்துவிடுவர். எனவே, மேலோட்டமான ஆய்வுகளின் மூலமாகத்தான் இறப்புக்கான காரணியைக் கண்டறிந்தாக வேண்டும். இதனால்தான், இந்த யோகிகளின் மரணத்துக்கான காரணிகள் ஆவணங்களில் அறுதியிடப்படாமல் உள்ளன. 'இப்படித்தான்' என்று இல்லாமல் 'இப்படியாக இருக்கலாம்' என்றே காரணிகள் ஆவணப்படுத்தப்படுகின்றன.

தங்கள் மரணத் தேதியை முன்கூட்டியே அறிவித்து அதன்படி மரணமடைவது எளிதல்ல. இதைச் செய்த இந்தியத் துறவிகள் அநேகர். வள்ளலார், இராகவேந்திரர், இராமகிருஷ்ண பரமஹம்சர், விவேகானந்தர், பரமஹம்ச யோகானந்தர் என்று நீளும் பட்டியலது. கும்பகம், பிராணாயாமம் போன்ற யோகப்பயிற்சிகள் நுரையீரல், இதயம் போன்ற இயங்குதசைகளையும் கட்டுப்படுத்தும் வல்லமையைக் கொடுக்கின்றன.

அறிவியலின்படி பொதுவாக, ஐந்து நிமிடங்களுக்குமேல் மூச்சை அடக்கினால் மூளைச்செல்கள் இறந்துபோகும். ஆனால், அதற்குமேலும்கூட ஒரு யோகியால் மூச்சடக்க முடியுமென்பார்கள். அவை நமது விவாதப்பொருளல்ல. சில விஷயங்களைத் தற்கால அறிவியல் திருப்திகரமாக விளக்கவில்லை என்பதே நாமறிய வேண்டியது.

சரி, அதெல்லாம் இருக்கட்டும். இறப்புக்கான காரணங்களை அறுதியிடுவதை ஏன் சாதாரண குடிமக்களும் அறியவேண்டும்? இதை ஒரு சம்பவத்தின் மூலம் உணர்த்துவது சரியாக இருக்கும்.

வெற்றிகரமாக ஓடிக்கொண்டிருந்த மெகாசீரியலில் நடித்துக்கொண்டிருந்தாள் அந்தச் சின்னத்திரை நடிகை. மக்கள் அவள்மீது வாஞ்சையுடன் இருந்தனர். திடீரென்று அவள் தூக்கிட்டு மாண்டாள். மக்கள் கொதித்தனர். அவளது புதுக் கணவன்தான் அவளை அடித்துக்கொன்று தூக்கில் தொங்கவிட்டுவிட்டான் என்று தீர்ப்பெழுதினார்கள். ஒரு மரணம் கொலையாகத்தான் இருக்கவேண்டுமென்று மக்கள் விரும்புகிறார்கள். எளிய உளவியல்தான். எந்தவொரு செய்தியிலும் மக்கள் சுவாரஸ்யத்தை எதிர்பார்க்கிறார்கள்.

தொலைக்காட்சியிலும் யூட்யூப் சேனல்களிலும் அந்நடிகையின் இறந்த உடல் காட்டப்பட்டது. அதைப் பார்க்கும் தடயவியலாளர் ஒருவர் அந்நிகழ்வு தற்கொலையாக இருக்கவே சாத்தியக்கூறுகள் அதிகமுள்ளதாக எண்ணுவார். குறைந்தபட்சம் அவள் அடித்துக்கொல்லப்படவில்லை என்பதை உறுதியாகக் கூறிவிடுவார். அந்நடிகையின் உதடுகள் ஊதா நிறத்தில் இருந்ததே அம்முடிவுக்குக் காரணம். அது சுவாசத்தடையால் ஏற்பட்ட மரணத்தைக் குறிப்பது. *Asphyxial Death* என்பர்.

இதுதான் விஷயம். அடிப்படைத் தடயவியல் அறிவு உள்ளவர்களால் போலிச் செய்திகளை இனம் கண்டுகொள்ள முடியும். அத்தகைய செய்திகளைப் பரப்புவோரின் வரிசையில் நிற்காதிருக்க முடியும். தரம் வாய்ந்த பார்வையாளர்களாக அவர்கள் இருக்க முடியும். பார்வையாளர்களின் தரம் மேம்படும்போது ஊடகங்களின் தரமும் மேம்படும். பொறுப்பற்ற செய்திகள் குறையும்.

5. என்புதோல் போர்த்த உடம்பு

கரூர் மாவட்டத்திலுள்ள ஒரு சிற்றூரில், 2006ஆம் ஆண்டின் மத்தியில் நடந்த சம்பவம் இது. தன் வாழைத்தோப்பில் குழிதோண்டினார் அதன் உரிமையாளர். புதுக்கன்றுகள் நடுவதற்குத் தயாராக அருகில் இருந்தன. வேலையாள்கள் மண்ணை அள்ளியபோது, மண்வெட்டியில் துணியொன்று மாட்டிக்கொண்டு வந்தது. மண்ணை மேலும் விலக்கியபோது எலும்புக்கூடொன்று கிடப்பது தெரிந்தது.

உரிமையாளர் அளித்த தகவலின்பேரில், காவல் ஆய்வாளர் எலும்புக்கூட்டைப் பார்வையிட்டார். அது புடைவையும் வெள்ளிக்கொலுசுகளையும் மெட்டிகளையும் அணிந்திருந்தது. தடயவியல் அதிகாரிகளைக்கொண்டு முதற்கட்டத் தடயவியல் ஆய்வு நிகழ்த்தப்பட்டது. ஆய்வில், அது பெண்ணொருத்தியின் எலும்புக்கூடென உறுதிசெய்யப்பட்டது. வயது சுமார் முப்பத்தைந்து இருக்கலாம். இறந்து, ஏறத்தாழ ஒன்றரை வருடங்கள் ஆகியிருக்கலாம்.

கடந்த ஈராண்டுகளில் அவ்வூரின் காவல்நிலையத்தில் பதிவான வழக்குகள் ஆராயப்பட்டன. அதில் பெண் காணாமல்போன வழக்கு ஒன்றுதான் இருந்தது. அதைத் தொடர்ந்து, அப்பெண்ணின் கணவர் வரவழைக்கப்பட்டார். எலும்புக்கூட்டின் ஆடை ஆபரணங்கள் தன்னுடைய மனைவியுடையதுதான் என்று அவர் உறுதிசெய்தார்.

பிரேதப் பரிசோதனையில் அப்பெண் வன்புணர்வுக்குப்பின் கழுத்தறுத்துக் கொல்லப்பட்டது கண்டறியப்பட்டது. அப்பெண்ணின் புகைப்படத்தை, குழியிலிருந்த மண்டையோட்டுடன் ஒப்பிட்டது தடயவியல்துறை. அவை கச்சிதமாகப் பொருந்தின. டிஎன்ஏ பரிசோதனையின் முடிவுகள் பெண்ணின் அடையாளத்தைச் சந்தேகமில்லாமல் உறுதிசெய்தன. குற்றவாளிகள் விரைவிலேயே பிடிக்கப்பட்டனர். அவர்கள் செய்த குற்றம் வெளிச்சத்துக்கு வந்தது.

தான் பணிபுரியும் அரசுப்பள்ளிக்கு தினமும் டிவிஎஸ்50 ஸ்கூட்டரில் சென்றுவருவார் அப்பெண். அவர் அணிந்திருந்த கனமான நகைகள் குற்றவாளிகளின் கண்களை உறுத்தின. நண்பர்கள் இருவரும் சதித்திட்டமொன்றைத் தீட்டினர். அதன்படி, பணியிலிருந்து திரும்பிக்கொண்டிருந்த அப்பெண்ணை வழிமறித்தனர். ஆள்நடமாட்டமற்ற வாழைத்தோப்புக்குத் தூக்கிச் சென்றனர்.

அவர் அணிந்திருந்த நகைகளைப் பிடுங்கிக்கொண்டதோடு, அவரை வன்புணர்ச்சியும் செய்தனர். சுயநினைவை இழந்த அவரின் கழுத்தையறுத்து, அங்கேயே குழிதோண்டிப் புதைத்தும்விட்டனர். குற்றவாளிகளின் வாக்குமூலத்தைத் தொடர்ந்து, அருகேயிருந்த கிணற்றிலிருந்து டிவிஎஸ்50 மீட்கப்பட்டது. குற்றவாளிகள் ஆயுள் தண்டனை பெற்றனர்.

இவ்வழக்கில் தடயவியல் துறையின் ஆய்வுகள் மிக முக்கியமான பங்கு வகித்தன. அவற்றுள் தடய மானுடவியல் பற்றித்தான் இன்று பேசப்போகிறோம். ஃபாரன்சிக் ஆந்த்ரோபாலாஜி என்பார்கள் ஆங்கிலத்தில். இது, உடல்சார் மானுடவியலின் உட்பிரிவுகளுள் ஒன்று.

எலும்புக்கூடு கண்டுபிடிக்கப்படும் இதுபோன்ற வழக்குகளில், பொதுவாகப் பின்பற்றப்படும் நடைமுறையொன்றுள்ளது. அப்பகுதியில் காணாமல்போனவர்களைப் பற்றிய புகார்கள் ஆய்வுக்குட்படுத்தப்படும். அவர்களின் புகைப்படங்கள் கண்டெடுக்கப்பட்ட மண்டையோட்டுடன் ஒத்துப்போகிறதாவென ஆய்வு செய்யப்படும். இந்த ஆய்வு, 'மண்டையோடு மேல்படர்வு' அதாவது, '*Skull-superimposition*' ஆய்வு எனப்படும்.

சடலமானது உப்பத் தொடங்கியபின், தனிப்பட்ட முக அடையாளங்கள் சிதைந்துவிடும். அந்நிலையில், இறந்தவரின் நெருங்கிய உறவினரால்கூட அவரை அடையாளம் காணவியலாது. இந்நிகழ்வுகளில், அச்சடலத்தின் தலை துண்டிக்கப்பட்டு, அடர் சோடியம் ஹைட்ராக்சைடு கரைசலில் ஊறவைக்கப்படும். இவ்வேதிச்செயல்முறை, தலையிலுள்ள மிச்சம்மீதிச் சதைகளை நீக்கும். இவ்வாறு பெறப்பட்ட மண்டையோடு, மேல்படர்வு ஆய்வுக்கு உட்படுத்தப்படும்.

மேல்படர்வு ஆய்வின் அடிப்படை எளிமையானது. முகத்தின் தோற்றத்தைத் தீர்மானிப்பது முக எலும்புகளின் கட்டமைப்புதான். அதன்மேல் சதையைப் பரப்பி, தோலால் மூடப்பட்டதுதான் மனிதமுகம். எனவே, புகைப்படத்திலுள்ள முகமானது அதற்கு அடியிலுள்ள முக எலும்புகளைப் பிரதிபலித்தாக வேண்டுமல்லவா?

முதலில் புகைப்படமானது லைஃப் - சைஸ் எனப்படும் இயற்கை வடிவளவிற்கு மாற்றப்படும். அதாவது, புகைப்படத்திலுள்ள முகம் மண்டையோட்டின் அளவுக்குப் பெரிதாக்கப்படும். பின் தடயவியல் மென்பொருளின் உதவியோடு இரண்டும் ஒன்றன்மீதொன்று பொருத்தப்படும். இதற்காக, '*Amped*' எனப்படும் தடயவியல் மென்பொருள் பரவலாகப் பயன்படுத்தப்படுகிறது.

மேல்படர்வு ஆய்வில், உடலியல் ரீதியாக முக்கியப்புள்ளிகள் உன்னிப்பாகக் கவனிக்கப்படும். இவற்றை அனாடமிகல் லேண்ட்மார்க்ஸ் என்பர். எடுத்துக்காட்டாக, புருவமேடுகள், கன்ன எலும்புகள், மூக்குத் துவாரங்கள், கீழ்த்தாடைகள் போன்றவை. இப்புள்ளிகளுக்கிடையேயான சார்புத் தொலைவும் கவனத்தில் கொள்ளப்படும்.

புகைப்படமும் எலும்புக் கட்டமைப்பும் சர்வசமமாக இருத்தல் முக்கியம். '*Congruency*' என்பர். மென்பொருளின் மூலமாகவும் புள்ளியியலின் அடிப்படையில் '*Degree-of-similarity*' எனப்படும் வடிவொப்புமை அளவு கண்டறியப்படும். இவற்றுள் ஒப்புமையின்மை இருப்பின், 'பொருத்தமில்லை' என்றே ஆய்வறிக்கை வழங்கப்படும்.

இறந்தவர் யாரென்ற கணிப்புகள் இருக்கும் பட்சத்தில் நேரடியாக டிஎன்ஏ ஆய்வுக்குச் சென்றுவிடலாம். கணிப்புகள்

இருந்தாலுமேகூட டிஎன்ஏ ஆய்விற்கு வாய்ப்பில்லாத சூழல்களும் அமைந்துவிடுவதுண்டு. இறந்தவருக்கு ரத்தத் தொடர்புள்ள நெருங்கிய உறவினர்கள் ஒருவரும் இல்லாதபோது ஒப்பிடுவதற்குத் தகுதியான டிஎன்ஏ மாதிரிகளைப் பெறமுடியாமல் போகலாம். நன்கு எரிந்து, கருகிய சடலங்களில் டிஎன்ஏ அழிந்துவிடும். இத்தகைய சூழல்களில் நமக்கிருக்கும் ஒரே கருவி மண்டையோடு மேல்படர்வு ஆய்வுதான்.

இயல்பாகவே நமக்குக் கேள்வியொன்று எழும். உருவத்தில் ஒத்த இரட்டையர்களின் மண்டையோடுகளும் ஒரே மாதிரிதானே இருக்கும்? சமயங்களில், தொடர்பில்லாத இரு வெவ்வேறு நபர்களின் முகவமைப்புகள்கூட ஒரேபோல் இருக்கிறதே. அச்சமயங்களில் மேல்படர்வு ஆய்வுமுறை செல்லுபடியாகுமா? மிக நியாயமான கேள்விதான்.

இக்கேள்விக்கான பதிலைச் சொல்வதற்கு முன், தெரிந்துகொள்ள வேண்டியவை சில உள்ளன. பொதுவாக, தடயவியல் ஆய்வறிக்கைகளின் முடிவுகள் இருவகைப்படும். ஒன்று, '*fact*' அதாவது, 'மெய்ம்மை' அடிப்படையிலானது.

மற்றொன்று, '*opinion*' எனப்படும் 'கருத்துரை' அடிப்படையிலானது.

மெய்ம்மை என்பது ஐயத்திற்கு அப்பாற்பட்டது; 'தற்சார்பற்றது' - '*objective*' என்பர். மேலும், அது மாறாத, நிரூபிக்கப்பட்ட அறிவியல் உண்மைகளை அடித்தளமாகக் கொண்டது. ஆய்வினை யார் செய்தாலும், எப்போது செய்தாலும் ஒரே முடிவினைத் தரவல்லது. எடுத்துக்காட்டாக, டிஎன்ஏ ஆய்வின் முடிவுகள் மெய்ம்மை வகையைச் சார்ந்தவை.

மறுபுறம், கருத்துரை என்பது '*subjective*' எனப்படும் 'தற்சார்பு' கொண்டது. '*Logical reasoning*' என்ற தர்க்க அடிப்படையிலானது. அது தடயவியலாளரின் நிபுணத்துவத்தையும் அனுபவத்தையும் சார்ந்தது. அதன் நம்பகத்தன்மையைச் சந்தேகிக்கமுடியும். கருத்துரை அடிப்படையிலான முடிவுகளில், இரு நிபுணர்களுக்கிடையே மாற்றுக் கருத்துகள் இருக்கலாம்.

மானுடவியல் பிரிவின் மண்டையோடு மேல்படர்வு ஆய்வறிக்கையானது கருத்துரை மட்டுமே. அதனை ஏற்பதும் ஏற்காததும் நீதிமன்றத்தின் பரிசீலனைக்குட்பட்டது. நீதிமன்றம்,

மெய்ம்மைப் பண்புடைய மற்ற தடயவியலாய்வுகளின் முடிவுகளைப் பரிசீலிக்கும். அம்முடிவுகளுடன் மானுடவியல் பிரிவின் கருத்துரையானது இசையுமானால், அது அப்படியே ஏற்றுக்கொள்ளப்படும்.

சடலத்தின் தலை கிடைக்காதபோது, இறந்தவரை அடையாளம் காண்பது கடினம். எனவேதான், விவரமறிந்த குற்றவாளிகள் சடலத்தின் தலையை உருத்தெரியாமல் சிதைக்கின்றனர். சிலர் தலையைத் துண்டித்து நீர்நிலைகளிலோ குப்பைக் கிடங்கிலோ புதர்களிலோ வீசுகின்றனர். இன்னும் தெளிவானவர்கள் தலையை உயர் வெப்பநிலையில் எரித்துச் சாம்பலாக்கிவிடுகின்றனர்.

எலும்புக்கூட்டின் பாலினம் கண்டறிதல் மிகக் கவனமாகச் செய்யவேண்டிய ஒன்று. எலும்புக்கூட்டில் பெண்ணுக்குரிய ஆடை ஆபரணங்களும் நீள்கூந்தலும்கூட இருக்கலாம். அதற்காக, அக்கூடு பெண்ணுடையதாக இருக்கவேண்டுமென்ற அவசியமில்லை. அது திருநங்கையாகவோ, பெண் வேடமிட்ட ஆணாகவோகூட இருக்கலாம்.

பாலினத்தை அடையாளம் காண்பதில் பெரும்பங்காற்றும் எலும்புகள் மூன்று. அவையாவன: மண்டையோடு, இடுப்பெலும்பு, நீள எலும்புகள். இவ்வெலும்புகளைக்கொண்டு கண்டறியப்படும் பாலினத்தின் துல்லிய தன்மையைக் கீழ்க்கண்டவாறு அறுதியிடலாம்.

மண்டையோடும் இடுப்பெலும்பும் - 98% துல்லியம்

இடுப்பெலும்பு மட்டும் - 95% துல்லியம்

நீள எலும்புகளும் மண்டையோடும் - 95% துல்லியம்

கீழ்த்தாடையுடைய மண்டையோடு - 90% துல்லியம்

நீள எலும்புகள் மட்டும் - 85% துல்லியம்

மண்டையோட்டினை ஆய்வு செய்கையில், ஆணின் மண்டையோடு அளவில் பெரியது. கனமானது. சதுரமான முகவாயையும் சதுரமான விழிக்கோளங்களையும் கொண்டது. நெற்றிப்பொட்டு தெளிவாகவும் புருவமேடு கூர்மையானதாகவும் இருக்கும். கீழ்த்தாடையின் முனைக்கோணம் குறிப்பிடத்தக்க அளவுக்குச் சரிவானதாக இருக்கும்.

மாறாக, பெண்ணின் மண்டையோடு அளவில் சிறியது. இலேசானது. குவிந்த முகவாயையும் வட்டமான விழிக்கோளங்களையும் கொண்டது. மண்டையின் நெற்றிப்பொட்டு தெளிவில்லாமலும் புருவமேடு மழுங்கியும் இருக்கும். கீழ்த்தாடையின் முனைக்கோணம் கிட்டத்தட்ட செங்குத்தாக இருக்கும்.

பெண்ணின் இடுப்பெலும்பு, குழந்தைப்பேற்றை முன்னிட்டு, இயற்கையால் வடிவமைக்கப்பட்டுள்ளது. இத்தனித்துவம்தான் ஆணிலிருந்து பெண்ணின் இடுப்பெலும்பை மிகச் சுலபமாகப் பிரித்துக் காட்டுகிறது. சுருக்கமாகச் சொல்வதென்றால் ஆணின் இடுப்பெலும்பு உயரமாகவும் ஒடுங்கியதாகவும் இருக்கும். பெண்ணுடையதோ குட்டையாகவும் அகன்றும் காணப்படும். இடுப்பெலும்பு வளையத்தின் நடுப்பகுதி, ஆணில் அதிக உள்ளீட்டைக் கொண்டிருக்கும். அதுவே, பெண்ணில் குறைந்த உள்ளீட்டை அதாவது, அதிக வெற்றிடத்தைக் கொண்டிருக்கும்.

இதேபோல் நீள எலும்புகளுக்கு இடையேயுள்ள வேறுபாடுகளையும் ஒப்பிடலாம். தொடை எலும்புகளின் சாய்வு ஆண்களுக்குக் குறைவாகவும் பெண்களுக்கு அதிகமாகவும் காணப்படும். இதற்கான காரணம் எளிதுதான். பெண்களின் இடுப்பெலும்பு அகன்றது. எனவே, அதற்கேற்ற சாய்வு தொடை எலும்புகளுக்குத் தேவை. இல்லையேல், கால்களுக்கிடையேயான இடைவெளி அதிகமாகப் போய்விடும்.

கைகால்களின் நீள எலும்புகள் ஆண்களுக்கு அடர்த்தியாகக் காணப்படும். பெண்களுடையதை ஒப்புநோக்குகையில் ஆண்களின் நீள எலும்புகளின் இணைப்புப்பகுதிகள் அகன்றிருக்கும்.

மண்டையோடோ இடுப்பெலும்போ நீளெலும்போ கிடைக்காச் சூழலில், பாலினமறிவது கடினம். அது முழுக்கமுழுக்கத் தடயவியல் வல்லுநரின் திறமையைப் பொறுத்தது. பொதுவாகவே, ஆணின் எலும்புகள் பெண்ணினுடையதினும் உறுதியானது; கடினமானது; கனமானது; பெரியது. பெண்ணினுடைய எலும்புகள் மென்மையாகவும் இலேசாகவும் இருக்கும். ஆனால், இவற்றைப் பிரித்தறிவதற்கு அனுபவமிக்க ஆராய்ச்சிக் கண்கள் தேவை.

இவைதவிர, பின்வரும் பட்டியலிலுள்ளவை இறந்தவரை அடையாளம் காண்பதில் முக்கியமான பங்காற்றியிருக்கின்றன.

★ இறந்தவரின் எலும்புகளில் உலோகங்கள் பொருத்தப்பட்டிருத்தல்.

★ செராமிக், பிளாஸ்டிக் அல்லது தங்கத்தாலான பொய்ப்பல் பொருத்தப்பட்டிருத்தல்.

★ பேஸ்மேக்கர் பொருத்தப்பட்டிருத்தல்.

★ ரிக்கெட்ஸ், ஆஸ்டியோமலேசியா போன்ற எலும்புக் குறைபாடுகள்.

எலும்புகளையும் பற்களையும்கொண்டு இறந்தவரின் வயதினைக் கணித்துவிடமுடியும். இத்தடயவியல்முறை விரிவாக விவாதிக்கத் தகுந்த பொருண்மை கொண்டது.

6. கண்டமாக்கினாலும் கண்டுபிடிக்கப்படும்

தோராயமாக, ஏழாண்டுகளுக்கு முன் சென்னையை அதிரவைத்த வழக்கிது. பொங்கல் கொண்டாட்டங்கள் முடிந்து சில தினங்களே கடந்திருந்தன. பெருங்குடி குப்பைக் கிடங்கின் சுகாதாரப் பணியாளர்கள் குப்பைகளைத் தரம் பிரித்துக்கொண்டிருந்தனர். அப்போதுதான் அந்தக் கோணி மூட்டை அவர்களின் கவனத்தைக் கவர்ந்தது. பிரித்துப் பார்த்தவர்கள் நடுங்கிப்போனார்கள்.

துண்டிக்கப்பட்ட இரண்டு கால்களும் வலது கையும் அதனுள்ளே கிடந்தன.

தனிப்படையொன்று இறந்தவர் யாரெனத் தீவிரமாகப் புலனாய்வு செய்தது. தடயவியல் ஆய்வின்படி, அவை முப்பத்தைந்து வயது மதிக்கத்தக்க பெண்ணுக்குரியவை. இறந்து ஓரிரு தினங்கள் கடந்திருக்கலாம். துண்டிக்கப்பட்ட கையில், சிவபார்வதியும் டிராகனும் பச்சைகுத்தப்பட்டிருந்தன. சிவபார்வதி இருப்பது, இறந்தவர் இந்து மதத்தவர் என்பதைக் காட்டியது.

காவல்துறைக்குக் கிடைத்த ஒரே தடயம் இதுதான். இந்தக் குறிகள் குறித்து ஊடகங்களில் செய்திகள் வெளியிடப்பட்டன. அதற்கு ஒருவாரத்தில் பலன் கிடைத்தது. இதுபோன்ற பச்சைகுத்திய பெண்ணைத் தங்களுக்குத் தெரியுமெனச் சிலர் தகவலளித்தனர். அதனடிப்படையில், இறந்தது அவ்வளவாகப் பிரபலமில்லாத இயக்குநரொருவரின் மனைவி எனத் தெரியவந்தது.

அவரை விசாரித்ததில், குடும்பத்தகராறு காரணமாக நிகழ்ந்த வாக்குவாதத்தில் தன் மனைவியைச் சுத்தியலால் தாக்கியதாகக் கூறினார். எதிர்பாராமல் அவர் இறந்துவிடவே, அவரது சடலத்தைப் பல பாகங்களாக வெட்டியுள்ளார். அவற்றைச் சில மூட்டைகளிலடைத்து நகரின் வெவ்வேறு பகுதிகளில் வீசியுள்ளார். அவரளித்த ஒப்புதல் வாக்குமூலத்தின்படி, காசி தியேட்டர் பாலத்தினடியில் வலது தொடைப்பகுதி கண்டெடுக்கப்பட்டது.

எவ்வளவு தேடியும் மற்ற பாகங்களைக் கண்டறிய இயலவில்லை. தலை கிடைக்காததால் இறந்தவரின் அடையாளத்தை உறுதிப்படுத்துவது கடினமாக இருந்தது. இருந்தாலும், டிஎன்ஏ ஆய்வு இறந்தவர் இயக்குநரின் மனைவிதானென உறுதிசெய்தது. இயக்குநர் சிறையிலடைக்கப்பட்டார்.

நல்வாய்ப்பாக, மேற்கண்ட வழக்கில் இறந்தவர் யாரென்று கணிக்கமுடிந்தது. எனவே, டிஎன்ஏ சோதனையைச் செய்யமுடிந்தது. ஒருவேளை, பச்சைகுத்திய அடையாளங்கள் இல்லையென்றால் இவ்வழக்கைத் தீர்க்கவே முடியாதுபோயிருக்கலாம். ஒருவர் கொலையாளி எனக் குற்றஞ்சாட்ட, இறந்தவரின் சடலம் வேண்டும். அது இல்லையேல், தண்டனை கிடைப்பது குதிரைக் கொம்புதான்.

சைக்கோ கொலையாளிகள் சடலத்தை அழிக்கப் பலவழிகளைக் கையாண்டிருக்கிறார்கள். சல்ஃப்யூரிக் அமிலத்தில் சடலத்தை ஊறவைத்துக் கரைத்தல் அவற்றுள் ஒன்று. சடலத்தை உறையவைத்துப் பின் கொஞ்சம்கொஞ்சமாக வெட்டி நாய்களுக்கு வீசியவர்களும் உண்டு. இன்னும் கொடூரமாக, சிலர் தாங்களே பிணத்தைச் சமைத்துச் சாப்பிட்டதுமுண்டு. இப்படிப் பலவழிகள் வரலாற்றில் பதிவாகியுள்ளன.

சடலத்தின் சில துண்டுகள் மட்டும் கிடைக்கும் நிகழ்வுகள் அநேகமாகப் பதிவாகின்றன. அந்நிகழ்வுகளில், தடயவியலாளருக்கு இருக்கும் வாய்ப்புகள் என்னென்ன என்பதைப் பார்ப்போம்.

ஒவ்வொரு உடற்பாகமும் உடலுடன் குறிப்பிட்ட விகிதாசாரத் தொடர்பைக்கொண்டுள்ளன. டா-வின்சியின் ‘விட்ருவியன் மனிதன்’ ஓவியத்தை நம்மில் பலரும் பார்த்திருப்போம். பதினைந்தாம் நூற்றாண்டில் வரையப்பட்டது. ‘தி டா-வின்சி கோட்’ திரைப்படத்தில் சிலர் இவ்வோவியத்தைப் பார்த்திருக்கலாம்.

ஒரு சதுரம். அதன்மேல் அதனைவிடச் சற்றுப் பெரியதொரு வட்டம். இரண்டின் சுற்றளவையும் இரு கைகளை விரித்துநீட்டித் தொட்டுக்கொண்டிருக்கும் நிர்வாண ஆணொருவன். அவனது இருவேறு நிற்றல் நிலைகள் ஒன்றோடொன்று மேற்பொருந்தியிருக்கும். இவன்தான் டா-வின்சியின் விட்ருவியன் மனிதன்.

விட்ருவியன் மனிதன், உடற்கூறியல் விகிதாசாரத்தைச் சித்திரிக்கின்றான். அவற்றுள், முக்கிய உடற்கூறியல் விகிதங்களைப் பார்ப்போம்.

★ தலையின் நீளம் - மொத்த உயரத்தில் எட்டில் ஒரு பங்கு.

★ புஜத்தின் நீளம் - மொத்த உயரத்தில் எட்டில் ஒரு பங்கு.

★ முன்கையின் நீளம் - மொத்த உயரத்தில் கால் பங்கு.

★ இடமிருந்து வலமாகத் தோள்களின் அகலம் - மொத்த உயரத்தில் கால் பங்கு.

★ உள்ளங்கையின் நீளம் - மொத்த உயரத்தில் பத்தில் ஒரு பங்கு.

★ பாதத்தின் நீளம் - மொத்த உயரத்தில் ஏழில் ஒரு பங்கு.

★ தொடையின் நீளம் - மொத்த உயரத்தில் கால் பங்கு.

★ கெண்டைக்காலின் நீளம் - மொத்த உயரத்தில் கால் பங்கு.

புஜம் என்பது அக்குளுக்கும் முழங்கைக்கும் இடைப்பட்ட பகுதி என்றும் முன்கை என்பது முழங்கைக்கும் நடுவிரலின் நுனிக்கும் இடைப்பட்ட பகுதி என்றும் கொள்க.

இப்போது உங்களுக்கொரு சுயபரிசோதனைக் கேள்வி. ஒருவர் தனது கரங்களைப் பக்கவாட்டில் எதிரெதிர்த்திசையில் நீட்டுவதாகக் கொள்வோம். இடமிருந்து வலமாக, அவரது நடுவிரல்களின் நுனிகளுக்கிடேயேயுள்ள தூரத்துக்கும் அவரது உடலுயரத்துக்கும் இடையேயுள்ள தொடர்பென்ன? விடையைக் கண்டுபிடித்துவிட்டுத் தொடர்ந்து படியுங்கள் பார்ப்போம்.

இரண்டு முன்கைகள் உடலுயரத்தில் அரைப்பங்கு. இரண்டு புஜங்கள் உடலுயரத்தில் காற்பங்கு. தோளின் அகலத்துக்கொரு காற்பங்கு. கூட்டினால் ஒரு முழுப்பங்கு. ஆம். நீட்டிய

கைகளுக்கிடையேயுள்ள தூரம் உடலுயரத்துக்குச் சமம். விடை சரியென்றால் உங்களுக்குப் பாராட்டுகள்.

துண்டிக்கப்பட்ட உடற்பாகத்தைக்கொண்டு இறந்தவரின் உயரத்தைக் கணிப்பதைப்போல உடலுயரத்தைக்கொண்டு தோராயமான உடல் எடையைக் கணக்கிடுவதும் சாத்தியம்தான். உயரமும் எடையும் நேர்கோட்டுத் தொடர்புடையவை. ஒன்று அதிகரித்தால் மற்றொன்றும் அதிகரிக்கும்.

குறிப்பிட்ட மக்கள்தொகையில், சிலநூறு மக்களின் உயரத்தையும் எடையையும் அளக்கவேண்டும். அவற்றிற்கிடையே நேரியல் பின்னடைவுக்கோட்டை வரைந்துவிட்டால் வேலைமுடிந்தது. '*Linear Regression Plot*' என்பார்கள். பல்வேறு ஆய்வாளர்கள் இப்பின்னடைவுக்கோட்டை வருவித்திருக்கிறார்கள். இதனைக் கொண்டு குறிப்பிட்ட உடலுயரத்திற்கேற்ற உடல் எடையைக் கணக்கிடலாம்.

மற்றொரு எளிய வழியுமுள்ளது. நம் எல்லோருக்கும் 'உடல் நிறைக் குறியீட்டெண்' பற்றித்தெரியும். '*BMI*' என்போமே, அதுதான். பிஎம்ஐ வாய்பாடு உடலின் உயரத்தையும் நிறையையும் தொடர்புபடுத்துகிறது அல்லவா? சராசரியாக பிஎம்ஐ இருபத்திரண்டு எனக்கொள்வோம். உயரத்தை நீங்கள் ஏற்கெனவே கணித்துவிட்டீர்கள். இனி என்ன? வாய்பாட்டை மாற்றிப்போட்டு நிறையைக் கண்டுபிடிக்கவேண்டியதுதான்.

ஒருவரின் எடை - உயர விகிதம் அவரது வயதுடன் தொடர்புடையது. இதற்கான அட்டவணை ஒன்றுள்ளது. அதனைப் பயன்படுத்தித் தோராயமான வயதைக் கணிக்கலாம். வயதைக் கண்டறிய வேறு வழிகளும் உள்ளன. அவற்றைப் பிறகு பார்க்கலாம். உடற்பாகங்களின் சிதைவு வீதத்தைக்கொண்டு இறந்து எவ்வளவு நேரமாகியுள்ளது என்பதை அனுமானிக்கவியலும்.

துண்டிக்கப்பட்ட உடற்பாகங்களிலுள்ள எலும்புகளைக்கொண்டு இறந்தவரின் பாலினத்தைக் கண்டறியமுடியும். இதற்காக எக்ஸ்-ஊடுகதிர் வரைபடங்களின் துணையை நாடலாம்.

கைப்பகுதியின் துண்டம் கிடைக்கும்போது, அதன் விரல்ரேகைகள் எடுக்கப்படும். அவற்றை ஆதார் தரவுத்தளத்தில் உள்ளீடுசெய்து எளிதாக இறந்தவரைக் கண்டறிந்துவிடலாம். இருந்தாலும், 'ஆதார்

தரவுகளைக் குற்றப் புலனாய்வுக்குப் பயன்படுத்தத் தரமுடியாது' என்று அண்மையில் தெரிவித்துள்ளது *UIDAI*. மேற்கண்ட வழக்கில், துண்டிக்கப்பட்ட கைப்பகுதி கிடைத்தும் ஆதார் தரவுத்தளத்தில் அடையாளம் காணவியலவில்லை. இறந்தவர் ஆதாரில் பதிவுசெய்யாதவராக இருக்கலாம். விரல் பகுதிகள் மிகவும் அழுகியிருந்தாலும் ரேகைகளைப் பெறவியலாமல் போய்விடும்.

துண்டிக்கப்பட்ட உடற்பாகத்திலுள்ள தழும்புகள், வடுக்கள், மச்சங்கள், பச்சைகுத்தல்கள் போன்றவை முக்கியத்துவம் வாய்ந்தவை.

ஒருகாலத்தில் அடித்தட்டு மக்களே பெரும்பாலும் பச்சைகுத்துதலில் நாட்டமுடையவர்களாயிருந்தனர். பெரும்பாலும் அது தங்களின் காதலர் அல்லது தாயாரின் பெயராக இருக்கும். இன்றோ அனைத்து வர்க்கத்தினரும் விதவிதமாகப் பச்சைகுத்திக்கொள்கின்றனர். அது டாட்டூ என்று நளினமாக ஆங்கிலத்தில் அழைக்கப்படுகிறது. விலங்குகள், பறவைகள், இஷ்டதெய்வங்கள், குறிப்பிட்ட வடிவங்கள் எனப் பலவிதமாக டாட்டூக்கள் போடப்படுகின்றன.

டாட்டூக்கள் இறந்தவர் யார் என்பதைக் கண்டறிவதில் பெரும்பங்காற்றியிருக்கின்றன. தெய்வங்களின் டாட்டூக்கள், இறந்தவர் எம்மதத்தவர் என்பதைத் தெரிவிக்கின்றன. சில டாட்டூக்கள் தனித்துவமான ஓவியங்களாக உள்ளன. அதைப்போன்ற டாட்டூக்களை வரையும் கலைஞர்கள் ஒருசிலரே இருக்கமுடியும் என்பதைக் கவனத்தில் கொள்ளவேண்டும். அவர்களை விசாரிப்பது புலனாய்வுக்கு உதவும்.

சில வகையான டாட்டூக்கள் ஒருவரது குணத்தையும் ஆர்வங்களையும் தொழிலையும்கூடக் காட்டவல்லவை. எடுத்துக்காட்டாக, மீனவர்கள் மீன் டாட்டூக்களை விரும்பிப் போட்டுக்கொள்வதைப் பார்க்கிறோம். இரட்டை முக்கோணங்களும் இரட்டைப் பிறைகளும் இருபால் ஈர்ப்பினரைக் குறிக்கின்றன. அரசியல் கட்சிகளைப் பிரதிநிதித்துவப்படுத்தும் டாட்டூக்களைக் குத்திக்கொள்பவர்களும் பரவலாக உள்ளனர்.

இறந்தவரின் உடற்குறைபாடுகள், அடையாளம் கண்டறிதலில் பேருதவி புரியலாம். உறுப்புகளை இழந்தவர், விரலில் ஆறு விரல்கள் கொண்டவர் போன்றோர் எடுத்துக்காட்டுகள்.

உடற்துண்டுகள் வெட்டப்பட்டுள்ளதா அறுக்கப்பட்டுள்ளதா என்பதையும் தடயவியலாளர் குறித்துக்கொள்வார். துண்டிக்கப்பட்ட சதைப்பகுதியையும் எலும்புப்பகுதியையும் உருப்பெருக்கியால் காணும்போது இதைத் தெரிந்துகொள்ளலாம். உடலுறுப்புகளைப் பிய்த்தும் துண்டிக்கலாமே என நீங்கள் நினைப்பது புரிகிறது. தொழிற்சாலை விபத்துகளில் இயந்திரத்தில் சிக்கியவரின் உறுப்புகள் வேண்டுமானால் பிய்த்தெறியப்படலாம். சராசரி மனித எத்தனத்துக்கு அது அப்பாற்பட்டது. வீரயுகநாயகன் வேள்பாரி நாவலில் வரும் திரையர்களுக்கு வேண்டுமானால் சாத்தியமாகலாம்.

உடலுறுப்பு எவ்வகையில் துண்டிக்கப்பட்டதெனத் தெரிந்தால் அதற்குப் பயன்படுத்தப்பட்ட ஆயுதம்பற்றியும் அறிந்துகொள்ளலாம். எடுத்துக்காட்டாக, மேலே நாம் பார்த்த வழக்கில், பற்களையுடைய ஆயுதத்தால் உடலுறுப்புகள் துண்டிக்கப்பட்டது கண்டறியப்பட்டது. குற்றவாளியின் வீட்டைச் சோதனை செய்தபோது, மரமறுக்கும் எந்திரமொன்று கண்டெடுக்கப்பட்டது. சென்னையில் வாழும் இயக்குநர் ஒருவருக்கு அவ்வியந்திரம் தேவையற்றதல்லவா?

அடுத்ததாக, உடற்பாகங்களைப் போட்டுக் கட்டப் பயன்படுத்திய பொருள். அது மூட்டை, பெட்டி போன்றவொன்றாக இருக்கலாம். சென்னை-துரைப்பாக்கத்தில் பதிவான சமீபத்திய வழக்கொன்றில் பெண்ணின் உடலானது சூட்கேஸ் ஒன்றில் மடித்து வைக்கப்பட்டிருந்தது. போலீசாரின் புலனாய்வில் அந்த சூட்கேஸ் முந்தைய நாள்தான் வாங்கியதெனக் கண்டறியப்பட்டது. இது குற்றவாளிக்கெதிரான முக்கியமான தடயமாக அமைந்தது.

இவ்வளவு வாய்ப்புகள் இருந்தும், இறந்தவரை அடையாளம் காணவியலாத சூழல்களும் அமைந்துவிடுவதுண்டு. அத்தருணங்களில் அவரது டிஎன்ஏவானது சேமித்து வைக்கப்படும். எதிர்காலத்தில் இறந்தவரைப்பற்றிய அனுமானங்கள் கிடைக்கும்போது ஒப்பீடு செய்ய அவை இன்றியமையாதவை.

7. யாருடைய கைவண்ணம்?

விரல்ரேகைத் தடயவியலுக்கு அறிமுகம் தேவையில்லை. 'ஃபாரன்சிக்' என்ற சொல்லைக் கேட்டவுடனே நமக்கு நினைவுக்கு வருவது அதுதான். எண்ணிலடங்கா வழக்குகள் இத்தடயவியல் முறையினால் தீர்க்கப்பட்டுள்ளன. சங்கரராமன் கொலை வழக்கு, ஆட்டோ ஷங்கர் வழக்கு, சுவாதி கொலை வழக்கு, கோவை தொடர் குண்டுவெடிப்புகள் எனப் பட்டியலிட்டுக்கொண்டே செல்லலாம்.

முற்காலங்களில் குற்றவாளிகளை அடையாளம் காணுதல் மிகச் சிரமமாக இருந்தது. குறைந்தபட்சம், தொடர் குற்றவாளிகளுக்காகவாவது ஒரு பட்டியல் தேவைப்பட்டது. உடலிலுள்ள மச்சங்கள், தழும்புகளைக் குறித்துக்கொள்ளுதல் போதுமானதாக இல்லை. எனவே, குற்றவாளிகளின் உறுப்புகளைச் சிதைத்தல், முகத்தில் பச்சைகுத்துதல் போன்ற மனிதத்தன்மையற்ற முறைகள் கையாளப்பட்டன.

பத்தொன்பதாம் நூற்றாண்டில் இக்கொடுமைகளுக்கு விடிவுகாலம் பிறந்தது. ஃபிரெஞ்சுக்காவலர் அல்ஃபோன்ஸ் பெர்ட்டில்லான் 'மானிட உடல் அளவையியல்' முறையை அறிமுகப்படுத்தினார். '*Anthropometry*' என்பர். குற்றவாளிகளின் உடலுறுப்புகளை அளவெடுக்கும் முறை அது. உயரம், பருமன், சீர்மை, கண் நிறம், மேனி நிறம், முடி நிறம் போன்றவையும் அதில் அடக்கம். இத்தகவல்களைக்கொண்டு தொழில்முறைக் குற்றவாளிகளுக்காக அவரொரு தரவுத்தளத்தை உருவாக்கினார்.

பெர்ட்டில்லானின் முறை சில குறைபாடுகளைக் கொண்டிருந்தாலும் நீண்டகாலத்துக்குப் பயன்படுத்தப்பட்டது. குற்றவாளிகளை அடையாளங்காணப் பயன்படுத்தப்பட்ட முதல் அறிவியல் முறை இது. விரல்ரேகைத் தடயவியலின் வருகைக்குப் பின் இம்முறை வழக்கொழிந்துபோனது. பெர்ட்டில்லானின் முறையைவிட, விரல்ரேகைத் தடயவியல் திறன் மிகுந்தது, நம்பகத்தன்மை வாய்ந்தது.

விரல்ரேகைத் தடயவியலைப் பயன்படுத்தித் தீர்க்கப்பட்ட முதல் வழக்காகக் கருதப்படுவது 'ஃபிரான்சிஸ்கா ரோஜாஸ்' வழக்கு. அர்ஜென்டினாவில் பத்தொன்பதாம் நூற்றாண்டின் இறுதித் தசாப்தத்தில் பதிவான வழக்கது. ஃபிரான்சிஸ்காவின் குழந்தைகள் தலையில் தாக்கப்பட்டுக் கொல்லப்பட்டிருந்தனர். முறையே, ஆறு மற்றும் நான்கு வயதேயான குழந்தைகள்.

தன்னை ஒருதலையாகக் காதலித்த பக்கத்துவீட்டுக்காரர் இப்படிச் செய்துவிட்டார் என்றார் ஃபிரான்சிஸ்கா. தான் வேறொருவரைக் காதலிப்பதாகக் கூறியதால் ஏற்பட்ட கோபமே இதற்குக் காரணம் என்றார். ஆனால், அந்த ஒருதலைக் காதலர் அக்குற்றச்சாட்டை மறுத்தார். போலிசார் அவரை அடித்துத் துவைத்தனர். குழந்தைகளின் சடலங்களுடன் ஓரிரவு முழுதும் அவரை அடைத்துவைத்துப் பார்த்தனர்.

ஒருதலைக் காதலரோ அசைந்தும் கொடுக்கவில்லை. அப்போதுதான் அவரிடம் வலுவானதொரு வேற்றிடச்சான்று இருந்ததைப் போலிசார் அறிந்தனர். *'Alibi'* என்பார்கள் ஆங்கிலத்தில். அதாவது, குற்றச்சம்பவம் நடந்த நேரத்தில் தான் வேறோர் இடத்திலிருந்ததாகக் கூறினார். ஃபிரான்சிஸ்காவின் புதுக்காதலரும் சந்தேகத்துக்கு அப்பாற்பட்டவராக இருந்தார்.

சந்தேகப்பட்டியலில் மீதமிருந்த ஒரே ஆள் ஃபிரான்சிஸ்காதான். ஆனால், அவருக்கெதிராக எந்த ஆதாரத்தையும் போலீசாரால் திரட்டவியலவில்லை. அது கைரேகைத் தடயவியலில் ஆரம்பக்கட்ட ஆராய்ச்சிகள் நடந்துகொண்டிருந்த நேரம். அவ்வாராய்ச்சிகளில் ஈடுபட்டிருந்த 'வுசெதிச்' *(Vucetich)* என்பவர் உதவிக்காக அழைக்கப்பட்டார். அவர் ஃபிரான்சிஸ்காவின் வீட்டைக் கவனமாகப் பார்வையிட்டார்.

குழந்தைகளின் படுக்கையறைக் கதவில் மாலைச் சூரியவொளியில், பழுப்புநிறத்தில் வலது கட்டை விரலொன்றின் ரேகைப்பதிவு அவர் கண்ணில் பட்டது. கதவின் அப்பகுதியை அறுத்தெடுத்துக் கொண்டார் வுசெதிச். அது ஃபிரான்சிஸ்காவின் வலது கட்டை விரல்ரேகையுடன் கச்சிதமாகப் பொருந்தியது. விரல்ரேகையின் மீது பதிந்திருந்த அந்தப் பழுப்புநிற வஸ்து குழந்தையொன்றின் காய்ந்துபோன ரத்தம் என்பது வுசெதிச்சுக்குப் புரிந்தது.

முன்னதாகக் குழந்தைகளின் சடலங்களைத் தான் தொடவே இல்லை என வாக்குமூலம் தந்திருந்தார் ஃபிரான்சிஸ்கா. பிறகெப்படி அவரது விரலில் ரத்தக்கறை வந்திருக்க முடியும்? ஃபிரான்சிஸ்காவின் மீது கேள்விகள் தொடுக்கப்பட்டன. தப்பிப்பதற்கு வழியில்லாததை உணர்ந்த ஃபிரான்சிஸ்கா குற்றத்தை ஒப்புக்கொண்டார்.

ஃபிரான்சிஸ்காவின் குழந்தைகளுக்கு வளர்ப்புத் தந்தையாக இருப்பதை ஃபிரான்சிஸ்காவின் புதுக்காதலன் விரும்பவில்லை. அவனை அடைவதற்குத் தன் குழந்தைகள் தடையாயிருப்பதாக எண்ணினார் ‘ஃபிரான்சிஸ்கா. காதல் கண்ணை மறைத்தது. ஏதுமறியாத அப்பிஞ்சுகளைக் கல்லைக்கொண்டு தாக்கிக் கொன்றார். பிறகு, கல்லைக் கிணற்றிலும் பழியை ஒருதலைக் காதலனின் தலையிலும் போட்டார்.

முதல்நாள் அவன் தன்னைக் காதலிக்குமாறு ஃபிரான்சிஸ்காவை மிரட்டியிருந்தான். அது ஃபிரான்சிஸ்காவுக்கு வசதியாக இருந்தது. குற்றம் நிரூபிக்கப்பட்ட நிலையில் ஃபிரான்சிஸ்கா ஆயுள் தண்டனை பெற்றார். இவ்வழக்கு விரல்ரேகைத் தடயவியலில் முக்கியமான மைல்கல்லாக அமைந்தது. இவ்வழக்குக்குப் பின், பெர்ட்டில்லான் முறையைக் கைவிட்டது அர்ஜென்டினா.

தாயின் கருப்பையிலிருக்கும் குழந்தைக்கு, நான்காவது மாதத்திலேயே விரல்ரேகைகள் தோன்றுகின்றன. பின்வரும் காரணங்களால், அடையாளம் காணுதலில் அவை நிகரில்லாத பங்குவகிக்கின்றன.

★ கருவிலேயே தோன்றும் விரல்ரேகைகள், ஒருவர் இறந்து, அவரது சடலம் அழுகும்வரை மாறுவதேயில்லை.

★ உலகில், எந்த இருமனிதருக்கும் விரல்ரேகைகள் ஒன்றாக இருந்ததாக நேர்வுகளில்லை.

★ பத்து விரல்களின் ரேகைகளும் தனித்துவமானவை.

★ மேற்தோலுக்குக் கீழே ஆறு மில்லிமீட்டர்கள்வரை விரல்ரேகைகள் ஊடுருவியிருக்கும். எனவே, தோலில் ஏற்படும் மேலோட்டமான காயங்கள் விரல்ரேகைகளை மாற்றுவதில்லை.

★ விரலில் ஆழமான காயங்கள் ஏற்பட்டு ரேகைகளைச் சிதைக்கலாம். ஆயினும், அக்காயங்களின் வடு, புதியதோர் அடையாளமாகத் திகழும்.

நாம் அனைவரும் நமது விரல்ரேகைகளைப் பார்த்திருப்போம். கோடுகளாக அமைந்திருக்கும். அவற்றை 'மேடுகள்' அதாவது, '*Ridges*' என்பர். மேடுகளுக்கிடைப்பட்ட பள்ளங்களை '*Furrows*' என்பர். ஒன்றை இறுக்கமாகப் பற்றுவதற்கு இந்த மேடுகள் முக்கியம்.

விரல்ரேகைகள் இல்லையென்றால் கிணற்றில் தண்ணீர்கூட இறைக்கமுடியாது. ஜிம்னாஸ்டிக்ஸ், கயிறு இழுத்தல், பந்து வீசுதல், பளுதூக்குதல், மல்யுத்தம் போன்ற எதுவுமே சாத்தியமில்லை. அவ்வளவெல்லாம் ஏன்? கீழேகிடக்கும் ஒரு கடுகைக்கூட சுலபத்தில் எடுக்கமுடியாது. இவையேதும் முடியாவிட்டால் நமக்கேன் கரங்கள்? ஒன்றுக்கும் உதவாத கரங்களை மாயக்கரங்களாக்குபவை அவற்றில் பரவியிருக்கும் ரேகைகள்தான்.

சரி, விரல்ரேகைகளில் எத்தனை வகைகளுள்ளன எனக் காண்போமா? சிறியதொரு செயல்முறையாக இதை மாற்றிக்கொள்ளுதல் சுவாரஸ்யமாக இருக்கும். உங்களின் விரல்ரேகைகளை உருப்பெருக்கிகொண்டு கவனமாகப் பாருங்கள். வீட்டிலுள்ளோர்கள், நண்பர்களின் ரேகைகளையும் பார்ப்பது நல்ல பயிற்சியாயிருக்கும்.

பார்த்து முடித்துவிட்டீர்களா?

நீங்கள் பார்த்த ரேகைகள் பெரும்பாலும் மூன்று வகைகளில் அடங்கிவிடும்.

முதல் வகையை 'லாடவடிவம்' என்பர். ஆங்கிலத்தில் '*Loop Pattern*' எனப்படும். இவற்றில், ரேகைக்கோடுகள் கீழிருந்து மேல்நோக்கிச்செல்லும். பிறகு, ஒரு யூ-டர்ன் அடித்து வந்தவழியே கீழிறங்கும். சங்கு அல்லது பலூன் அல்லது லாடத்தைப்போன்று

இவை காட்சியளிக்கும். உலகிலுள்ள அறுபத்தேழு சதவீத விரல்ரேகைகள் இவ்வகையைச் சார்ந்தவைதான். எனவே, நீங்கள் இவற்றைத்தான் அதிகம் பார்த்திருப்பீர்கள்.

இரண்டாவது வகை, 'சுழல்வடிவம்' அதாவது, '*Whorl Pattern*'. பொதுவான மையம்கொண்ட, செறிவு வட்டங்களாக இவை காணப்படும். துப்பாக்கி சுடும் பயிற்சியில் பயன்படுத்தப்படும் இலக்கினைப்போல. உலகின் இருபத்தேழு விழுக்காடு விரல்ரேகைகள் சுழல்வடிவம் கொண்டவை.

'வில்வடிவம்' அல்லது '*Arch Pattern*' என்பவை மூன்றாவது வகை. கோடுகள் ஒரு முனையிலிருந்து தொடங்கி, மையத்தைநோக்கிச் சீராக எழும்பும். பிறகு, மீண்டும் சீராகக் கீழிறங்கி, மறுமுனைவரை செல்லும். கூடாரம் அல்லது வில்லையொத்த வடிவம்கொண்டவை இவை. உலகில், ஆறு சதவீத விரல்ரேகைகள் இவ்வகைமையில் அடங்கும்.

இவையல்லாமல், 'கலப்பட வடிவங்கள்' என்பவையும் உள்ளன. '*Composite Pattern*' என்பர். மேற்கூறிய மூன்று வடிவங்களின் கலவையாக இவை இருக்கும். உலகின் ஒட்டுமொத்த விரல்ரேகைகளில் இவற்றின் பங்களிப்பு சுமார் இரண்டு விழுக்காடு. இந்த நான்கு வகையான வடிவங்களில் அநேக உட்பிரிவுகளும் உள்ளன.

குற்றநிகழ்விடத்தில் கிடைத்த விரல்ரேகை சுழல்வடிவமாக இருப்பதாகக்கொள்வோம். சந்தேகநபரின் விரல்ரேகை வில் வடிவமெனில், அவரைச் சந்தேகப்பட்டியலிலிருந்து விலக்கிவிடலாம். அவருடையதும் சுழல்வடிவமெனில் அடுத்தகட்டமான நுட்பப்புள்ளி ஆய்வுக்குச் செல்லலாம். '*Minutiae Level Analysis*' என்பார்கள். விரல்ரேகைகளிலுள்ள கவைகள், முச்சந்திகள், கழிமுனைகள், மையம், தீவுகள், புள்ளிகள் போன்ற வடிவங்களே நுட்பப்புள்ளிகளாகும்.

நுட்பப்புள்ளிகளிலும் முடிவினை எட்டமுடியாதபோது, மூன்றாவது நிலை ஆய்வுக்குச் செல்லலாம். '*Ridgeology*' எனப்படும் இம்முறை அரிதாகவே பயன்படுத்தப்படுகிறது. இதில், ரேகைக்கோடுகளிலுள்ள வியர்வைத் துவாரங்களின் எண்ணிக்கை, ஒப்பீட்டளவில் அவற்றின் இடம், ரேகைக்கோடுகளின் அடர்த்தி போன்றவை ஆய்வுக்குட்படுத்தப்படும்.

ரேகைக்கோடுகளில் வியர்வைத் துவாரங்கள் வரிசையாக அமைந்துள்ளன. இவை வியர்வையுடன் எண்ணெய்களையும் சுரக்கின்றன. இந்த எண்ணெய்ச் சுரப்பிகள் முகத்தில் குறிப்பாக, மூக்கின் பரப்பில் ஏராளமாக உள்ளன. அவற்றை நாம் தொடும்போது அந்த எண்ணெய்கள் விரல்களுக்கும் பூசப்படுகின்றன. இப்போது, விரல்கள் எங்கு பதிந்தாலும் தனது ரேகைகளையும் சேர்த்தே பதிக்கும்.

இந்த ரேகைகள் வெறும் கண்களுக்குத் தெரியாது. விரல்ரேகைப்பொடியைத் தூவும்போது, பரப்புக்கவர்ச்சியால் அவை விரல்ரேகைகள் விட்டுச்சென்ற எண்ணெயின்மீது ஒட்டிக்கொள்ளும். அடிப்படையில், எந்தப் பொடியையும் இதற்காக நாம் பயன்படுத்தலாம். இதனை விளக்கும்பொருட்டு உங்களுக்கு மற்றுமொரு செயல்முறை.

1. பளபளப்பான பரப்புகொண்டதொரு பொருளை எடுத்துக்கொள்ளுங்கள். உதாரணமாக, கண்ணாடி, ஸ்டெயின்லெஸ் ஸ்டீல், கைபேசித் திரை போன்றவை.
2. வீட்டிலுள்ள நபரொருவரின் விரல்ரேகையொன்றை அதில் பதிக்கச்சொல்லுங்கள். பதிப்பது யாரென்று உங்களுக்குத் தெரியாமல் இருக்கட்டும்.
3. இப்போது, அந்தப் பொருளின்மீது முகப்பவுடரைத் தூவுங்கள். விரல்களால் தொடாமல் பார்த்துக்கொள்ளுங்கள்.
4. அந்தப் பொருளைத் தலைகீழாகக் கவிழ்த்துப் பிடித்துக்கொண்டு, பின்பகுதியில் மெதுவாகத் தட்டுங்கள். கூடுதலான பவுடர் உதிர்ந்தவுடன் விரல்ரேகை உங்களுக்குப் புலப்படும்.
5. அந்த ரேகையின் மீது செல்லோஃபேன் டேப் ஒன்றை ஒட்டுங்கள். டேப்பின் ஒட்டும் பகுதியில் உங்கள் விரல்கள் படாமல் பார்த்துக்கொள்ளுங்கள்.
6. இப்போது, டேப்பைக் கவனமாகப் பரப்பிலிருந்து எடுத்து, கருப்புநிற அட்டையொன்றில் ஒட்டுங்கள். குற்ற நிகழ்விடத்திலிருந்து ரேகையை எடுத்தாயிற்று.
7. வீட்டிலுள்ளோரின் விரல்ரேகைப் பதிவுகளை இங்க் பேடின் உதவியுடன் சேகரித்துக்கொள்ளுங்கள்.

8. அவற்றை நீங்கள் எடுத்த தடயத்துடன் ஒப்பிட்டுப் பாருங்கள்.
9. என்ன? உங்களது பொருளைத் தொட்டவர் யாரெனக் கண்டுபிடித்துவிட்டீர்களா? வாழ்த்துகள் ஷெர்லாக் ஹோம்ஸ்.

பென்சிலின் கிராஃபைட்டைச் சொரசொரப்பான தரையில் தேய்த்து, கருப்புநிற விரல்ரேகைப் பொடியைத் தயாரிக்கலாம். அதனுடன் முகப்பவுடரைக் கலந்து சாம்பல்நிறப் பொடியைத் தயாரித்துக்கொள்ளலாம். வெளிர்நிறப் பரப்புக்குக் கருநிறப் பொடியும் அடர்நிறப் பரப்புக்கு வெண்ணிறப் பொடியும் உகந்தவை. பலவண்ணங்கள்கொண்ட பரப்புக்கு ஆந்த்ரசீன் போன்ற ஒளிர்பொடிகள் ஏற்புடையவை. காகிதம், நெகிழிகள் போன்றவற்றின் பரப்புகள் குறைந்த அலைநீளவொளியில் ஒளிரும் தன்மையுடையவை. அவற்றுக்கு ரோடமின் போன்ற அதிக அலைநீளவொளியில் ஒளிரும் பொடிகள் பொருத்தமானவை.

எளிமையாகத் தெரிந்தாலும், உண்மையில் விரல்ரேகைகளின் ஒப்பீடு அவ்வளவு சுலபமானதில்லை. எடுத்துக்காட்டாக, கதவொன்றின் கைப்பிடியைப் பலரும் பயன்படுத்தியிருப்பார்கள். பலரின் விரல்ரேகைகளும் ஒன்றோடொன்று மேற்பொருந்தியிருக்கும். பகுதியளவு அழிந்துபோயிருக்கும். அவற்றிலொரு விரல்ரேகையை அடையாளம் காண்பது எவ்வளவு கடினமென்று சிந்தித்துப் பாருங்கள்.

பெரும்பாலும், விரல்ரேகையின் சிறிய பகுதிதான் குற்ற நிகழ்விடத்தில் நமக்குக் கிடைக்கும். அதனைச் சந்தேக நபருடைய விரல்ரேகையுடன் ஒப்பிட்டுப் பார்க்கவேண்டும். எனவே, தவறுகள் நிகழ்வதற்கான வாய்ப்புகள் அதிகம். சரித்திரத்தில் ஏராளமான நிரபராதிகள் இதனால் தண்டிக்கப்பட்டுள்ளனர். எனவே, விரல்ரேகை முடிவுகளை ஏற்றுக்கொள்வதில் பெரும் கட்டுப்பாடுகள் விதிக்கப்பட்டன.

இந்தியாவில், இரு விரல்ரேகைகளுக்குப் ‘பொருத்தம்’ எனச் சான்றளிக்க, குறைந்தது எட்டு நுட்பப்புள்ளிகள் பொருந்தியிருக்கவேண்டும். மேலும், இத்தகைய விரல்ரேகை முடிவுகள் கருத்துரைகள் மட்டுமே.

8. அடியொற்றிச் செல்லும் அறிவியல்

எழுபதுகளின் தொடக்கம். ராஜஸ்தான், ஹரியானா, பஞ்சாப் மாநிலவாசிகள் வெளியே படுத்துறங்கவே அஞ்சிய காலமது. அப்படி உறங்கிய பலர் அதன்பின் விழிக்கவே இல்லை. சரியாக, காதுக்குக் கீழேயுள்ள கழுத்துப்பகுதியில் சுத்தியல் போன்ற ஆயுதத்தால் தாக்கப்பட்டு இறந்திருந்தனர். சந்தேகமில்லை. சைக்கோ கொலையாளியொருவனின் கைவண்ணம்தான் அவை. ராஜஸ்தானிலுள்ள குருத்துவாரா ஒன்றிலும் அந்தக் கைவண்ணம் காட்டப்பட்டிருந்தது. இரட்டைக்கொலைகள். இம்முறை போலீசாருக்கு அந்த சைக்கோ கொலைகாரனின் தடயம் கிடைத்தது. அவனுடைய வெற்றுப் பாதத்தடங்கள். குருத்துவாரா என்பதால் செருப்பணியாமல் நுழைந்திருக்கிறான் அந்த பக்திமான்.

சந்தேகத்தின் அடிப்படையில் கைது செய்யப்பட்டிருந்த ஷங்கரியாவின் பாதத்தடத்துடன் அவை கச்சிதமாக ஒத்துப்போயின. கால்தடங்கள் ஒத்துப்போவதாக அளிக்கப்படும் தடயவியல் அறிக்கை கருத்துரை மட்டுமே. அதனை மட்டுமே வைத்துக் குற்றத்தை நிரூபிக்கமுடியாது. ஆனால், மெய்ம்மை அடிப்படையிலான தடயங்களைச் சேகரிக்கும் சுமையை ஷங்கரியா போலீசாருக்குத் தரவில்லை. தன்னுடைய குற்றங்களை அவன் ஒப்புக்கொண்டான்.

ஷங்கரியாவின் ஒப்புதல் வாக்குமூலத்தின்படி, குறைந்தது எழுபது கொலைகளை அவன் செய்திருந்தான். அதனை ஒப்புக்கொள்ள அவன் அஞ்சவில்லை. கொலையைக் கலையாக்கிக்கொண்ட சைக்கோ கொலையாளிகளுக்கே உரிய பெருமித உணர்ச்சியது. 'ஏன் இக்கொலைகளைச் செய்தாய்?' என்று நீதிமன்றம் அவனிடம் கேட்டது. 'கழுத்திலடித்துக் கொல்வது எனக்குப் பேரின்பத்தைத் தந்தது' என்றான் அவன். ஷங்கரியா தூக்கு மேடைக்கு அனுப்பப்பட்டபோது, அவனது வயது இருபத்தேழு.

கால்தடங்களை வைத்துக் குற்றவாளியைப் பின்தொடர்தல் பழைமையான தடயவியல் முறைகளுலொன்று. அறிவியலும் ஆராய்ச்சிகளும் வளரவளர இம்முறை மேன்மேலும் மெருகேறியது. பாதங்களின் அளவு, வடிவம், பரிமாணம் போன்றவை இம்முறையின் மிக முக்கியமான கூறுகளாக உள்ளன.

வெற்றுப் பாதத்தடங்களும் காலணித் தடங்களும் பொதுவாக, கால்தடங்கள் எனப்படுகின்றன. இக் கால்தடங்களை ஆராயும் தடயவியல் பிரிவு '*Forensic Podiatry*' எனப்படுகிறது. இப்பிரிவிற்குள் நுழையும் முன்னர், கால்தடங்கள் மற்றும் பாதங்களைப்பற்றிய அறிதல் தேவை.

கால்தடங்கள் மூன்று வகைப்படும்.

1. புலனாகும் தடங்கள். '*Patent Prints*' என்பர். - நீர், ரத்தம் போன்ற திரவங்களில் நனைந்த கால்தடங்கள், தூசு அல்லது மண்படிந்த கால்தடங்கள் இவ்வகைப்பட்டவை.
2. மறைந்த தடங்கள் - இவற்றை '*Latent Prints*' என்றழைப்பர். இவை கட்புலனாகாதவை.
3. பொதிந்த தடங்கள் - '*Plastic Prints*' எனப்படுபவை. இவை, மிருதுவான மண்ணிலோ, களிமண்ணிலோ, ஈரமண்ணிலோ பதியும் தடங்கள்.

புலனாகும் தடங்களையும் பொதிந்த தடங்களையும் நிழற்படமெடுத்துச் சேகரிக்கலாம். மறைந்த தடங்களை வெளிக்கொணர, கைரேகைப் பொடிகள் பயன்படுத்தப்படுகின்றன. பொதிந்த தடங்கள் முப்பரிமாணம் கொண்டவை. மற்றவை இருபரிமாணத் தடங்கள். பொதிந்த தடங்களை வார்ப்பச்சுகளாகச்

சேகரிக்கலாம். பாரிஸ் சாந்துடன் *(Plaster of Paris)* நீரை ஏழுக்கு நான்கு என்ற விகிதத்தில் கலந்துசெய்த குழைமம் இதற்காகப் பயன்படுத்தப்படுகிறது.

இப்போது நம் பாதங்களுக்கு வருவோம். பாதத்தின் கூறுகளைப் பின்வருமாறு பிரிக்கலாம்.

★ கால்விரல்கள்

★ முன்பாதம். *'Ball'* என்பர்.

★ *'Heel'* எனப்படும் குதிகால்.

★ முன்பாதத்தையும் குதிகாலையும் இணைக்கும் பாலம். இது சுண்டுவிரலுக்குக் கீழேயுள்ள முன்பாதத்தைக் குதிகாலுடன் இணைக்கும் வெளிவிளிம்புப் பகுதியாகும்.

★ *'Medial'* எனப்படும் தரையில் படாத பகுதி. பெருவிரலுக்குக் கீழுள்ள முன்பாதப் பகுதிக்கும் குதிகாலுக்கும் இடையிலுள்ளது. இது பாலப்பகுதிக்குப் பக்கவாட்டிலுள்ள உள்விளிம்புப் பகுதியாகும்.

பாதச்சுவட்டின் தனித்துவமென்பது, பாதத்தின் பகுதிகள் தரையில் பதியும் விதத்திலிருக்கிறது. அதைப்பொறுத்து, பாதங்களை மூன்று பெரும்பிரிவுகளாகப் பிரிக்கலாம்.

1. இயல்பான பாதம்-கால்விரல்கள், முன்பாதம், குதிகால், பாலப்பகுதிகள் போன்றவை தரையில் பதியும்.

2. மேல்வளை பாதம் - முன்பாதத்துக்கும் குதிகாலுக்கும் இடைப்பட்ட பகுதி தரையில் பதியாமல் மேல்நோக்கி வளைந்திருக்கும். இதனை *'Cavus Foot'* என்பர்.

3. *'Flat Foot'* எனப்படும் தட்டையான பாதம் - *Medial* உள்பட அடிப்பாதம் முழுமையும் தரையில் பதியும்.

மேல்வளை பாதம், தட்டையான பாதம் போன்றவை தனித்துவமான அடையாளங்கள். சுமார் பத்து விழுக்காடு மக்கள் மேல்வளை பாதத்தைக் கொண்டிருக்கின்றனர். தட்டையான பாதம் கொண்டவர்களின் சதவீதம் இருபதிலிருந்து முப்பது. இயல்பான பாதம் கொண்டவர்களில் கூட, பாலப்பகுதி தரையில்

பதியும் பரப்பளவு வேறுபடும். இது சிலருக்கு அகலமாகவும் சிலருக்குக் குறுகியதாகவும் இருக்கும்.

இவைதவிர, கால்விரல்கள் பதியும் முறையும் தனித்துவமானதாக அமைந்துவிடலாம். சிலருக்கு சில விரல்கள் தரையில் பதியாமல் போகலாம். இவை 'விடுபட்ட விரல்கள்' எனப்படும். இந்தச் சூழலில் சந்தேக நபரின் பாதம் ஆராயப்படவேண்டும். குறிப்பிட்ட விடுபட்ட விரலில் தேய்மானம் குறைவாகயிருந்தால் அந்நபரின்மேல் பிடியை இறுக்கலாம். காலில் கூடுதல் விரல்கள் கொண்டோரும் தனித்துவமானவர்களாகின்றனர்.

ஒருவரின் பாதங்கள் வெவ்வேறு பிரிவுகளைச் சார்ந்ததாக இருக்கலாம். எடுத்துக்காட்டாக, வலது பாதம் இயல்பாகவும் இடது பாதம் தட்டையாகவும் இருக்கலாம். இது, அந்நபரின் பாதச்சுவடுகளுக்குத் தனித்தன்மையைத் தருகிறது.

மேற்கூறிய அனைத்துமே குழுப்பண்புகள்தான். *'Class Characteristics'* என்பர். இவற்றைக்கொண்டு, இவர்தான் குற்றவாளியென அறுதியிட்டுவிட முடியாது. அவற்றிலுள்ள தனிப்பண்புகளைக் கண்டறியவேண்டும். இவற்றை *'Individual Characteristics'* என்று கூறுவர். பாதங்களிலுள்ள ரேகைகள், வெடிப்புகள், சுருக்கங்கள், குழிகள், வடுக்கள் போன்றவை தனிப்பட்ட பண்புகளாகும்.

கைவிரல் ரேகைகளைக்கொண்டு குற்றவாளியை அடையாளம் காணும் வழிமுறைகளை ஏற்கெனவே பார்த்தோம். கால்விரல் ரேகைகளும்கூட தனித்தன்மை வாய்ந்தவையே. அவற்றிலும் கைவிரல்களில் உள்ளதுபோன்ற பிரத்யேகமான ரேகையமைப்புகள் உள்ளன. ஆயினும் நாம் காலணிகளை அணிந்துகொள்வதால், குற்றநிகழ்விடத்தில் இவை கிடைப்பதில்லை. வீடுகள், புனிதத்தலங்கள் போன்று காலணிகள் அணியாவிடங்களில் இவை கிடைக்கலாம். மற்றபடி, நமக்குப் பெருமளவில் கிடைக்கும் தடயங்கள் காலணித்தடங்கள்தான்.

குற்றநிகழ்விடத்திலுள்ள காலணியைக் குற்றவாளியுடன் எவ்வாறு தொடர்புபடுத்துகிறார்கள் என்பதையும் பார்த்துவிடுவோம். ஒவ்வொருவரின் பாதமும் தரையில் அழுந்தும் பகுதிகள் வேறுபடும் எனப் பார்த்தோம். இந்த அழுத்தப் பகுதிகளை ஒருவரின் காலணியில் சுலபமாகக் காணலாம். அப்பகுதிகள்

மட்டும் தேய்ந்துபோயிருக்கும். இதன் மூலம் காலணிக்கும் பாதத்தடத்துக்கும் பாதத்துக்கும் ஓர் இணைப்பை ஏற்படுத்தி விடலாம்.

காலணிகள் அல்லது அவற்றின் தடங்களின் அளவினைக்கொண்டு, அதற்குரியவரின் உயரத்தைக் கணிக்கலாம். விட்ருவியன் மனிதனை நினைவுபடுத்திக்கொள்ளுங்கள். பாதத்தின் நீளம் உடலுயரத்தில் ஏழில் ஒரு பங்கு. பாதத்தின் நீளத்தை ஏழால் பெருக்கினால் உடலுயரம் கிடைத்துவிடும். நவீன அறிவியல் இதனை 6.6 என்கிறது.

உயரத்தைக்கொண்டு *BMI* சமன்பாட்டினைப் பயன்படுத்தி உடல் எடையைக் கணிக்கலாம். உயரத்தையும் எடையையும் அடிப்படையாகக்கொண்டு பாதச்சுவட்டுக்கு உரியவரின் வயதைக் கணிக்கலாம். இவற்றை ஏற்கெனவே பார்த்துவிட்டோம். இவை மட்டுமல்ல, பாதச்சுவடு ஒருவரின் பாலினத்தைக்கூட கூறும் வல்லமை படைத்தது. அதிசயிக்க ஒன்றுமில்லை. எல்லாமே அறிவியல்தான்.

தேவைப்படுவதெல்லாம் ஒரு நேரியல் பின்னடைவுக்கோடு மட்டுமே. ‘*Linear Regression Plot*’ என்போமே, அதுதான். குறிப்பிட்டதொரு மக்கள் தொகையின் கீழ்க்கண்ட பாத அளவுகள் நமக்குத் தேவை.

★ பாதத்தின் அதிகபட்ச நீளஅகலங்கள்

★ முன்பாதம் மற்றும் குதிகாலின் அதிகபட்ச அகலங்கள்

பொதுவாகவே, ஆண்பாதத்தின் நீள அகலங்கள் பெண்ணினுடையதைவிடச் சற்று அதிகமானவை. ‘இப்படிச் சொன்னால் எப்படி? அதற்கொரு அளவுகோல் வேண்டுமல்லவா?’ என்று நீங்கள் நினைப்பது புரிகிறது. உங்கள் கேள்வி சரிதான். இதற்காக, ‘பாத எண்’, ‘குதிகால்-முன்பாத எண்’ போன்ற அளவீடுகள் பயன்படுத்தப்படுகின்றன. ஆங்கிலத்தில், முறையே, ‘*Foot Index*’, ‘*Heel-Ball Index*’ என்றழைக்கப்படுகின்றன.

எளிய சமன்பாடுகள்தான்.

பாத எண் = (பாதத்தின் அதிகபட்ச அகலம் / பாதத்தின் அதிகபட்ச நீளம்) x 100

குதிகால்-முன்பாத எண் = (குதிகாலின் அதிகபட்ச அகலம் / முன்பாதத்தின் அதிகபட்ச அகலம்) x 100

பாத எண் நாற்பத்திரண்டுக்கு மேலிருந்தால் ஆணென்றும் முப்பத்தெட்டுக்குக் கீழிருந்தால் பெண்ணென்றும் கூறலாம். குதிகால்-முன்பாத எண்ணைப் பொறுத்தவரை, எழுபதுக்கு மேலுள்ளவை ஆண்களின் பாதச்சுவடுகள் எனலாம். இவ்வளவீடுகளின் நம்பகத்தன்மை தோராயமாக, எண்பது விழுக்காட்டுக்கும் மேல்.

சரி, இப்போது சுயபரிசோதனை செய்துகொள்ளும் நேரம்.

குற்றநிகழ்விடத்தில் உங்களுக்கொரு பாதச்சுவடு கிடைக்கிறது. பாதத்தின் நீளம் இருபத்தைந்து செ.மீ. அகலம் பத்து செ.மீ. முன்பாதம் மற்றும் குதிகாலின் அகலங்கள் முறையே எட்டு மற்றும் ஆறு செ.மீ. புலனாய்வைத் தொடங்குங்கள் பார்ப்போம். ஷெர்லாக் ஹோம்ஸ் மோட் ஆன்.

உடலுயரம்: நூற்று அறுபத்தைந்து செ.மீ.

உடல் எடை: அறுபது கி.கி.

பாலினம்: ஆண்

அவ்வளவுதான் விஷயம். இனி, ஷெர்லாக் ஹோல்ம்ஸின் அறிதல்களைக் கண்டு அதிசயிக்கவோ காதில் பூச்சுற்றுவதாகவோ எண்ண மாட்டீர்கள்தானே?

உள்ளங்கைகள், உள்ளங்கால்கள் தவிர்த்து, உதடுகளிலும் ரேகை போன்ற அமைப்புகளுண்டு. இவையும் தடயவியலில் முக்கியத்துவம் பெறுகின்றன. உதட்டுரேகைகளை ஆய்வு செய்யும் தடயவியலின் பிரிவு, *‘Cheiloscopy’* என்றழைக்கப்படுகிறது. உதடுகளிலுள்ள கோடுகள், பள்ளங்கள், சுருக்கங்களை ஆறு வகைகளாகப் பிரிக்கலாம். அவையாவன:

1. வகை *I* : உதடுமுழுதும் சீராக, செங்குத்தாக அமைந்துள்ள வெட்டுப்பள்ளங்கள்.
2. வகை *II* : வகை *I*-ஐப் போன்றவைதான். ஆனால் உதடுமுழுதும் இருக்காது.
3. வகை *III* : கிளைகளாகப் பிரிந்துள்ள வெட்டுப்பள்ளங்கள்.

4. வகை *IV:* குறுக்கே வெட்டிச்செல்லும் சந்திகள்கொண்ட பள்ளங்கள்.

5. வகை *V:* மூளையைப் போன்ற மடிப்புகள்கொண்ட பள்ளங்கள்.

6. வகை *VI:* வகைப்படுத்தவியலாத சிக்கலான பள்ளங்கள்.

உதட்டுரேகைகளும் தனித்துவமானவைதான். வயது கூடும்போது அவை மாறுவதில்லை. 'அதுசரி, நடப்பதால் கால்தடங்களும் தொடுவதால் கைத்தடங்களும் பதிவாகின்றன. உதட்டுத்தடங்களின் பயன்பாடு என்ன? அவற்றை எங்கே காணலாம்?' என்று யோசிக்கிறீர்கள் அல்லவா?

குடிப்பதற்குப் பயன்படுத்தப்படும் கண்ணாடிக்குவளைகள், உதட்டில் ஒற்றி எடுக்கப்படும் டிஷ்யூ பேப்பர்கள், சிகரெட்டின் பஞ்சுப்பகுதி போன்றவை சில எடுத்துக்காட்டுகள். இவற்றில் பகுதியளவு உதட்டுத்தடங்கள் கிடைக்கும். சாயமணிந்த உதடுகள் நல்ல தடங்களைக் கொடுக்கின்றன.

உதட்டுத்தடங்களைக்கொண்டு பாலினத்தையும் வயதையும் அறியும் ஆராய்ச்சிகள் நடந்துகொண்டிருக்கின்றன. களப்பயன்பாட்டுக்கு அவை வருவதற்கு இன்னும் சிலகாலம் தேவைப்படலாம்.

9. காட்டிக்கொடுக்கும் காலடிகள்

அந்தச் சம்பவம் நடந்து சுமார் ஒன்பதாண்டுகள் கடந்துவிட்டன. வேனிற்கால விடியற்பொழுதொன்றில் மெல்லமெல்ல வெப்பமேறிக்கொண்டிருந்தது நுங்கம்பாக்கம் ரயில் நிலையம். அதற்கேற்றாற்போல், இளைஞனொருவன் இளம்பெண்ணொருத்தியிடம் கோபாவேசமாக வாதித்துக் கொண்டிருந்தான். சட்டென்று மறைத்துவைத்திருந்த கத்தியை எடுத்து அவளைக் கண்டபடி வெட்டிச் சாய்த்தான். கூட்டம் கூடுவதற்குள் அவ்விடத்தைவிட்டு ஓடியும் விட்டான்.

தமிழகம் முழுதும் அதிர்வலைகளை ஏற்படுத்தியது இச்சம்பவம். குற்றவாளி கைதுசெய்யப்பட்டு விசாரிக்கப்பட்டான். விசாரணையில், ஒருதலைக் காதலால் நிகழ்ந்த விபரீதக் கொலை அதுவென்று தெரியவந்தது. குற்றவாளியைத் தெளிவாக நேரில் பார்த்த சாட்சிகள் யாரும் கிடைக்கவில்லை. தடயவியல்துறை களத்தில் இறங்கியது.

குற்றவாளியின் சட்டையில் ரத்தக் கறைகள் கண்டறியப்பட்டன. அவை கொலையுண்ட இளம்பெண்ணினுடையவைதான் என உறுதிப்படுத்தியது டிஎன்ஏ பிரிவு. சில கைரேகைத்தடங்களும் சாதகமாகக் கிடைத்தன. மேற்கொண்டு உறுதிசெய்துகொள்வதற்காக சிசிடிவி பதிவுகள் ஆராயப்பட்டன. சம்பவம் பதிவாகவில்லை

என்றாலும் குற்றவாளி நடந்து வருவது போன்ற காணொளிகள் அதிலிருந்தன.

கொலையாளியின் முகம் சிசிடிவியில் தெளிவாகத் தெரியவில்லை. ஆயினும், அவனது நடைப்பாங்கு ஆய்வுக்குட்படுத்தப்பட்டது. *Forensic Gait Analysis* எனப்படும் இவ்வியல், *Forensic Podiatry* - யின் ஓர் உட்பிரிவாகும். இது, சந்தேக நபரின் நடைப்பாங்கை சிசிடிவியிலோ குற்றநிகழ்விடத்தில் கண்டெடுக்கப்பட்ட கால்தடங்களுடனோ ஒப்பிடுவதைக் குறிக்கும். ஆய்வில், சிசிடிவியில் தெரிவது சந்தேக நபர்தானெனக் கருத்துரை வழங்கப்பட்டது.

மற்ற ஆதாரங்களும் சந்தேக நபருக்கெதிராக இருந்தது. எனவே, அவன் குற்றவாளியெனத் தீர்ப்பளித்தது நீதிமன்றம்.

நடைப்பாங்கு ஆய்வின் வேர்கள் பழைமையானவை. ராஜஸ்தான், குஜராத், பஞ்சாபைச் சேர்ந்த கோஹ்ஜி *(Khoji)* இனத்தவர்கள் இதில் விற்பன்னர்களாக இருக்கின்றனர். உடைந்த குச்சிகளையும் மிதிபட்ட புற்களையும்கொண்டுகூட, தடமறிவதில் இம்மக்கள் கைதேர்ந்தவர்கள். இவர்கள் எல்லைப்பகுதிகளில் ஊடுருவலைக் கண்காணிக்க ராணுவத்தால் பணியிலமர்த்தப்படுகின்றனர். தற்சமயம் இவ்வினத்தவர் அருகிவிட்டனர்.

நடைப்பாங்கு ஆய்வில் நுழைவதற்குமுன் அதில் பயன்படுத்தப்படும் சுட்டளவுகளைப் பார்த்துவிடுவோம்.

ஒரு காலடி என்பது அடுத்தடுத்த ஒருஜோடிக் கால்தடங்களைக் குறிக்கிறது. இவற்றிற்கிடையேயுள்ள தூரம் காலடி நீளம் அதாவது, *Step Length* எனப்படுகிறது. இரு பாதத்தடங்களுக்கு இடைப்பட்ட அகலத்தை, காலடி அகலம் எனலாம்.

ஒரு தப்படி என்பது ஒரு கால்தடத்தையும் அதே காலின் அடுத்த தடத்தையும் குறிக்கும். அடுத்தடுத்த இரு வலது கால்தடங்கள் அல்லது இரு இடது கால்தடங்கள் எனலாம். தப்படியிலுள்ள இரண்டு பாதத்தடங்களின் குதிகால் கீழ்விளிம்புகளுக்கிடைப்பட்ட தூரம் தப்படி நீளம் எனப்படும். அதாவது, *Stride Length.*

நீங்கள் நினைப்பது சரிதான். இரண்டு காலடி நீளங்கள் ஒரு தப்படி நீளத்திற்குச் சமம். எனில், காலடி நீளம் மட்டும் போதுமே. தப்படி நீளம் என்ற மற்றொரு சுட்டளவு ஏன்? நியாயமான கேள்விதான். தப்படி என்பது நடைப்பாங்கின் ஒரு முழுச் சுற்று

எனக் கூறலாம். *Gait Cycle* என்பர் ஆங்கிலத்தில். இதனால்தான் இது முக்கியத்துவம் பெறுகிறது.

நடைப்பாங்குச் சுற்றில், நிலத்தில் கால்பதியும் நிலையை நிற்றல் நிலை என்போம். கால்பதியாத நிலையை அசைவு நிலை என்போம். ஆங்கிலத்தில் முறையே, *Stance Phase* என்றும் *Swing Phase* என்றும் கூறுவர். நிற்றல் நிலை அறுபது விழுக்காடும் அசைவு நிலை நாற்பது விழுக்காடும் கொண்டதுதான் ஒரு நடைப்பாங்குச் சுற்று.

நடக்கையில் நமதிரு கால்களுக்கிடையே முன்னோக்கிய நேர்கோடொன்று செல்வதாகக்கொள்வோம். இதுதான் முன்னோக்குக் கோடு அல்லது *Line of Progression*. இதன் இருமருங்கிலும் காலடித்தடங்கள் காணப்படும். இத்தடங்கள் இக்கோட்டிற்கு இணையாக இல்லாமல் ஐந்திலிருந்து பதினைந்து டிகிரியளவுக்கு வெளிப்புறமாகச் சாய்ந்திருக்கும். இந்தச் சாய்மானக் கோணத்தைப் பாதக் கோணம் என்போம்.

மேற்கண்ட சுட்டளவுகள் மனிதருக்கு மனிதர் மாறுபடும். எனவே, பாதத்தடங்களைக்கொண்டு அத்தடங்களுக்குரியவரை அடையாளம் காண்பதில் இவை இன்றியமையாதவை.

பாதத்தடத்தின் நீளத்தைக்கொண்டு உடலுயரத்தைக் கணிக்கும் முறையைப் பார்த்திருந்தோம். அதைப் போலவே, காலடி நீளமும் உடலுயரத்துடன் நேரடி விகிதாச்சாரத் தொடர்புடையதுதான். உயரமானவர்களின் காலடிகள் நீளமானவையாக இருக்கும். காலடி நீளத்தை 0.4 என்ற காரணியால் வகுத்தால் தோராயமான உடலுயரம் கிடைத்துவிடும்.

குற்றச் சம்பவத்தில் எத்தனை பேர் ஈடுபட்டார்கள் என்பதையும் காலடித்தடங்களைக்கொண்டு கூறிவிடலாம். காலணித்தடங்கள் இப்பணியை இன்னும் எளிமையாக்குகின்றன. பாதத்தடங்களைவிட, காலணித்தடங்களை வகைப்படுத்துதல் எளிது. சரி, குற்றச் சம்பவத்தில் ஈடுபட்ட அனைவரும் ஒரே மாதிரியான காலணிகளை அணிந்திருந்தால்?

உண்மை என்னவெனில், ஒரே மாதிரியான இரண்டு பொருள்களை யாராலும் உற்பத்தி செய்யவியலாது. அது எவ்வளவு பெரிய நிறுவனமாக இருந்தாலும் சரி. ஒரே நேரத்தில், ஒரே இயந்திரத்தால்

அடுத்தடுத்து தயாரிக்கப்பட்ட இரண்டு காலணிகளாகக்கூட இருக்கலாம். அவையும் நிச்சயம் வேறுபடும். எடுத்துக்காட்டாக, பாதப்பகுதியிலுள்ள காற்றுக் குமிழொன்று அக்காலணிக்குத் தனிப்பண்பை அளித்துவிடுகிறது. ஆனால், இந்த வேறுபாடு மனிதக் கண்களிலிருந்து எளிதில் தப்பிவிடலாம்.

அதே நேரம், காலணியை ஒருவர் உபயோகித்துவிட்டாரெனில், அது நிச்சயம் தனித்துவமானதாகிவிடும். நம்மில் பெரும்பாலோர் பள்ளிப் பருவத்தில் பேனாவைப் பறிகொடுத்திருப்போம். அது வேறொரு மாணவரிடமிருப்பதையும் கண்டுபிடித்திருப்போம். 'டேய், அது என் பேனாடா. நான் மூடிய கடிச்சிவெச்சிருப்பேன். பாரு, மூடி எப்படி நெளிஞ்சிருக்குன்னு?' இவ்வாறாக, நமக்கே தெரியாமல், தடயவியல் வல்லுநராகி, நம் பேனாவை மீட்டிருப்போம்.

ஒரே ரெனால்ட்ஸ் பேனாதான். குழுப்பண்பைத்தான் அவை கொண்டிருக்கமுடியும். ஆனால், அதன் கடிபட்ட மூடி, அதற்குத் தனிப்பண்பைக் கொடுத்துவிடுகிறது. நாம் உபயோகிக்கும் அனைத்துப் பொருள்களிலும் இத்தனிப்பண்புகள் இருக்கும். தடயவியலாளரின் கண்கள் தேடுவது அதைத்தான்.

ஷெர்லாக் ஹோம்ஸ் கால்தடங்களை ஆராய்ந்து அவரது அறிதல்களைக் கூறுகிறார்: 'சம்பவத்தில் இருவர் ஈடுபட்டுள்ளனர். ஒருவன் இந்த இடத்திலிருந்து ஒரு பொருளை வலது தோளில் தூக்கிக்கொண்டு அந்தக் கிணறுவரை செல்கிறான். பொருளின் எடை முப்பது கிலோ இருக்கலாம். கிணற்றில் அந்தப் பொருளை வீசுகிறான். கிணற்றைச் சுற்றிவந்து அந்தப் பொருள் மூழ்கிவிட்டதை உறுதிசெய்கிறான். பிறகு இருவரும் அந்த இடத்திலிருந்து மிதமான வேகத்தில் ஓடுகின்றனர். உடன்வந்த மற்றொருவன் சிறிய அளவில் *clubfoot* குறைபாடு கொண்டவன்.'

மேற்கண்ட அறிதல்கள் நடைப்பாங்கு ஆய்விலிருந்து பெறப்பட்டவை. இருவேறு காலணிகளின் தடத்தைக் காண்கிறார் ஹோம்ஸ். ஒரு காலணித்தடம் அதன் மற்றொரு ஜோடித் தடத்துடன் ஒப்பிடுகையில் ஆழமானதாக உள்ளது. இருதடங்களுக்கிடையேயுள்ள ஆழவித்தியாசத்தைக் கணக்கிடுகிறார். ஆழம் குறைவான தடத்துக்குரிய உயரத்தைக் கணக்கிட்டு அதற்குரிய உடலெடையைக் கணிக்கிறார். அதிலிருந்து மற்றொரு பாதத்துக்குரிய எடையைக் கணிக்கிறார்.

எடுத்துக்காட்டாக, கணக்கீட்டின்படி, மூன்று மி.மீ ஆழமுள்ள பாதத்தடத்துக்குரிய எடை அறுபது கிலோ. எனில், நான்கரை மி.மீ ஆழமுள்ள தடத்தின் எடை தொண்ணூறு கிலோ. இரண்டுக்குமான வித்தியாசம் முப்பது கிலோ. சுலபமான குறுக்குப் பெருக்கல் முறைதான். ஆழம் அதிகமான தடம் வலது கால் தடம் என்க. இதிலிருந்து என்ன அறிகிறோம்? அப்பாதத்தடத்துக்குரியவர் வலத்தோளில் முப்பது கிலோ எடையைச் சுமந்து செல்கிறார்.

எடையைக் கிணற்றில் போட்டதும் வலது காலின் அழுத்தம் குறைகிறது. கிணற்றைச் சுற்றி நடக்கும்போது அவரின் இயல்பான பாதத்தடங்கள் பதிகின்றன. அவற்றின் காலடி நீளமும் அகலமும் முன்பிருந்ததைவிட அதிகமாக உள்ளது. நாம் சுமையைத் தூக்கி நடக்கையில், சிறிய அடிகளையே வைக்கிறோம். சுமைக்கேற்றபடி உடல்நிறையின் சமநிலைக்காக, கால்களைச்சற்று அகட்டிவைத்து நடக்கிறோம்.

மேலும், சுமைதூக்கிகளின் பாதத்தின் நீளத்தாலும் காலடி நீளத்தாலும் கணக்கிடப்படும் உடலுயரங்கள் ஒன்றோடொன்று பொருந்தாது. முந்தையது பிந்தையதைவிட அதிகமாக இருக்கும். இவற்றைக் குறித்துக்கொள்கிறார் ஹோம்ஸ்.

மற்றொரு பாதத்துக்குரியவர் *clubfoot* குறைபாடு கொண்டவரெனக் கூறினாரல்லவா ஹோம்ஸ்? இக்குறைபாடு கொண்டவர்களின் பாதங்கள் உள்நோக்கி வளைந்திருக்கும். அவர்களின் பாதக்கோணம் பூஜ்ஜியத்திற்கும் குறைவாக இருக்கும். அதாவது, நெகட்டிவ் எண்மதிப்பிலான கோணம். இந்த மனிதன் ஓடக்கூடிய அளவில் *clubfoot* குறைபாடு கொண்டவன்.

நிற்கும்போது நமதிரு பாதத்தடங்களும் ஒன்றுக்கொன்று இணையாக அருகருகில் இருக்கும். நடக்கும்போது அவற்றுக்கிடையேயான இடைவெளி சீரானதாக இருக்கும். மேலும், கால்தடங்களின் அழுத்தப் பரப்புகள் மாறிலியாக இருக்கும்.

ஓடும்போது காலடி நீளங்கள் அதிகரிக்கும். அவற்றிற்கிடையேயான இடைவெளியில் சீர்மை இருக்காது. குதிகால் தடங்களைவிட முன்பாதத்தடங்கள் ஆழமாகப் பதிந்திருக்கும். வேகம் அதிகரிக்க அதிகரிக்க, குதிகால் தடங்கள் காணாமல்கூடப் போகும்.

ஷெர்லாக் ஹோல்ம்ஸாக இருப்பது எப்படியென இப்போது

உங்களுக்குப் புரிந்திருக்கும். இன்னும் சிறிது வெளிச்சம் பாய்ச்சிக்கொள்வோமா?

உடற்பருமன் அதிகமானவர்கள் கால்களை அகலவைத்து நடப்பதைப் பார்த்திருப்பீர்கள். நிறைச் சமநிலையைத் தாண்டி, தொடைகளின் உராய்வும் அவர்களது அந்நடைப்பாங்குக்குக் காரணமாகிறது. பொதுவாக, காலடியகலம் பத்து செமீ-க்கு மேலுள்ளவர்களைப் பருமனானவர்கள் எனக் கருதலாம்.

ஊன்றுகோலின் துணையுடன் நடப்பவர்கள் அதனுடைய தடத்தையும் பதிக்கின்றனர். அதாவது, நடைக் குறைபாடுள்ளவர்களை அவர்களின் நடைப்பாங்கு எளிதாகக் காட்டிக்கொடுத்துவிடும். என்ன வகையான நடைக் குறைபாடு என்பதையும் தேர்ந்த தடயவியலாளர் ஊகித்துவிடுவார். இத்தகையோரின் காலணிகள் பிரத்யேகமாக வடிவமைக்கப்பட்டதாக இருக்கும். வழக்கமான காலணிகளை இவர்கள் அணியவியலாது. ஆகையால், இவர்கள் தனித்துவமான காலணித்தடங்களை விட்டுச்செல்கின்றனர்.

ஒருவர் வேண்டுமென்றே தன்னுடைய இயல்பான நடையை மாற்றிக்கொண்டு நடந்தால் அதைக் கண்டறியமுடியுமா? நிச்சயம் முடியும். அவ்வாறான நடைகளில் சீர்மை இருக்காது. *Repeatability* எனப்படும் திரும்பச்செய்தகுமை இருக்காது. *Dissociative Identity Disease* கொண்டவர்கள் மட்டும் இதற்கு விதிவிலக்கு. மல்டிபிள் பர்சனாலிட்டி டிசார்டர் என்பார்களே, அதுதான்.

ஒரே நபர் வெவ்வேறு சீர்மையான நடைப்பாங்குகளை வெளிப்படுத்தக்கூடிய சாத்தியம் இதிலுள்ளது. இந்நோயுள்ளவர்களின் மூளை, தனக்குள் ஒரு பிரிவை உண்டாக்கி இன்னொரு மனிதரை சிருஷ்டித்துக்கொள்கிறது. இவர் *Alter* என்றழைக்கப்படுவார். ஒன்றுக்கும் மேற்பட்ட ஆல்டெர்களும் மூளையால் உருவாக்கப்படலாம். ஒவ்வொரு ஆல்டெரும் தனித்துவமான, சீர்மையான, திரும்பச்செய்தகுமைகொண்ட நடைப்பாங்கை வெளிப்படுத்துகின்றனர்.

நடைப்பாங்கை ஆராய்வதில் சிசிடிவி சாதனங்கள் பெருந்துணை புரிகின்றன. நடக்கையில் கால்கள் தவிர, உடலின் மற்ற பாகங்களின் ஒத்திசைவையும் அறிய இவை உதவுகின்றன. எடுத்துக்காட்டாக, நடக்கும்போது சிலர், கழுத்தைச்

சாய்த்துக்கொள்வதைக் கவனித்திருப்பீர்கள். சிலரின் கைகள் குறிப்பிட்ட தாளகதியில் முன்னும் பின்னும் அசைவதைப் பார்த்திருப்பீர்கள். இதுபோன்ற உடல்மொழிகள் ஒருவரின் நடைப்பாங்கைத் தனித்துவமாக்குகின்றன.

குற்றவாளியின் உடல் உயரத்தை அறிவதிலும் சிசிடிவி காட்சிகள் உதவுகின்றன. எடுத்துக்காட்டாக, சிசிடிவி காட்சியொன்றில் குற்றவாளியின் அருகில் ஒரு மேஜை தெரிவதாகக்கொள்வோம். குற்றநிகழ்விடத்தைச் சோதனையிடும்போது, அம்மேஜையின் உயரத்தை அளந்துகொள்ளலாம். அதனுடன் ஒப்பிடுகையில் குற்றவாளியின் உயரம் என்னவென்பதையும் கணக்கிட்டுவிடலாம். இம்முறையை *Photogrammetry* என்பர். சிசிடிவி புலனாய்வில் இஃதோர் உட்பிரிவு.

10. பல்லைப் பார்த்து பதிலைச் சொல்

டிசம்பர் மாதம் என்றாலே சென்னைவாசிகளுக்கு உள்ளூர பயப்பந்து உருளத் தொடங்கிவிடுகிறது. சில டிசம்பர் மாதங்கள் அப்படிப் படுத்தி எடுத்திருக்கின்றன. அதுவும் ஒரு டிசம்பர் மாதம்தான். சுமார் பதின்மூன்று ஆண்டுகளுக்கு முந்தைய டிசம்பர் மாதம். அது நம் மனங்களில் விட்டுச்சென்ற வடு இன்னும் ஆறவில்லை.

நாட்டின் தலைநகரம். நண்பனுடன் பேருந்துக்காகக் காத்திருந்தாள் இளம் மருத்துவ மாணவியொருத்தி. அச்சமயத்தில்தான் வந்தது அந்தத் தனியார் பேருந்து. தாங்களும் அவ்வழியேதான் செல்வதாக அவர்களை நம்பவைத்துப் பேருந்தில் ஏற்றிக்கொண்டார்கள். அதில் இவர்களைத் தவிர்த்து, ஓட்டுநர் உள்பட ஆறுபேர் இருந்தனர். பேருந்து திடீரெனத் தடம் மாறியது.

சந்தேகமடைந்த மாணவியின் நண்பன் வாக்குவாதம் செய்ததால் அவர்கள் தாக்கத் தொடங்கினர். இருவரையும் கடுமையாகத் தாக்கியபின் அப்பெண்ணை அறுவரும் வன்புணர்ந்தனர். கொடிய வன்புணர்ச்சி அது. எழுதும் தரத்திலிலாத செயல்கள். இறுதியில் அப்பெண்ணும் ஆணும் அரைகுறை ஆடைகளுடன் பேருந்திலிருந்து தூக்கிவீசப்பட்டனர்.

வழிப்போக்கர் ஒருவரின் தகவலால் போலிசார் அவர்களை மீட்டு மருத்துவமனையில் சேர்த்தனர். ஊடகங்கள் அப்பெண்ணுக்கு

நிர்பயா எனப் பெயரிட்டன. குற்றவாளிகள் கைது செய்யப்பட்டு நீதிமன்றத்தில் நிறுத்தப்பட்டார்கள். தீவிர சிகிச்சைகளுக்குப் பிறகும் நிர்பயா பிழைக்கவில்லை. ஆவேசமடைந்த மக்கள், நாடெங்கிலும் போராட்டங்களில் ஈடுபட்டனர்.

நிர்பயாவின் உடலில் ஐந்தாறு பல்வரிசைத் தடங்கள் பதிந்திருந்தன. அவை தடயவியல் வல்லுநர்களால் குற்றவாளிகளின் பற்களுடன் ஒப்பிடப்பட்டன. ஒப்பீட்டில், அத்தடங்களுள் சில, இரண்டு குற்றவாளிகளுடன் ஐயமின்றிப் பொருந்தின. கைரேகைகள், மரபணு ஆய்வு எனப் பல ஆதாரங்களும் வழக்குக்கு வலுசேர்த்தன. குற்றம் சந்தேகமின்றி நிரூபிக்கப்பட்டது.

இதற்கிடையே, பேருந்தின் ஓட்டுநரானவன் சந்தேகத்துக்குரிய முறையில் சிறையில் மரணமடைந்தான். எஞ்சியவர்களுள், இளஞ்சிறாரான ஒருவனைத் தவிர்த்து மற்றவர்கள் தூக்கிலிடப்பட்டனர்.

நிர்பயாவின் பரிதாப மரணம் நாட்டில் பல மாற்றங்களுக்கு வழிகோலியது. பெண்களின் பாதுகாப்புக்கான பல்வேறு திட்டங்கள் நிர்பயாவின் பெயரால் உருவாக்கப்பட்டன. அந்த வழக்கில் குற்றவாளிகள் தண்டனை பெற உதவியதில் பல் அறிவியலுக்கு முக்கியமான பங்குண்டு.

பல் அறிவியலின் கூறுகளை, தடயவியல் புலனாய்வுக்குப் பயன்படுத்தும் இயலை, *'Forensic Odontology'* எனக் கூறுவர்.

பற்களின் மேற்பகுதி, எனாமல் என்ற கடினமான பொருளினாலானது. கடினமென்றால், உடலுறுப்புகளிலேயே மிகக் கடினமானது. அதன் மையத்தில், நரம்புகளுடன் இணைக்கப்பட்ட பற்கூழ் அமைப்புள்ளது. இதில் ரத்தவோட்டமும் உண்டு. இவை இரண்டுக்கும் நடுவில் டென்டின் எனப்படும் அடுக்கு ஒன்றுள்ளது.

ஆறிலிருந்து ஏழு மாதங்களில் குழந்தைகளுக்குப் பால்பற்கள் முளைக்கத் தொடங்கிவிடுகின்றன. ஒவ்வொரு தாடைக்கும் நான்கு வெட்டுப்பற்கள், இரண்டு கோரைப்பற்கள், நான்கு கடைவாய்ப்பற்கள் இருக்கும். ஆகமொத்தம் இருபது பால்பற்கள். ஆறிலிருந்து ஏழு வயதுக்குமேல், பால்பற்கள் விழத்தொடங்கும். பிறகு, சீரான இடைவெளியில் நிரந்தரப் பற்கள் முளைக்கும்.

வளர்ந்த மனிதனுக்கு முப்பத்திரண்டு பற்கள் உள்ளன. ஒவ்வொரு தாடையிலும் காணப்படும் பற்களின் வகைகள் பின்வருமாறு:

நான்கு வெட்டுப்பற்கள்

இரண்டு கோரைப்பற்கள்

நான்கு முன்கடைவாய்ப்பற்கள்

ஆறு பின்கடைவாய்ப்பற்கள்

ஆகமொத்தம் முப்பத்திரண்டு பற்கள். இவற்றில் தாடைகளின் இருமுனைகளிலும் உள்ள பற்கள் ஞானப்பற்கள் எனப்படுகின்றன. குழந்தை வயது முடிந்து ஓரளவு ஞானமடைந்த வாலிபப்பருவத்தில் இவை முளைப்பதால் இப்பெயர் பெறுகின்றன. முனைக்கொன்றாக நான்கு ஞானப்பற்கள் உள்ளன.

அனைவருக்கும் நான்கு ஞானப்பற்கள் இருப்பதில்லை. கூடக்குறைய இருக்கலாம். இல்லாமலும் போகலாம். மற்ற பற்களில்கூடச் சில பற்கள் முளைக்காமல் போகலாம். எனவே, பற்களின் எண்ணிக்கையும் அவற்றின் அமைவுமுறையும் ஒருவரின் அடையாளங்களாகின்றன.

நம் முன்னோர்கள் மாட்டின் பற்களைப் பார்த்து அதன் வயதையறிவதில் நிபுணர்களாக இருந்தனர். 'தானம் கிடைத்த மாட்டைப் பல்லைப் பிடித்துப் பார்க்காதே' என்ற பழமொழி அதற்கொரு சான்று. காலப்போக்கில் அந்நிபுணத்துவம் அடுத்தடுத்த தலைமுறைகளுக்குக் கடத்தப்படாமல்போய் இன்று வழக்கொழிந்துவிட்டது. ஆனால், தடயவியலாளர்கள் மனிதனுக்கு அம்முறையை இன்றும் கையாள்கின்றனர். அதனை அவர்கள் எவ்வாறு செய்கிறார்களெனப் பார்ப்போமா?

நிரந்தரப் பற்கள் முதலில் கீழ்த்தாடையில்தான் தோன்றுகின்றன. பல்வேரின் ஆழத்தைப்பொறுத்தும் அதன் தடிமனைப்பொறுத்தும் வயதினைக் கணிக்கலாம். ஏழிலிருந்து இருபத்துநான்கு வயதுக்குள் சீரான இடைவெளியில் நிரந்தரப் பற்கள் முளைக்கின்றன. எனவே, அவற்றைக்கொண்டும் வயதைக் கணிக்கலாம். நிரந்தரப் பற்களைக் கொண்டு வயதைக் கணிக்கப் பின்வரும் குறிப்புகள் உதவும்.

முன்வெட்டுப்பற்கள் - ஏழு வயதில் முளைக்கும்

பக்கவாட்டு வெட்டுப்பற்கள் - எட்டு வயதில் முளைக்கும்

கோரைப்பற்கள்-பத்திலிருந்து பன்னிரண்டு வயதில் முளைக்கும்

முன்கடைவாய்ப்பற்கள் - பத்திலிருந்து பன்னிரண்டு வயதில் முளைக்கும்

முதலாவது பின்கடைவாய்ப்பற்கள் - ஆறிலிருந்து ஏழு வயதில் முளைக்கும்

இரண்டாவது பின்கடைவாய்ப்பற்கள் - பன்னிரண்டிலிருந்து பதினான்கு வயதில் முளைக்கும்

ஞானப்பற்கள் - பதினாறிலிருந்து இருபத்து நான்கு வயதுக்குள் முளைக்கும்.

மும்பை துப்பாக்கிச் சூட்டில் ஈடுபட்ட அஜ்மல் கசாப்பின் வயது இம்முறையில்தான் கணிக்கப்பட்டது. ஆய்வு முடிவுகள் அவன் இளஞ்சிறார் அல்லனென நிரூபித்தன.

மேற்கண்டதுபோன்ற குறிப்புகள் ஏழு வயதுக்குட்பட்ட குழந்தைகளுக்கும் உண்டு. குழந்தைகளில், முதலில் முளைப்பவை கீழ்த்தாடை முன்வெட்டுப்பற்கள்தான். அவை ஆறாவது மாதத்தில் முளைக்கின்றன. மேல்தாடையின் முன்வெட்டுப்பற்கள் ஏழாவது மாதத்தில் முளைக்கின்றன. பக்கவாட்டு வெட்டுப்பற்கள் மேல்தாடையில் ஒன்பதாவது மாதத்திலும் கீழ்த்தாடையில் பத்தாவது மாதத்திலும் தோன்றுகின்றன.

தொடர்ந்து, கோரைப்பற்கள் பதினெட்டாவது மாதத்தில் தோன்றும். முதல் பின்கடைவாய்ப்பற்கள் பன்னிரண்டாவது மாதத்திலும் இரண்டாவது பின்கடைவாய்ப்பற்கள் இரண்டு வயதிலும் முளைக்கின்றன. முன்கடைவாய்ப்பற்களும் ஞானப்பற்களும் குழந்தைகளில் காணப்படாது.

சரி, பால் பற்களையும் நிரந்தரப் பற்களையும் பிரித்தறிவது எவ்வாறு?

பால் பற்கள் சிறியவை, மென்மையானவை, பால்போன்று வெண்மையானவை. முன்பற்கள் பெரும்பாலும் செங்குத்தாக இருக்கும். மாறாக, நிரந்தரப் பற்கள் பெரியவை, உறுதியானவை, தந்த நிறத்திலானவை. முன்பற்கள் கீழ்த்தாடைப் பற்களைவிடச் சற்று முன்னோக்கிச் சென்றிருக்கும்.

இருபத்தைந்து வயதுக்குமேல் பற்கள் முளைப்பதில்லை. எனவே, அவ்வயதுக்குமேல் இம்முறையில் வயதைத் துல்லியமாகக் கணிக்கவியலாது. முதுமையினால் பற்கள் விழத்தொடங்கும்போது வயதினை மிகத் தோராயமாகக் கணிக்கலாம். பற்களுள் கடைவாய்ப்பற்களுக்கே பணி அதிகமென்பதால் அவையே முதலில் பாதிக்கப்படுகின்றன. முதலில் விழுவதும் அப்பற்கள்தான்.

பற்களிலுள்ள தேய்வும் நைவும்கூட அவற்றின் வயதைக் கூறலாம். வயது கூடக்கூட, எனாமலுக்குக் கீழுள்ள டென்டின் அடுக்கின் தடிமன் கூடுகிறது. விளைவாக, பற்கூழ்ப்பகுதியின் பருமன் குறைகிறது. எக்ஸ் ஊடுகதிர் நிழற்படத்தில் இதனைக் காணலாம். சில நேரங்களில் இது வயதைக் காட்டும் குறியீடாக உள்ளது.

மரங்களின் கணுக்களைக்கொண்டு அவற்றின் வயதைக் கணிப்பது ஒரு பழைமையான முறை. அதைப்போலவே, பற்களைத் தாங்கியிருக்கும் ஈறுகளின் அமைப்பைக்கொண்டும் வயதைக்கணிக்கும் முறையொன்றுள்ளது. இதனைத் தற்போது அதிகம்பேர் பயன்படுத்துவதில்லை.

அடையாளம் காணுதலில், பற்களில் மேற்கொள்ளப்படும் சிகிச்சைகள் பேருதவி புரிகின்றன. பற்கூழ்க்கால்வாய்ச் சிகிச்சைகள், பற்களுக்குக் காப்புறை அணிவித்தல், துவாரங்களை நிரப்புதல், செயற்கைப் பல் பொருத்துதல் போன்றவை சில எடுத்துக்காட்டுகள். இறந்ததாகக் கருதப்படுபவரின் பல்மருத்துவர் இதில் உதவமுடியும்.

எரிந்த நிலையில் கண்டெடுக்கப்பட்ட அடால்ஃப் ஹிட்லரின் சடலம் இம்முறையில்தான் அடையாளங்காணப்பட்டது. அவரது பல்மருத்துவரான ஹியூகோ-வின் வாக்குமூலம் அதனை உறுதிசெய்தது.

புகைப்படமெடுக்கையில் சிரியுங்கள் என்பார்கள். அப்புகைப்படம் மகிழ்வான தருணங்களைப் படிமமாக்குகிறது. அப்படங்களுக்குத் தடயவியல் முக்கியத்துவமும் உள்ளது. மண்டையோட்டுடன் புகைப்படத்தை ஒப்பிடும் மானுடவியல் முறையை ஏற்கெனவே பார்த்தோமல்லவா? சிரிப்பவரின் புகைப்படத்தை மேல்படர்வு ஆய்வுக்கு உட்படுத்துவது எளிது. சிரிக்கையில் பளிச்செனத் தெரியும் முன்பற்கள் மேல்படர்வு ஆய்வின் துல்லியத்தைக் கூட்டுகின்றன.

பெரும்பாலான பாலியல் வன்கொடுமை நிகழ்வுகளில் பல்வரிசைத் தடங்கள் முக்கியமான தடயங்களாக உள்ளன. தற்காப்புக்காக, பெண் எதிரியைக் கடிக்கலாம். எதிரியும் பெண்ணைக் கடிக்கலாம். எதிரி தப்பிவிடுவதால் பெண்ணின் பல்வரிசைத் தடங்கள் பெரும்பாலும் கிடைப்பதில்லை. பெண்ணின் சடலத்திலுள்ள எதிரியின் பல்வரிசைத் தடங்கள் அளவீட்டுப் புகைப்படங்களாகச் சேகரிக்கப்படுகின்றன.

சந்தேக நபரின் பல்வரிசைத் தடங்கள் வார்ப்புகளாகப் பெறப்படும். பாரஃபின் மெழுகைக் கடிக்கவைத்தும் பல்வரிசைத் தடங்கள் பெறப்படுகின்றன. இவை பெண்ணின் சடலத்திலுள்ள பல்வரிசைத்தடங்களின் அளவீடுகளுடன் கூடிய புகைப்படங்களுடன் ஒப்பிடப்படுகின்றன. உலகின் அதிபயங்கரத் தொடர் கொலைகாரர்களில் ஒருவனான டெட் பண்டியைக் காட்டிக் கொடுத்தது அவனது பல்வரிசைத் தடங்கள்தான். குற்றவாளியால் கடித்துவைக்கப்பட்ட ஆப்பிள்கூட அவனைக் காட்டிக்கொடுத்துவிடலாம்.

பற்களிலுள்ள புகையிலைக் கறைகளும் சிகரெட் கறைகளும் இறந்தவரின் வாழ்க்கைமுறையைப் பற்றிய சித்திரத்தைத் தரலாம். பல்லிடுக்குகளில் சிக்கியுள்ள உணவுத் துகள்கள், இறந்தவரின் கடைசி உணவைப்பற்றிய செய்திகளாக உள்ளன. நஞ்சுண்டு இறந்தவரின் பற்களில் அந்நஞ்சின் மிச்சங்கள் காணப்படலாம். எதிரியை பலமாகக் கடிக்கும்போது எதிரியின் ரத்தம் இறந்தவரின் பற்களை நனைத்திருக்கலாம். அந்த ரத்தம் மரபணுச் சோதனைக்கு உட்படுத்தப்பட்டு சந்தேக நபருடன் ஒப்பிடப்படும்.

மோசமாக எரிந்த சடலங்கள், நன்கு அழுகிய பிணங்களில் மரபணுக்களைப் பெறவியலாது. அந்நேரங்களில் மரபணுக்களைப் பெற, பற்கள்தான் ஒரே நம்பிக்கையாக உள்ளன. பற்களின் கடினமான எனாமல், பற்களின் மையத்திலிருக்கும் ரத்த நாளங்களுடன் கூடிய பற்கூழ்ப்பகுதிக்கு அரணாகின்றன. அவற்றிலிருந்து டிஎன்ஏ-க்களைப் பிரித்தெடுத்துவிடலாம்.

பற்கள் பாலினத்தையும்கூடக் கூறவல்லவை. ஆண்களின் வெட்டுப்பற்கள் சதுரமான முனையையும் பெண்களுடையவை வட்டமான முனையையும் கொண்டிருக்கின்றன. ஆண்களின் பற்கள் பெண்களுடையவற்றைவிட, அளவில் பெரியவை.

குறிப்பாகக் கோரைப்பற்கள், அதிலும் கீழ்த்தாடைக் கோரைப்பற்கள் பாலினமறிவதில் முக்கியமானவை. இதற்காக, *Mandible Canine Index* எனப்படும் கீழ்த்தாடைக் கோரைப்பல் எண் பயன்படுத்தப்படுகிறது. சுருக்கமாக *MDI* என்பர்.

கீழ்த்தாடைக் கோரைப்பல்லின் அதிகபட்ச அகலத்துக்கும் இடது மற்றும் வலது கீழ்த்தாடைக் கோரைப்பற்களுக்கு இடையேயான தொலைவுக்கும் இடையேயுள்ள விகிதம் *MDI* எனப்படுகிறது. இது இந்திய ஆண்களுக்கு *0.263* என்ற அளவிலும் இந்தியப் பெண்களுக்கு *0.249* என்ற அளவிலும் உள்ளது. இருப்பினும், இதன் துல்லியத்தன்மை குறைவுதான். பற்கூழ்ப் பகுதியிலிருந்து பெறப்பட்ட மரபணுக்களைவைத்துப் பாலினத்தைத் துல்லியமாகக் கூறிவிடலாம்.

11. பூச்சிகளைப் படிக்கும் கலை

'ஈ' திரைப்படத்தில், வில்லனை ஓர் ஈ துரத்தித்துரத்திப் பழிவாங்குவதைப் பார்த்தோம். நிஜவாழ்க்கையிலும்கூட வில்லன்களுக்கு வில்லன் இந்த ஈ தான். இவற்றுடன் வண்டுகளும் கைகோத்துக்கொள்கின்றன. புழு என்பது ஈயின் குழந்தைப் பருவமாகும். புழுக்கள், ஈக்கள், வண்டுகள் போன்றவை பூச்சி ராஜ்யத்தைச் சேர்ந்தவை.

ஒருவர் எப்போது, எங்கு கொல்லப்பட்டார்? இறந்தவர் நஞ்சோ, போதைப்பொருளோ உட்கொண்டிருந்தாரா? போன்ற கேள்விகளுக்கு விடையளிக்கின்றன இந்தப் பூச்சியினங்கள். பூச்சிகளைப்பற்றிப் படிக்கும் அறிவியல், பூச்சியியல். ஆங்கிலத்தில் '*Entomology*'. '*Forensic Entomology*' என்பது இதன் உட்பிரிவு. பூச்சிகளைப்பற்றிய அறிவை, தடயவியல் புலனாய்வுக்குப் பயன்படுத்தும் அறிவியல், பூச்சி தடயவியல் எனப்படுகிறது.

தொண்ணூறுகளின் மத்தியில் நிகழ்ந்த சம்பவம் அது. கொடைக்கானல் மலையடிவாரத்தில் கண்டெடுக்கப்பட்டது ஓர் அழுகிய பிணம். இறந்து ஏறத்தாழ இருமாதங்களான ஆணின் உடல். வயது தோராயமாக இருபத்தைந்து இருக்கலாம். நீண்ட தேடுதலுக்குப்பின் ஈரோட்டைச் சேர்ந்த சுந்தரின் சடலமாக

அது அடையாளம் காணப்பட்டது. அவர் சென்னையில் தங்கிப் பணிபுரிந்துகொண்டிருந்தார். காஞ்சிபுரத்துக்கு அலுவலகப் பணியாகச் சென்றவர் அதன்பின் திரும்பியிருக்கவில்லை.

இறந்தவரின் வயதும் பிணம் கண்டெடுக்கப்பட்ட இடமும் காதற்தோல்வி தற்கொலையின் சாயலைத் தந்தன. ஆயினும், புலன்விசாரணையில் அவர் காதலித்ததாகக் கூற எவ்விதத் தடயமும் கிடைக்கவில்லை. இதற்கிடையே, பிணத்தின்மீது காணப்பட்ட ஒருவகை வண்டினம் தடயவியலாளரின் கண்களை உறுத்தியது. அவ்வண்டினம் அப்பகுதியைச் சேர்ந்ததல்ல. ஆராய்ச்சியில், அவை புளியமரச் சூழலில் வசிப்பவை எனத் தெரியவந்தது.

கொடைக்கானல் மலையடிவாரச் சுற்றுப்பகுதிகளில் புளியமரங்கள் ஏதும் இருக்கவில்லை. இந்த உண்மை தெரியப்படுத்திய செய்தி ஒன்றுதான். இது தற்கொலையல்ல, கொலை. வேறிடத்தில் கொன்று, பிணம் இங்கே வீசப்பட்டுள்ளது. தொடர்ந்த காவல்துறையின் கறாரான விசாரணையில் குற்றவாளிகள் பிடிக்கப்பட்டனர்.

சுந்தரும் கிரியும் அறைத் தோழர்கள். அவர்களுக்குள் ஏற்பட்ட கைகலப்பில் கிரியின் கல்விச் சான்றிதழ்களைக் கிழித்தெறிகிறான் சுந்தர். பழிக்குப் பழியாக, காஞ்சிபுரத்தில் சுந்தரைச் சந்தித்த கிரி, தன் நண்பர்களுடன் சேர்ந்து அவனைக் கொல்கிறான். பின்னர், பிணத்தைக் கொடைக்கானல் மலையடிவாரத்தில் வீசுகின்றனர். புளியமரத்து வண்டுகளால் இக்கொலையில் துப்புத் துலங்கியது.

இனி, பூச்சிகள் எவ்வாறு தடயவியலாளரின் உற்ற தோழர்களாக விளங்குகின்றன எனக் காண்போம்.

பச்சை நிறத்தில் பளபளக்கும் ஈக்களை நீங்கள் பார்த்திருக்கலாம். சில நேரங்களில் நீல நிறமாகவும் இருக்கும். ஏதாவது விலங்குகளோ பறவைகளோ இறந்து கிடக்கும் இடங்களில் அவை பொதுவாகத் தென்படும். மேலிருந்து அந்த ஈயைப் பார்க்கும்போது, அதன் உடல் கண்ணாடிப் போத்தல் போலத் தெரியும். தட்டையான அதன் தலை அப்போத்தலின் மூடி போலத் தெரியும். எனவே, பச்சை அல்லது நீலப் போத்தல் ஈக்கள் என்ற காரணப்பெயர் இவற்றுக்குச் சூட்டப்பட்டது. *'Green / Blue Bottle Flies'* அல்லது *'Blow Flies'* என்பர் ஆங்கிலத்தில்.

ஒருவர் இறந்துவிட்டாரென்பது, ஒருமணி நேரத்திற்குள்ளாகவே போத்தல் ஈக்களுக்குத் தெரிந்துவிடும். இறந்த உடலிலிருந்து வெளியேறும் கரிம வாயுக்களின் மணத்தை அவை கண்டுகொள்ளும். 'ஒரு மணி நேரத்திலா? ஒரு மணி நேரத்திற்குள் பிணவாடை வராதே' என்று குழம்பாதீர்கள். ஈக்களின் நுகர்வு மண்டலம் நம்முடையதைக் காட்டிலும் பன்மடங்கு நுட்பமானது.

மெல்லியதொரு மணத்தைக்கூட, இருபது கிலோ மீட்டருக்கு அப்பாலிருந்தும் நுகரக்கூடியவை ஈக்கள். மேடவாக்கத்திலிருந்து கொண்டு மயிலாப்பூரில் தயாராகும் மசால்வடையின் மணத்தை நுகர்வதற்கு நிகர் இது.

விருந்தின் முதற்பந்தியில் வந்தமர்பவை போத்தல் ஈக்கள்தான். தொடர்ந்து, சதை ஈக்களும் சாதாரண வீட்டு ஈக்களும் வந்து சேருகின்றன. காதுகள், வாய், மூக்கு, ஆசனவாய் போன்ற, பிணத்தின் இயற்கையான துவாரங்களில் இவை முட்டையிடுகின்றன. பிணத்தில் திறந்த காயங்களோ ரத்தத்திட்டுகளோ இருந்தால் அங்கேயும் இவை முட்டையிடும். தொடர்ந்து, முட்டைகள் பொரிந்து லார்வாக்கள் வெளிவரும். முடிந்தவரையில் உண்டு பெருப்பதே பிறந்த இக்குழந்தை ஈக்களின் ஒரே நோக்கம்.

மென்மையான இந்த லார்வாக்களுக்கு திரவப் புரதம் தேவை. அதே நேரம் இவற்றால் பிணத்தைத் துளைக்கவியலாது. எனவேதான், முட்டையிடுவதற்காக இயற்கையான திறப்புகளைத் தாய் ஈ தேர்ந்தெடுக்கிறது. பிறந்த குழந்தைகள் வஞ்சமின்றி உண்பதற்கும் தடையில்லை. புழுக்களா? என்று அருவருப்பவர்கள் ஜெயமோகனின் 'யானை டாக்டர்' கதையைப் படித்துவிட்டு வரவும்.

ஓர் ஈ ஐநூறு முட்டைகள் வரை இடவல்லது. எனவே, விரைவில் பிணம் முழுக்க லார்வாக்கள் பல்கிப் பெருகிவிடுகின்றன. ஓரிரு நாள்களிலேயே அவை கொழுகொழுவென்று வளர்ந்துவிடும். மூன்று வளர்நிலைகளைக் கடந்ததும் அவை கூட்டுப்புழுக்களாகின்றன. ஒரு நல்லநாளில் கூடுகளை உடைத்துக்கொண்டு புதிய ஈக்கள் வெளிவருகின்றன.

ஈக்களின் இந்த வாழ்க்கைச் சுழற்சியில் ஒவ்வொரு படிநிலையும் குறிப்பிட்ட கால இடைவெளியைக்கொண்டவை. எனவே, ஒருவர்

இறந்த நேரத்தைக் கணிக்க இவை உதவுகின்றன. ஒவ்வொரு படிநிலைக்கும் தேவைப்படும் கால இடைவெளியைப் பின்வருமாறு பட்டியலிடலாம். இந்தக் கால இடைவெளிதான் இறந்ததற்குப் பிறகான நேரம்.

முதல் படிநிலை: இறந்து ஒருமணி நேரத்தில் ஈக்கள் பிணத்தில் முட்டையிடுகின்றன.

இரண்டாம் படிநிலை: அடுத்த பன்னிரண்டிலிருந்து இருபத்துநான்கு மணிநேரத்துக்குள் லார்வாக்கள் வெளிவருகின்றன.

மூன்றாம் படிநிலை: புழுக்கள் வளர்கின்றன. இது மூன்று வளர்நிலைகளை உள்ளடக்கியது. ஒவ்வொரு வளர்நிலையின் முடிவிலும் புழுக்கள் மேற்தோலை உதிர்க்கின்றன.

முதல் வளர்நிலை: ஒன்றே முக்கால் நாள்கள் - ஐந்து மிமீ வளர்ச்சி.

இரண்டாம் வளர்நிலை: இரண்டரை நாள்கள்-பத்து மிமீ வளர்ச்சி.

மூன்றாம் வளர்நிலை: நான்கிலிருந்து ஐந்து நாள்கள்-பதிநான்கிலிருந்து பதினாறு மிமீ வளர்ச்சி.

நான்காம் படிநிலை: சுமார் பதினேழு மிமீ வளர்ச்சியடைந்த புழுக்கள் பிணத்தைச் சுற்றியுள்ள மண்ணைத் துளைத்துக்கொண்டு உட்புகுந்து கூட்டுப்புழுக்களாகின்றன. பிணத்துக்கும் நிலத்துக்கும் இடைப்பட்ட பகுதியில் புழுக்கள் அதிகமாக இருப்பதற்கு இதுதான் காரணம்.

ஐந்தாம் படிநிலை: ஆறிலிருந்து எட்டு நாள்கள் - புதிய ஈக்கள் கூடுகளினின்று வெளிப்படுகின்றன.

ஷெர்லாக் ஹோம்ஸ் திரைப்படத்தின் முதற்பாகத்தைச் சில பேர் பார்த்திருக்கலாம். ராபர்ட் டவ்னி ஷெர்லாக் ஹோம்சாகவும் ஜூட் லா டாக்டர் வாட்சனாகவும் நடித்திருப்பர். அத்திரைப்படத்தில் ஒரு காட்சி வரும். இறந்துபோன ஒருவரின் முகத்தில் புழுக்கள் நெளிந்துகொண்டிருக்கும். வாட்சன், அளவுகோலினைக்கொண்டு அவற்றிலொரு புழுவை அளந்து இறந்த நேரத்தைக் கூறுவார். இந்த முறையின் அடிப்படையை மேற்கண்ட குறிப்புகள் நமக்கு உணர்த்துகிறதல்லவா?

மூன்றிலிருந்து ஆறு மாதமான பிணத்திலிருந்து பாலாடைக்கட்டியின்

மணம் வீசுகிறது. இம்மணம் *'Cheese Skippers'* எனப்படும் ஈக்களை ஈர்க்கின்றது. வண்டுகளைப் பொறுத்தவரை, முதலில் வருகைபுரிவது *'Carrion Beetle'* என்றழைக்கப்படும் பிணவண்டுகள்தான். பிணம் அழுகத் தொடங்கும்போது, தோராயமாக இரண்டாவது நாளில், இவை ஈர்க்கப்படுகின்றன. புழுக்களைப் போலல்லாமல் இவற்றுக்குக் கடினமான உணவைக் கடிக்கும் வாய்ப்பகுதியுள்ளது.

தொடர்ந்து, ரோவ் வண்டுகளும் ஹைட் வண்டுகளும் இப்பணியில் இணைந்துகொள்கின்றன. இவை, இறந்து ஐந்திலிருந்து பதின்மூன்று நாள்களான பிணங்களில் பொதுவாகக் காணப்படும். பத்து நாள்களைக் கடந்த பிணங்களில் ஹைட் வண்டுகள் அதிகமாகக் காணப்படும். அவற்றுடன் *'mites'* எனப்படும் கரையான் இனங்களையும் காணலாம். மூன்று வாரங்களான பிணங்களில் ஹைட் வண்டுகள் காணப்படுவதில்லை. ஆயினும், புழுக்கள் காணப்படும்.

சில பூச்சியினங்கள் குறிப்பிட்ட சூழல்களில் மட்டுமே வாழக் கூடியவை. எனவே, பிணத்தில், அப்பிணம் கண்டெடுக்கப்பட்ட சூழலுக்குப் பொருந்தாத பூச்சிகளின் இருப்பு, அது இரண்டாம் நிலைக் குற்றநிகழ்விடமெனக் கூறுகின்றன. அதோடு, முதல்நிலைக் குற்றநிகழ்விடத்தைப்பற்றிய துப்புகளையும் கொடுக்கின்றன. எடுத்துக்காட்டாக, பிணத்தில் நீர்ப்பூச்சிகள் கண்டறியப்படுவதாகக் கொள்வோம். எனில், அப்பிணம் முன்னதாக நீர்நிலைக்கருகில் இருந்திருக்கலாமென்ற குறிப்பு நமக்குக் கிடைக்கிறது.

ஒரு சுவையான வழக்கை இங்கு நினைவுகூர்வது பொருத்தமாக இருக்கும். அக்குற்றவழக்கில், கண்டெடுக்கப்பட்ட பிணத்தில் அந்நிலப்பகுதிக்குப் பொருந்தாத வண்டுகள் கண்டறியப்பட்டன. அவ்வண்டுகளை ஆராய்ந்ததில் அதன் கால்களில் மகரந்தங்கள் ஒட்டியிருந்தது கண்டறியப்பட்டது. அம்மகரந்தங்களுக்குரிய பூக்கள் வேறொரு நிலப்பகுதியைச் சார்ந்தவை. இந்தத் துப்பிலிருந்து முதல்நிலைக் குற்றநிகழ்விடம் கண்டறியப்பட்டது.

ஒருவர் இறப்பதற்குமுன் நஞ்சோ, போதைப்பொருளோ, மயக்கமூட்டியோ உட்கொண்டிருந்தாரா எனக் கண்டறிவதிலும் பூச்சியியல் உதவுகிறது. நன்கு அழுகிவிட்ட பிணங்களில் நஞ்சியல் ஆய்வுகளை மேற்கொள்வது சாத்தியமில்லை. அச்சமயங்களில்,

பிணத்தில் ஊர்ந்துகொண்டிருக்கும் புழுக்களைத் தடயவியலறிஞர் சேகரிப்பார். நஞ்சூட்டப்பட்ட பிணத்தின் இரைப்பை, சிறுகுடல், உணவுக்குழாய் போன்றவற்றை உண்ட புழுக்களில் அந்நஞ்சு தேங்கியிருக்கும்.

பிணத்தின் குறிப்பிட்ட பகுதிகளிலிருந்து எடுக்கப்பட்ட புழுக்கள் சோதனைக்குழாயில் இடப்படும். பிறகு, சந்தேகத்துக்குரிய நஞ்சுக்கான பண்பறிப் பகுப்பாய்வு மேற்கொள்ளப்படும். இந்த முறையை '*Entamo-toxicology*' என்றழைப்பர். நஞ்சுகள், புழுக்களின் வாழ்க்கைச் சுழற்சியிலும் மாற்றங்களை நிகழ்த்துகின்றன. இம்மாற்றங்களிலிருந்து குறிப்பிட்ட நஞ்சைத் தடயவியலாளர் கண்டுகொள்வார். சில எடுத்துக்காட்டுகளைப் பார்ப்போம்.

பாராசிட்டமால் நாமெல்லோரும் அறிந்த மருந்துகளில் ஒன்று. பொதுவாக, அறுநூற்றைம்பது மில்லிகிராம் அளவுக்கு ஒரு மாத்திரையில் இது சேர்க்கப்பட்டிருக்கும். ஒரு நபரின் எடையைப் பொறுத்து, குறிப்பிட்ட அளவு அதிகமாக எடுத்துக்கொண்டால் இம்மருந்து நச்சாக மாறும். இதுபோன்ற மாத்திரைகள் எளிதாக மருந்தகங்களில் கிடைப்பதால் இவற்றை அதிகமானோர் தற்கொலைக்குப் பயன்படுத்துகின்றனர்.

பாராசிட்டமாலால் மரணமடைந்தவர்களை உண்ணும் புழுக்களின் வளர்நிலையானது ஐந்து நாள்கள் கூடுதலாக இருக்கும். அது போல, மாலத்தியான் பூச்சிக்கொல்லி, வளர்நிலையை மூன்று நாள்கள் நீட்டிக்கும். போதைப்பொருளான *MDMA*, வளர்நிலையின் கால அளவையும் கூட்டுப்புழுப் பருவத்தின் கால அளவையும் குறைக்கிறது. ஹெராயின், கூட்டுப்புழுப் பருவத்தை ஒன்றரை நாள்களுக்குக் கூட்டுகிறது. இதுபோன்று பல எடுத்துக்காட்டுகளை அடுக்கிக்கொண்டே செல்லலாம்.

பூச்சிகளில் ரத்தவுறிஞ்சிகளும் உண்டு. பேன்கள், மூட்டைப்பூச்சிகள், கொசுக்கள், உண்ணிகள், அட்டைகள் போன்றவை எடுத்துக்காட்டுகள். இவ்வகைப் பூச்சிகளின் குடலிலிருந்து ஜீரணிக்காத ரத்தத்தை மரபணு பரிசோதனைக்கு உட்படுத்தவியலும். அதிலிருந்து இறந்தவரின் மரபணு மாதிரிகளைப் பிரித்தெடுத்துவிடலாம்.

ஜுராசிக் பார்க் திரைப்படத்தில், படிமமானதொரு கொசுவில் சேகரிக்கப்பட்டிருக்கும் ரத்தத்திலிருந்து டைனோசரின் மரபணுக்களைப் பிரித்தெடுப்பார்கள் இல்லையா? அதே முறைதான். சடலம் அழுகிவிட்ட நிலையில், அதன் அருகில் உயிருடனோ இறந்தோ காணப்படும் ரத்தவுறிஞ்சிகளை இதற்காகப் பயன்படுத்தலாம்.

பூச்சிகளின் வாழ்க்கைச் சுழற்சி தட்பவெப்பக் காரணிகளால் கடுமையாகப் பாதிக்கக்கூடியது. வழக்கத்துக்கு மாறான தட்பவெப்பச் சூழல் தடயவியலாளரின் பணியைக் கடினமாக்குகின்றன.

12. அறுக்கவியலா மெல்லிழை

பொதுமக்களுக்கு நன்கு பரிச்சயமான ஒன்று டிஎன்ஏ தடயவியல். பல்வேறு ஊடகங்களின் வாயிலாக 'டிஎன்ஏ ஆய்வு' என்ற பதம் பிரபலமாகியுள்ளது. மற்ற தடயவியல் முறைகளோடு ஒப்புநோக்குகையில் டிஎன்ஏ தடயவியலின் வயது குறைவானது. பல வருடங்களாகவே டிஎன்ஏவைப்பற்றி ஆய்வாளர்கள் அறிந்திருந்தனர். ஆயினும், அதன்மூலம் ஒவ்வொரு மனிதரையும் அடையாளங்காணலாம் என்பதை எண்பதுகளில்தான் கண்டறிந்தனர்.

டிஎன்ஏ வகைப்பாட்டியல் என்ற இக்கண்டுபிடிப்பு, தடயவியலுக்குப் புதுரத்தம் பாய்ச்சியது. தடயவியல் ஆய்வகங்களின் திறன் மேலும் கூடியது. டிஎன்ஏ வகைப்பாட்டியலின் இரும்புப்பிடிக்குள் சிக்கி, எண்ணற்ற குற்றவாளிகள் தண்டனை பெற்றுள்ளனர். அதே நேரம், எண்ணற்ற அப்பாவிகள் விடுவிக்கப்பட்டும் உள்ளனர். இந்த ஆயுதத்தால் தாக்கப்பட்ட முதற்குற்றவாளி, காலின் பிட்ச்ஃபோர்க் என்பவனாவான்.

பிட்ச்ஃபோர்க் தன்னுடைய விடலைப் பருவத்திலேயே, 'தற்காட்டல் வேட்கை' என்ற உளவியல் நோய்க்கு ஆளாகியிருந்தான். *Exhibitionism* என்றழைப்பர். இவர்கள் தங்களுடைய பாலுறுப்பை எதிர்ப்பாலினத்தவருக்குத் திறந்துகாட்டி இன்பமடைபவர்கள்.

தன்னுடைய பத்தொன்பதாவது வயதில் முதல் வன்புணர்ச்சியைச் செய்தான் பிட்ச்ஃபோர்க். அச்சிறுமியின் வயது பதினாறு. இக்குற்றத்தில் போலீசாரின் கைகளில் பிட்ச்ஃபோர்க் சிக்கவில்லை.

தொடர்ந்து, எண்பதுகளின் மத்தியில் மூன்று பாலியல் வன்புணர்ச்சிக் குற்றங்களைச் செய்தான். அவற்றுள் இரண்டு கொலைகளும் அடங்கும். எண்பத்து மூன்று, எண்பத்து ஆறாம் வருடங்களில் அக்கொலைகள் நிகழ்ந்தன.

இரண்டு சிறுமிகளுமே பதினைந்து வயதே நிரம்பியவர்கள். கண்மூடித்தனமாகத் தாக்குவதும், காட்டுமிராண்டித்தனமாக வன்புணர்வதும், இறுதியில் கழுத்தை நெரித்துக் கொல்வதும் பிட்ச்ஃபோர்க்கின் பாணிகள்.

இரண்டு கொலைகளிலும் உள்ள ஒற்றுமைகள் போலீசாரை யோசிக்கவைத்தன. இக்கொலைகளைச் செய்தவன் ஒரே ஆளாக இருக்கலாம் என்ற எண்ணத்துக்கு அது வித்திட்டது. இரண்டு குற்ற நிகழ்விடங்களிலும் விந்து திரவங்கள் கண்டெடுக்கப்பட்டிருந்தன. அந்த நேரத்தில்தான் டிஎன்ஏவைக்கொண்டு குற்றவாளியைக் கண்டறியமுடியுமென அறிவித்திருந்தார் ஆராய்ச்சியாளர் அலெக் ஜெஃப்ரீ. எனவே, காவல்துறை ஊரிலுள்ள ஆண்களின் ரத்தமாதிரிகளைப் பெற்றது.

அச்சமயத்தில், தனக்குப் பதில் ரத்தமாதிரியை அளிக்க இன்னொருவனை ஏற்பாடு செய்திருந்தான் பிட்ச்ஃபோர்க். பிட்ச்ஃபோர்க் பணிபுரிந்துகொண்டிருந்த அடுமனையில் ஒரு சக பணியாளன் அவன். அந்தச் சக பணியாளன் ஒருமுறை குடித்துவிட்டு, தான் செய்த சாகசத்தை ஒரு பெண்ணிடம் உளற, அந்தப் பெண் இந்த மோசடியைக் காவல்துறைக்கு அம்பலப்படுத்தினாள். காவல்துறையின் மொத்தக் கவனமும் பிட்ச்ஃபோர்க்கின்மீது திரும்பியது.

குற்றநிகழ்விடங்களில் கண்டெடுக்கப்பட்ட டிஎன்ஏ பிட்ச்ஃபோர்க்கின் டிஎன்ஏவுடன் கச்சிதமாகப் பொருந்தியது. தன்னுடைய குற்றங்களைப் பிட்ச்ஃபோர்க் மறுக்கவில்லை. எண்பத்து எட்டாம் ஆண்டில், இங்கிலாந்து நீதிமன்றம் அவனுக்கு முப்பது வருடங்கள் சிறைத்தண்டனை விதித்தது. தண்டனைக்காலம் முடிந்தாலும், பிட்ச்ஃபோர்க்கின் விடுதலையை மக்கள்

கடுமையாக எதிர்த்தனர். இதனால், தற்போதுவரை பிட்ச்ஃபோர்க் சிறையிலேயேதான் காலந்தள்ளிக்கொண்டிருக்கிறான்.

சரி வாருங்கள். டிஎன்ஏ தடயவியலின் கூறுகளை உடைத்துப் பார்த்துவிடுவோம்.

மனிதர் உட்பட, உயிரினங்களின் உடலங்களனைத்தும் செல்களாலானவை என்பதைப் பள்ளியில் படித்திருக்கிறோம். செங்கற்களை வைத்து வீட்டைக்கட்டுவது போல, செல்களைவைத்து நம்மைக் கட்டியுள்ளது இயற்கை. உயிர்களின் அடிப்படை அலகு, 'செல்' எனலாம். இந்த செல்களின் மத்தியில் உட்கரு ஒன்றுள்ளது. அதனைச் சுற்றி சைட்டோபிளாசம் என்ற திரவம் உள்ளது.

'விலங்கு செல்லின் படம் வரைந்து பாகங்களைக் குறி' என்பது ஒன்பதாம் வகுப்பு அறிவியல் புத்தகத்தில் முக்கியமானதொரு கேள்வி.

மதிப்பெண்களுக்காக அந்தக் கேள்விக்கான பதிலை நன்கு படித்திருப்போம். எனவே, அப்பாகங்களை இங்கு விளக்கப்போவதில்லை. உட்கருவில் குரோமோசோமும் சைட்டோபிளாசத்தில் மைட்டோகாண்டிரியாவும் மட்டுமே நமது இப்போதைய தேவை. அவற்றில்தான் டிஎன்ஏக்கள் உள்ளன.

டிஎன்ஏ என்பதன் விரிவாக்கம் '2-டீ-ஆக்சி ரிபோநியூக்ளிக் அமிலம்'. இது நியூக்ளியோடைடுகளால் ஆனது. நியூக்ளியோடைடுகளின் பலபடி *(Polymer)* எனலாம். நியூக்ளியோடைடுகள் என்பவை மூன்று வேதியியல் மூலக்கூறுகளால் ஆனவை. அவையாவன: நைட்ரஜன் காரம், 2-டீ-ஆக்சி ரைபோஸ் சர்க்கரை, கூடவே ஒரு பாஸ்பேட். இந்த மூலப்பொருள்களைக்கொண்டு டிஎன்ஏ செய்வது எப்படியெனச் சுருக்கமாகப் பார்த்துவிடுவோமா?

முதலில் சர்க்கரையையும் பாஸ்பேட்டையும் இணைக்கவேண்டும். பாஸ்பேட்டுடன் மீண்டும் சர்க்கரை, சர்க்கரையுடன் மீண்டும் பாஸ்பேட். அதாவது, நூலில் இருவேறு மணிகளை அடுத்தடுத்துக் கோப்பதைப்போல. இப்போது சர்க்கரைகளின் தலைகளில் நைட்ரஜன் காரங்களைச் செங்குத்தாகச் சொருகவேண்டும். அவ்வளவுதான். ஈரிழைகள்கொண்ட டிஎன்ஏவின் முதலிழை தயார்.

இதைப்போன்றே மற்றோர் இழையையும் தயாரித்துக்கொள்ள வேண்டும். இப்போது, இரு இழைகளின் நைட்ரஜன் காரங்களும் ஒன்றையொன்று பார்த்துக்கொண்டிருப்பது போல ஒன்றுக்கொன்று இணையாக வைக்கவேண்டும். அடினைன், குவானைன், சைட்டோசின், தையமின் என்ற நான்கு வகையான கார மூலக்கூறுகள் உள்ளன. இவை முறையே *A*, *G*, *C*, *T* என்ற ஆங்கில எழுத்துகளால் குறிக்கப்படுகின்றன.

எதிரெதிராக நோக்கிக்கொண்டிருக்கும் இக்காரங்கள் ஒன்றோடொன்று ஹைட்ரஜன் பிணைப்புகளை ஏற்படுத்திக் கொள்கின்றன. இவை காதலர்களைப் போன்றவை. அடினைன் எப்போதும் தையமினுடன்தான் பிணையும். குவானைன் எப்போதும் சைட்டோசினுடன்தான் பிணையும். இப்போது இந்த இரண்டு இழைகளும் அவற்றுக்கு நடுவேயுள்ள ஹைட்ரஜன் பிணைப்புகளுமாகச் சேர்ந்து, தண்டவாளத்தின் தோற்றத்தைப் பெற்றிருக்கும்.

தண்டவாளத்தின் இருமுனைகளையும் பிடித்துக்கொண்டு, ஈரத்துணியைப் பிழிவதைப்போல எதிரெதிர்த் திசைகளில் முறுக்கினால் டிஎன்ஏ தயார். சுழற்படிக்கட்டுகளைப்போன்ற தோற்றம் கொண்டவை இந்த டிஎன்ஏக்கள். பாதுகாப்புக்காக இவற்றின்மீது ஹிஸ்டோன் எனப்படும் புரதத்தாலான உறை மாட்டப்படுகின்றது. இந்த நீளுறையானது நூல்கண்டினைப்போல உருளை வடிவத்தில் சுருட்டப்படுகிறது. இந்த உருளைகளை வைத்துத் தயாரிக்கப்படுபவைதான் குரோமோசோம்கள்.

ஒரு மனிதனை அடையாளங்காண்பதற்கு உதவுபவை குரோமோசோம்களிலுள்ள இந்த உட்கரு டிஎன்ஏக்கள்தான். மைட்டோகாண்டிரிய டிஎன்ஏக்களின் பயன்பாட்டினைப் பிறகு காண்போம்.

உண்மையில், மனிதர்களுக்கிடையே டிஎன்ஏக்கள் பெரிதாக மாறுபடுவதில்லை. மனிதனுக்கும் சிம்பன்ஸிக்குமான டிஎன்ஏக்களில் 98.8 சதவீத ஒற்றுமையுள்ளது. என்றால், மனிதர்களுக்கிடையே கேட்கவா வேண்டும்? அவற்றில் 99.9 சதவீத ஒற்றுமையுள்ளது. ஆயினும், மீதமுள்ள 0.1 சதவீதமே ஒவ்வொரு மனிதரையும் தனித்தனியே அடையாளங்காணப் போதுமானது.

டிஎன்ஏ இழைகள் மிக நீளமானவை. ஒரேயொரு செல்லிலுள்ள டிஎன்ஏவை வெளியிலெடுத்து நீட்டினால் அதன் நீளம் இரண்டு மீட்டர் இருக்கும். மனித உடலிலுள்ள ஒட்டுமொத்த டிஎன்ஏ இழைகளையும் வெளியிலெடுத்து ஒன்றோடொன்று இணைத்து நீட்டினால், அதன் நீளம் சூரியக்குடும்பத்தின் விட்டத்தைப்போல இருமடங்குகள் இருக்கும். எனவே, அதில் 0.1 சதவீதம் என்பதே கணிசமான தொகைதான்.

டிஎன்ஏவின் இந்த நீளமான ஈரிழைகளை இணைப்பவை நைட்ரஜன் காரங்கள் எனப் பார்த்தோமல்லவா? இந்த நைட்ரஜன் கார இணைகளைக் குறியீடாக எழுதினால் *A-T-G-C-T-A-C-G-C-G-A-T-T-C-A-G-G-A-* என்பதுபோன்ற நீண்ட வரிசை கிடைக்கும். இதை மனித ஜீனோம் என்பார்கள். நீளமான இந்த வரிசையில் *'Coding'* என்றும் *'Non-Coding'* என்றும் இரண்டு பகுதிகள் உள்ளன.

Coding பகுதிகளானவை, புரதத்தைத் தயாரிக்க உதவும் *'Script'* எனப்படும் கட்டளைகள். இக்கட்டளைகளைச் சிரமேற்கொண்டு ஆர்என்ஏ மூலக்கூறுகள் புரத உற்பத்தியில் ஈடுபடுகின்றன. நம்முடைய உடலின் பெரும்பாலான பகுதிகள் புரதத்தாலானவை. தடயவியலாளர்கள் *Coding* பகுதியைக் கண்டுகொள்வதில்லை. அவர்களுக்குத் தேவை *Non-Coding* பகுதிதான்.

Non-Coding பகுதியில் சில கார இணைகள் மீண்டும் மீண்டும் வருகின்றன. இவற்றை *'Short Tandem Repeats'*, சுருக்கமாக, *STR* என்பர். இந்த *STR*களின் வரிசை ஒவ்வொரு மனிதனுக்கும் தனித்துவமானது. எடுத்துக்காட்டாக, ஒருவருக்கு குரோமோசோமின் குறிப்பிட்ட இடத்தில், கார இணையொன்று மூன்று முறை அடுத்தடுத்து வருவதாகக் கொள்வோம். மற்றொருவருக்கு அதே குரோமோசோமின் அதே இடத்திலுள்ள கார இணை எட்டு முறை மீண்டும் மீண்டும் வந்திருக்கலாம். குற்றவாளியை அடையாளங்காண்பதில் இவைதான் முக்கியப்பங்கு வகிக்கின்றன.

இந்த *STR*-கள் எங்கெங்கு உள்ளன எனத் தெரியவேண்டுமல்லவா? மனித ஜீனோம் அதை நமக்குத் தெரியப்படுத்துகிறது. மரபணு வல்லுநர்களின் பதின்மூன்று வருடக் கடும் உழைப்பில் உருவானதுதான் மனித ஜீனோம். மனிதனில் நாற்பத்தாறு குரோமோசோம்கள் உள்ளன. அவற்றில் எங்கெங்கு இந்த *STR*-கள் உள்ளன என்பது மனித ஜீனோம் திட்டத்தின்

மூலம் கண்டறியப்பட்டுவிட்டது. எனவே, அங்கங்கு மட்டும் ஆய்வுசெய்தல் போதுமானது.

இன்றைய தேதிக்கு அதிகபட்சமாக இருபத்தொரு இடங்களில் *STR*-கள் ஆய்வு செய்யப்படுகின்றன. இது நாட்டுக்கு நாடு மாறுபடும். அமெரிக்காவில் இருபது இடங்களிலும் இங்கிலாந்தில் பதினேழு இடங்களிலும் இவை ஆய்வு செய்யப்படுகின்றன. தமிழகத் தடயவியல் துறை இருபத்தொரு இடங்களையும் ஆய்வு செய்தாலும் பதினைந்து இடங்களைவைத்தே அறிக்கையளிக்கிறது. எத்தனை அதிக இடங்களில் *(Loci)* ஆய்வு செய்கிறோமோ அவ்வளவுக்கு முடிவின் நம்பகத்தன்மை அதிகரிக்கிறது.

எடுத்துக்காட்டாக, ஒரேயோர் இடத்தில் மட்டும் ஆய்வு செய்வதாகக்கொள்வோம். எனில், நிகழ்தகவின்படி, பத்தில் ஒருவருக்கு அதே இடத்தில் அதே *STR* காணப்படலாம். இப்போது, பதின்மூன்று இடங்களில் ஆய்வு செய்வதாகக்கொள்வோம். இதற்கு *CODIS-13* என்று பெயர். *CODIS* என்பது *Combined DNA Index System* என்பதன் சுருக்கம். இப்பதி மூன்று எண்முறைப்படி, பத்து லட்சம் கோடி மக்கட்தொகையில் இருவருக்கு பதின்மூன்று இடங்களும் ஒரே போன்று இருக்கலாம் என்கிறது நிகழ்தகவு.

உலகின் தற்போதைய மொத்த மக்கட்தொகையே சுமார் எண்ணூற்று இருபது கோடிதான். எனவே, *CODIS-13* மூலம் பெறப்படும் முடிவை உறுதியாக நம்பலாம். எனில், *CODIS-21* பற்றிச்சொல்லத் தேவையில்லையல்லவா?

குற்றநிகழ்விடத்தில் டிஎன்ஏவை எங்கெங்கு காணலாம்?

டிஎன்ஏ செல்களிலுள்ளது எனப் பார்த்தோம். குற்றநிகழ்விடத்தில் காணப்படும் ரத்தம், சதைத்துணுக்குகள், விந்து, எச்சில், சிறுநீர், வேருடன்கூடிய தலைமுடி போன்றவற்றில் செல்கள் இருக்கும். அவற்றைச் சேகரித்து, அவற்றினின்று வேதியியல் முறையில் செல்கள் பிரிக்கப்படும். பின்னர், செல்களிலிருந்து டிஎன்ஏ மூலக்கூறுகள் பிரித்தெடுக்கப்படும்.

கிடைக்கும் இந்த டிஎன்ஏ மூலக்கூறுகள் மிகக் குறைவாக இருந்தால் அவற்றை ஆய்வு செய்தல் கடினம். எனவே, *'Polymerase Chain Reaction'* என்ற தொழில்நுட்பம் பயன்படுத்தப்படுகிறது. சுருக்கமாக, *'PCR'* என்பர். இத்தொழில்நுட்பத்தால் டிஎன்ஏ

மூலக்கூறுகள் கோடிக்கணக்கில் பிரதியெடுக்கப்படுகின்றன. செல்களில் இயற்கையாக நடைபெறும் *'Replication'* எனப்படும் படியெடுத்தல் முறைதான் இத்தொழில்நுட்பத்தின் அடிப்படை.

டிஎன்ஏவின் ஈரிழைகளைத் தனித்தனியே பிரித்து இரண்டு ஓரிழைகளாக மாற்றுகிறது இச்செயல்முறை. இவற்றுள் ஒரு இழையின் நைட்ரஜன் காரங்களின் வரிசை *A-T-C-T-G-A-A-C-G-T* என்பதாக வைத்துக்கொள்வோம். குவானைன் சைட்டோசினுடனும் அடினைன் தையமினுடனும்தான் சேருமெனப் பார்த்தோமல்லவா? எனில், இதற்குப் பொருத்தமான இணையிழை, *T-A-G-A-C-T-T-G-C-A* என்பது தெளிவுதானே?

இவ்வாறாக, டிஎன்ஏக்கள் கோடிக்கணக்கில் படியெடுக்கப் படுகின்றன. எனவே, மிகக் குறைந்த அளவில் டிஎன்ஏ மாதிரிகள் கிடைத்தாலும் குற்றவாளியை அடையாளங்கண்டுவிடலாம். அடையாளங்காண்பதையும் தாண்டி, மரபுவழியாகப் பண்புகளைக் கடத்துவதையும் டிஎன்ஏக்கள் செய்கின்றன. எனவே, தந்தைவழித்தொடர்பு, தாய்வழித்தொடர்பு, பால் மற்றும் இனத்தொடர்புகளை அறிய இவை உதவுகின்றன.

13. தொடர்புகளைத் துலக்கும் அறிவியல்

பிரேமானந்தாவை நாம் மறந்திருக்க மாட்டோம். தமிழகத்தில் ஆசிரமம் நடத்திவந்தவர். வெகுவான பக்தகோடிகளைக் கொண்டிருந்தவர். தொண்ணூறுகளின் முதற்பாதியில் அவரது வீழ்ச்சி தொடங்கியது. பல்வேறு பாலியல் வன்புணர்வுப் புகார்கள் அவர்மீது எழுந்தன. கொலைக் குற்றங்களும் அவற்றில் அடங்கும்.

தன்னுடைய பக்தைகளை அவர் பாலியல் வன்புணர்வு செய்ததாகவும் பலமுறை கருக்கலைப்பு செய்ததாகவும் கூறப்பட்டது. பாதிக்கப்பட்ட ஒரு பக்தை தப்பிவந்து போலீசில் புகாரளித்தார். பிறகு, இவ்வழக்கு தேசிய அளவில் கவனம் பெற்றது. வன்புணர்வுக்குள்ளான ஒரு பக்தைக்குக் குழந்தையும் பிறந்திருந்தது. அக்குழந்தை பிரேமானந்தாவுக்கு எதிரான வலுவான சாட்சியாகியது

டிஎன்ஏ ஆய்வில் பிரேமானந்தாதான் அக்குழந்தையின் தந்தை என்பது உறுதியானது. இந்தியாவில் *Paternity* எனப்படும் தந்தைவழித் தொடர்பைக்கொண்டு தீர்க்கப்பட்ட முதற்சில வழக்குகளுள் ஒன்றென்பதால் இவ்வழக்கு முக்கியத்துவம் பெறுகிறது.

டிஎன்ஏ தொழில்நுட்பத்தைப் பயன்படுத்தி எவ்வாறு பெற்றோர் வழித்தொடர்பு கண்டறியப்படுகின்றது? தெரிந்துகொள்வோமா?

மனித ஜீனோமை ஓர் உயிர்ப் புத்தகம் எனக்கொள்வோம். மனிதரின் குரோமோசோம் இணைகளை அப்புத்தகத்தின் அத்தியாயங்களாகக் கொள்ளலாம். இந்த அத்தியாயத்தில் அர்த்தமுள்ள வார்த்தைகளும் அர்த்தமற்ற வார்த்தைகளும் இருப்பதாக எண்ணிக்கொண்டால், அர்த்தமுள்ள வார்த்தைகளை ஜீன்கள் எனலாம். இவை கோடிங் பகுதிகள் எனப்படுகின்றன. அர்த்தமற்ற வார்த்தைகளை நான்-கோடிங் பகுதிகள் என்பர். இந்த அத்தியாயங்கள் *A, G, C, T* என்ற நான்கு எழுத்துகளைக்கொண்டு மட்டுமே எழுதப்படுகின்றன. புத்தகத்தின் ஒவ்வோர் அத்தியாயமும் ஒவ்வொரு கருப்பொருளை விளக்குகின்றன எனக் கொள்ளலாம். கோடிங், நான்-கோடிங் போன்ற இருபகுதிகள் மூலமாகவும் மரபுவழிப்பண்புகள் கடத்தப்படும்.

ஜீன்கள் குரோமோசோமில் ஆங்காங்கே பொதிந்துள்ளன. குரோமோசோம் அத்தியாயங்கள் அனைத்து மனிதர்களுக்கும் ஒன்றுதான். எடுத்துக்காட்டாக, ஒவ்வொரு மனிதரிலும் பதினைந்தாவது குரோமோசோம் இணை, கண்களின் நிறத்துக்கான ஜீனைக்கொண்டுள்ளது. இந்த குரோமோசோம் இணையில் ஒன்று தாயிடமிருந்தும் மற்றொன்று தந்தையிடமிருந்தும் பெறப்பட்டிருக்கும். எனவே, குழந்தையின் கண்களின் நிறத்துக்கான ஜீன், இரண்டு மரபணுக்கீற்றுகளால் ஆனது.

மரபணுக்கீற்று என்பதை ஆங்கிலத்தில் *Allele* என்பார்கள். தாய் மற்றும் தந்தையின் குரோமோசோமிலிருந்து தலா ஓர் அல்லீல் பெறப்பட்டிருக்கும். தாயினுடையது பச்சைநிறத்துக்கான அல்லீல் என்றும் தந்தையுடையது பழுப்புநிறத்துக்கான அல்லீல் எனவும் கொள்வோம். குழந்தையின் கண்கள் பச்சை நிறமாக இருப்பதாகக்கொண்டால், இங்கு தாயின் பண்பு ஓங்கு பண்பாகிறது. தந்தையின் பண்பு ஒடுங்கு பண்பாகிறது.

இரண்டு பண்புகளுமே ஓங்கு பண்பாக இருக்கவும் வாய்ப்புள்ளது. எடுத்துக்காட்டாக, தாயின் ரத்தவகைக்கான அல்லீல் *A* எனவும் தந்தையுடையது *B* எனவும் கொள்வோம். இவையிரண்டுமே ஓங்குபண்புகளாக இருந்தால், பிறக்கும் குழந்தைக்கு *AB* ரத்தவகை இருக்கும். இரண்டுக்கும் மேற்பட்ட அல்லீல்களும் சிலநேரங்களில் இணைந்துவிடுவதுண்டு. *ABO* ரத்தவகை அதற்கோர் எடுத்துக்காட்டு.

ஒரு குரோமோசோமில் பல ஜீன்கள்கூட இருக்கலாம். எடுத்துக்காட்டாக, ஏழாவது குரோமோசோமில் முடியின் நிறமிகளுக்கான ஜீன்களும் கசப்புச்சுவையை உணரும் ஜீன்களும், வாசனையை நுகரும் ஜீன்களும், மண்டையோட்டின் அமைப்பை நிர்ணயிக்கும் ஜீன்களும், மொழியைப் புரிந்துகொள்ளல், பேச்சுத்திறன் போன்றவற்றுக்கான ஜீன்களும் உள்ளன.

அதே நேரம், பல குரோமோசோம்களில் இருக்கும் ஜீன்கள் இணைந்து, ஒரு பண்புக்குக் காரணமாகலாம். எடுத்துக்காட்டாக, பல்வேறு குரோமோசோம்களில் இருக்கும் சுமார் எழுநூறு ஜீன்கள் இனைந்து ஒருவரின் உடல் உயரத்தைக் கட்டுப்படுத்துகின்றன.

மேற்கூறிய எடுத்துக்காட்டுகள் ஜீன்கள் மற்றும் மரபுக்கடத்தல் பற்றிய அறிமுகத்துக்காகத்தான். புரிந்துகொள்ளவேண்டியது என்னவென்றால், ஒரு மனிதனின் *STR*-துண்டுகள் தாய்தந்தையுடன் நிச்சயம் ஒத்துப்போகும் என்பதைத்தான்.

Capillary Electrophoresis எனப்படும், நுண்புழை மின்புலநகர்வுப் பிரிகைத் தத்துவத்தால் *STR*-துண்டுகள் நீளவாரியாகப் பிரிக்கப் படுகின்றன. முடிவுகள் *Electropherogram* எனப்படும் வரைபடமாகத் தயாரிக்கப்படுகிறது.

குறிப்பிட்ட *STR*-துண்டுகள் இவ்வரைபடத்தில் அல்லீல்களுக்கான ஏற்றக்குறிகளைத் *(peaks)* தருகின்றன. அல்லீல்களுள் ஒன்று தாயிடமிருந்தும் மற்றொன்று தந்தையிடமிருந்தும் பெறப்பட்டிருக்கும் என்பதைப் பார்த்தோமல்லவா? இதுபோன்ற அல்லீல்கள் பதினைந்து இடங்களில் ஆய்வு செய்யப்படுகின்றன. அனைத்து முடிவுகளும் இசைவாக இருந்தால் குறிப்பிட்ட நபரின் தந்தை / தாய் வழித்தொடர்பு உறுதிசெய்யப்படும். குறைந்தபட்சம், இரண்டு பகுதிகளில் முடிவுகள் ஒத்துப்போகவில்லையெனில், தந்தை / தாய் வழித்தொடர்பு இல்லையென்பது உறுதிசெய்யப்படும்.

பாலினத்தைக் கண்டறியும் செயல்முறையைப் பொறுத்தவரையில், பால் குரோமோசோம்கள் ஆய்வுக்கு உட்படுத்தப்படுகின்றன.

மனிதர்களின் இருபத்து மூன்று குரோமோசோம் இணைகளில், ஒன்று பால் குரோமோசோம் இணையாகும். ஆண்களில் *X* என்றும் *Y* என்றும் இரு குரோமோசோம்கள் உள்ளன. பெண்களில் *X* குரோமோசோம்கள் மட்டுமே உள்ளன. ஆணின் *X* அல்லது

Y குரோமோசோம் பெண்ணின் *X* குரோமோசோமுடன் இணையலாம். இதனால், *XX* என்றும் *XY* என்றும் இருவகையான பால் குரோமோசோம்கள் தோன்றுகின்றன.

பால் குரோமோசோம் *XX* என்பதாக இருக்குமானால் அந்த டிஎன்ஏ பெண்ணுக்குரியது. மாறாக, *XY* என்று இருக்குமானால் அது ஆணுக்குரியது. அதாவது, பிறக்கும் குழந்தை ஆணா பெண்ணா என்பதை நிர்ணயிப்பது தந்தைதான். பிறக்கும் குழந்தை ஆணாக இருக்கவும் பெண்ணாக இருக்கவும் சரிசமமான வாய்ப்புகள் உள்ளன.

கருவை உருவாக்குவதில் பெற்றோர் சரிசமமாகப் பங்கெடுத்தாலும், ஈரைந்து மாதங்கள் சுமப்பது தாயல்லவா? அப்படியிருக்க, தாய்க்குச் சிறப்பங்கீகாரம் வழங்குவதுதானே நியாயமாக இருக்கமுடியும். அந்த நியாயத்தைச் செய்ய இயற்கை தவறவில்லை.

உட்கரு டிஎன்ஏக்களைப் பொறுத்தவரை அவற்றில் தாய்-தந்தையரின் பங்களிப்பு சரிபாதியாக இருக்கும். ஆனால், மைட்டோகாண்டிரிய டிஎன்ஏக்கள் முழுக்கமுழுக்க தாயிடமிருந்து மட்டுமே பெறப்படுபவை. எனவே, குழந்தையின் ஒட்டுமொத்த டிஎன்ஏக்களில் தாயிடமிருந்து பெற்றவையே அதிகமாக இருக்கும்.

உட்கரு டிஎன்ஏக்கள் நீளமானவை எனப் பார்த்தோம். மாறாக, மைட்டோகாண்டிரிய டிஎன்ஏக்கள் வட்ட வடிவமானவை. டிஎன்ஏ ஈரிழையின் இரண்டு முனைகளையும் இணைத்துவிட்டால் போதும். வட்டவட்டமான மைட்டோகாண்டிரிய டிஎன்ஏக்கள் கிடைத்துவிடும்.

விந்தணுவும் அண்ட அணுவும் இணைந்து கரு உண்டாகிறதென நமக்குத் தெரியும். நீந்திச் செல்வதற்கு ஏதுவாக, விந்தணுவிற்கு வாலொன்று இருக்கிறது. விந்தணு அண்ட அணுவைத் துளைத்து உட்புகுந்தபின், அதன் வாலானது உதிர்ந்துவிடும். செயற்கைக்கோளை சுற்றுவட்டப்பாதையில் நிலைநிறுத்தியபின் ராக்கெட் உதிர்ந்துவிடுகிறதல்லவா? அதனையொத்த செயல்முறைதான் இது.

விந்தணுவின் வாலில்தான் மைட்டோகாண்டிரியாக்கள் உள்ளன. எனவே, தந்தையின் மைட்டோகாண்டிரியாக்களைக் குழந்தை பெறுவதே இல்லை. குழந்தைக்குத் தேவையான

மைட்டோகாண்டிரியாக்கள் முழுவதும் தாயிடமிருந்தே வழங்கப்படுகின்றன.

நினைவிருக்கிறதா? மைட்டோகாண்டிரியாக்களை, 'செல்களின் சக்தி மையம்' என்றழைப்போம். செல்களை இயந்திரங்களாகக் கருதினால், அவற்றின் மின்கலம் இந்த மைட்டோகாண்டிரியாக்கள்தான். செல்கள் இயங்கத் தேவையான சக்தியை அளிப்பவை இவைதான். மனித உடலுக்குத் தேவையான சக்தியில் தொண்ணூறு விழுக்காட்டினை வழங்குபவை மைட்டோகாண்டிரியாக்கள்.

பெண்களை 'சக்தி' என்று அழைப்பதில் எவ்வளவு பொருள் பொதிந்திருக்கிறது இல்லையா? விந்தணுக்கள் நீந்திச் செல்வதற்குத் தேவையான சக்தியை அளிப்பவை அதன் வாலிலுள்ள மைட்டோகாண்டிரியாக்கள்தான். கரு உருவாகி மண்ணில் பிறந்ததும் அவ்வுயிர்களை இயக்குபவையும் மைட்டோகாண்டிரியாக்கள்தான். எனவே, ஒவ்வொரு குழந்தையும் வாழ்வதற்கான சக்தியைத் தாயிடமிருந்தே பெறுகின்றன.

உமைதேவி, தீமையை அழிக்கும்பொருட்டு, முருகனுக்கு, 'சக்தி' என்ற வேலாயுதத்தைத் தந்ததாகக் கூறும் புராணக்கதை ஒன்றுண்டல்லவா? அக்கதையின் தத்துவத்தை இந்த அறிவியல் உண்மையுடன் இணைத்துப் பார்க்கலாம்.

ஒட்டுமொத்தமாகப் பார்த்தால், ஆண்களின் தனித்துவம் அவர்களின் Y குரோமோசோம்கள். பெண்களின் தனித்துவம் மைட்டோகாண்டிரிய டிஎன்ஏக்கள். இவற்றை வைத்துத்தான் மரபுவழித்தொடர்புகள் கண்டறியப்படுகின்றன. எடுத்துக்காட்டுகளுடன் பார்த்தால் புரிந்துவிடும்.

ஒரு பெற்றோருக்கு இரண்டு பிள்ளைகள் இருப்பதாகக் கொள்வோம். ஆண் ஒன்று பெண் ஒன்று. ஆண் பிள்ளைக்குத் திருமணமாகி அவனுக்கு இரண்டு ஆண் குழந்தைகள் பிறப்பதாகக் கொள்வோம். பெண் பிள்ளைக்கு இரண்டு பெண் குழந்தைகள் பிறப்பதாகக் கொள்வோம்.

தாத்தாவிடமிருந்து மகனுக்கு மட்டுமே Y குரோமோசோம் கடத்தப்படும். பெண்களுக்கு Y குரோமோசோம் இல்லையென்பதால் மகளுக்குக் கடத்தப்படாது. மகனிடமிருந்து இரண்டு பேரன்களுக்கும் Y குரோமோசோம்கள் கடத்தப்படும். ஒருவேளை அந்த இரண்டு

பேரன்களுக்கும் பெண் குழந்தைகளே பிறக்குமானால், அந்தப் பரம்பரையின் *Y* குரோமோசோம் தொடர்பு அறுக்கப்பட்டுவிடும்.

மற்றொருபுறம், பாட்டியிடமிருந்து மகனுக்கும் மகளுக்கும் மைட்டோகாண்டிரிய டிஎன்ஏக்கள் கடத்தப்படும். ஆனால், மகனிடமிருந்து பேரன்களுக்கு அவை கடத்தப்பட வாய்ப்பில்லை. மருமகளிடமிருந்துதான் கடத்தப்படும். மகளிடமிருந்து பேத்திகளுக்கு மைட்டோகாண்டிரிய டிஎன்ஏக்கள் கடத்தப்படும். பேத்திகளுக்குப் பெண் குழந்தைகளே பிறக்கவில்லையெனில், அந்தப் பரம்பரையின் மைட்டோகாண்டிரிய டிஎன்ஏவின் தொடர்பு முடிவுக்கு வந்துவிடும்.

மேற்கண்ட எடுத்துக்காட்டுகளில், தாத்தா, மகன், பேரன்களை ஒரே பண்புக்குழுவாகக் கொள்ளலாம். பாட்டி, மகன், மகள், பேத்திகள், கொள்ளுப்பேரன்கள் ஆகியோரை ஒரே பண்புக்குழுவாகக் கொள்ளலாம். இந்தப் பண்புக்குழுக்கள் ஒருமைப்பண்புக்குழுக்கள் எனப்படுகின்றன. ஆங்கிலத்தில் *Haplogroup* என்பர். ஒருமைப்பண்புக்குழுக்கள் ஒருவரின் முன்னோர்வழித்தொடர்பை அறிய உதவுகின்றன.

Haplogroup தொடர்பைக்கொண்டு ஒரே குடும்பத்தின் ஆண்களையோ அல்லது பெண்களையோ அறிந்துகொள்ளலாம். ஆனால், ஒருமைப்பண்புக்குழுக்களில் உள்ளவர்களைத் தனித்தனியாக வேறுபடுத்திப் பார்க்கவியலாது. அதற்கு, மேற்கண்டபடி, *STR* ஆய்வுகள் செய்யப்படவேண்டும்.

டிஎன்ஏ தடயவியல் ஆய்வில் ஒரேயொரு குறை உள்ளது. *Identical Twins* எனப்படும் ஒத்த இரட்டையர்களின் டிஎன்ஏக்கள் நூறு விழுக்காடு ஒத்துப்போகும். ஒரே கருமுட்டையிலிருந்து பிறந்த குழந்தைகள் ஆதலால், ஒரே மரபணுக்களை இவர்கள் கொண்டுள்ளனர். எனவே, *STR* அடிப்படையிலோ பெற்றோர்வழித்தொடர்பைக்கொண்டோ இவர்களைப் பிரித்தறிய முடியாது.

இந்த இடத்தில்தான் விரல்ரேகை அறிவியல் உதவுகிறது. ஒத்த இரட்டையர்களுக்கும் விரல்ரேகைகள் நிச்சயம் மாறுபடும். ஆயினும், விரல்ரேகைகளின் ஒப்பீடு மிகுந்த நிபுணத்துவம் தேவைப்படும் ஒன்று. மனிதப் பிழைகள் நேருவதற்கான

சாத்தியக்கூறுகள் இதில் அதிகம். மாறாக, டிஎன்ஏ முறை உச்சபட்சத் துல்லியம் மிக்கது.

எனவே, பல்வேறு ஆய்வுகளுக்குப்பின் நவீன டிஎன்ஏ தடயவியல், ஒத்த இரட்டையர்களைப் பிரித்தறிவதில் வெற்றிகண்டுள்ளது. பிறக்கும்போது ஒரே டிஎன்ஏவைக் கொண்டிருந்தாலும் வளரும்போது அவற்றில் மிகச் சிறிய மாற்றங்கள் இல்லாமலில்லை. இந்த மாற்றங்கள் செல் பகுப்பின்போது ஏற்படும் பிறழ்வுகளால் நேர்கின்றன. இவற்றை மொத்த-ஜீனோம் வரிசைப்படுத்துதல் முறையில் இனங்கண்டுவிடலாம்.

Epigenetics எனப்படும் மேல்மரபியல், *Ultra-deep Sequencing* எனப்படும் தீவிர-ஆழ்ந்த வரிசைப்படுத்துதல் முறைகள் நவீனமானவை. இவற்றின் மூலம் ஒத்த இரட்டையர்களைப் பிரித்தறியமுடியும் என்கிறது நவீன தடயவியல். இந்த நவீன முறைகள் அனைத்தும் 2020-லிருந்து நடைபெற்றுவரும் ஆய்வுகளின் மூலம் கண்டறியப்பட்டவை. இவை டிஎன்ஏ தடயவியலின் வீரியத்தைக் கூட்டியுள்ளன என்றால் மிகையல்ல.

14. சொன்னது நீதானா?

அவர் ஓர் இரும்பு வியாபாரி. நல்ல வருமானத்துடன் தொழில் நன்றாகப் போய்க்கொண்டிருந்தது. திடீரென ஒருநாள் அவரது மகளைக் காணவில்லை. நான்காம் வகுப்பு படிக்கும் சிறுமி அவள்.

சற்று நேரத்தில் அவரது கைபேசிக்கு அநாமதேய அழைப்பொன்று வந்தது. சிறுமியைக் கடத்தியிருப்பதாகவும் பத்து லட்சம் தரவேண்டுமென்றும் பேரம் பேசியது ஒரு குரல். அவரும் தரத் தயாராகத்தான் இருந்தார். ஆனாலும், மறு அழைப்பு அவருக்கு வரவேயில்லை. வேறு வழியில்லாமல் காவல்துறையை நாடினார்.

காவல்துறையின் தேடுதல் வேட்டையில் ஒருவழியாக அச்சிறுமி கிடைத்துவிட்டாள். ஆனால், உடலில் உயிர்தான் இல்லை. அருகிலுள்ள காட்டுப் பகுதியில் துப்பட்டாவால் கழுத்து நெரிபட்டுப் பிணமாகக் கிடந்தாள். காவல்துறை தன் கடமையைச் சுறுசுறுப்பாகச் செய்தது.

இருந்த ஒரே தடயம், கடத்தல்காரனின் குரல்பதிவுதான். தன் கைபேசியில் அழைப்புகளைத் தானாகவே ஒலிப்பதிவு செய்யும் வசதியைச் செய்திருந்தார் அவர். அவரது தொழிலுக்கு அது அவசியமானதாக இருந்தது. காவல்துறையின் தீவிர விசாரணையில் ஒருவன் சந்தேகத்தின் அடிப்படையில் கைது செய்யப்பட்டான். அதே ஊரைச் சேர்ந்தவன்தான்.

அவனது குரலைக் கடத்தல்காரனின் குரலுடன் ஒப்பிட்டது தடயவியல் துறை. ஒப்பீட்டில், இரு குரல்களும் ஒன்றுதான்

எனச் சான்றளித்தது. வேறு சில ஆதாரங்களும் குற்றவாளி அவன்தான் எனச் சுட்டிக்காட்டின. பணத்துக்காகச் சிறுமியைக் கடத்தியவன், பின் மாட்டிக்கொள்வோமெனப் பயந்து சிறுமியைக் கொன்றிருக்கிறான். பணம் படுத்தும் பாடு.

சரி, நாம் எதைப்பற்றிப் பேசப்போகிறோமெனக் கணித்திருப்பீர்கள். ஆம், சரிதான். தடயவியலில் குரல்பதிவுகள் எவ்வாறு ஒப்பிடப்படுகின்றன என்பதைத்தான் பார்க்கப்போகிறோம்.

பேசத்தெரிந்த ஒரே உயிரினம் மனிதன்தான். பெரும்பாலான உயிர்கள் சத்தம் எழுப்புவதில்லை. சத்தமெழுப்பும் சில உயிர்கள் ஒரே வகையான சத்தத்தைத்தான் எழுப்புகின்றன. சில உயிர்கள் ஒன்றுக்கும் மேற்பட்ட சத்தங்களை எழுப்புகின்றன. அந்தச் சத்தங்கள், பசி, காமம், துன்பம், உதவி, கோபம் போன்ற அவசியமான உணர்வுகளை வெளிப்படுத்துகின்றன. ஆனால், இவையனைத்தும் சத்தங்களே.

சத்தங்களை இசையாகவும் மொழியாகவும் மாற்றத் தெரிந்தவன் மனிதன் மட்டுமே. இவற்றை அறிவுத்திறம் வாய்ந்த சத்தங்கள் என்பர். காற்றை ஒலியாக மாற்றும் பகுதி, நமது குரல்வளைதான். ‘குரல் பெட்டி’ என்பார்கள் சிலர். இதிலுள்ள மிக முக்கிய அமைப்பு, குரல் நாண்கள். *Vocal Cords* என்பார்களே, அதுதான்.

குரல் நாண்களின் அதிர்வுகள் ஒலியை எழுப்புகின்றன. அந்த ஒலியைத் தொண்டை, வாய், மூக்கு போன்ற துவாரங்கள் ஒத்ததிர்வு செய்கின்றன. இவற்றை ஒத்ததிர்விகள் என்போம். ஆங்கிலத்தில் *Resonators*. ஒத்ததிர்விகள் ஒலியைப் பெருக்கும் வேலையைச் செய்கின்றன. இதனால், ஒலியின் வீச்சு அதிகமாகிறது.

அதாவது, குரல் நாண்களும் துவாரங்களும் இணைந்து கம்பிக்கருவியைப்போல் வேலை செய்கின்றன. வயலின், வீணை, கிட்டார் போன்ற கம்பிக்கருவிகளில் துளைகளைப் பார்த்திருப்பீர்கள். வட்டவடிவிலோ, *f* அல்லது *c* வடிவிலோ காணப்படும். ஒலித்துவாரங்கள் எனப்படும் இத்துளைகள் ஒத்ததிர்வுகளாகச் செயல்படுகின்றன. ஒலியை எழுப்ப இவை போதுமானவை.

ஒலியை மொழியாக்க இன்னும் சில செப்பனிடல்கள் தேவைப்படுகின்றன. அதைச் செய்பவை, நாக்கு, பற்கள், அண்ணங்கள், உதடுகள் போன்றவை. ஒலியை வெவ்வேறு வகையில்

உச்சரிக்க இவை உதவுகின்றன. இந்த அமைப்புகள் மனிதருக்கு மனிதர் மாறுபடும். இவற்றின் நெகிழ்வுத் தன்மை, அளவு, வடிவம் போன்றவை, வெளிப்படும் மொழியின் ஒலிக்கட்டமைப்பைத் தீர்மானிக்கின்றன.

காற்றுக்குழல், குரல் நாண்கள், தொண்டை, வாய், மூக்கு, நாக்கு, பற்கள், உதடுகள் போன்றவற்றை மொழியை உருவாக்கும் அமைப்பின் அங்கங்கள் எனலாம். இவை அனைத்தும் சேர்ந்து இரண்டு மனிதர்களுக்கு ஒரே போல் அமைவதற்கான சாத்தியக்கூறு ஏறத்தாழ இல்லையெனலாம். இதுவே குரல் பதிவைக்கொண்டு மனிதனை அடையாளம் காண்பதற்கான அடிப்படை.

வெவ்வேறு ஒலிகளை, அவை உருவாக்கும் அதிர்வெண்களைக் கொண்டு அடையாளம் காண்கிறது அறிவியல். அதிர்வெண்கள் என்றால் என்ன என்று கேட்கிறீர்களா? ஒலிகள் அலைகளாகப் பரவுபவை என்பது நமக்குத் தெரியும்.

இடமிருந்து வலமாக, ஒரு நேர்கோட்டை மனத்தில் வரித்துக்கொள்ளுங்கள். அதில் புள்ளியொன்றை வையுங்கள். அப்புள்ளியிலிருந்து தொடங்கி, மணியைப்போல, மலையைப்போல ஒரு வடிவத்தை வரையுங்கள். பென்சில் மேலேறி, முகட்டைத் தொட்டு, கீழிறங்கும்போது மீண்டும் நேர்கோட்டைத் தொடுமல்லவா? இப்போது பென்சிலை எடுக்காமல் அப்படியே கீழிறக்கி, அதே வடிவத்தைக் கீழேயும் வரையுங்கள். அதாவது, தலைகீழாக. பென்சில் கீழிறங்கி, அகட்டைத் தொட்டு மேலேறி, மீண்டும் நேர்கோட்டை வந்தடையும். இதுவே ஒரு முழு அலை.

ஒலியொன்று ஒரு நொடியில் இதுபோன்று எத்தனை அலைகளை உருவாக்குகின்றது என்பதுதான் அதன் அதிர்வெண். நூறு ஹெர்ட்ஸ் எனில், நொடிக்கு நூறு அலைகள் உருவாகின்றன என்பது பொருள். அதிர்வெண் அதிகமென்றால் ஆற்றல் அதிகம். இந்த அதிர்வெண், பாலினம், வயது போன்றவற்றைப்பொறுத்து மாறும். அவற்றின் வரம்புகள் கீழே கொடுக்கப்பட்டுள்ளன.

ஆண்களுக்குத் தொண்ணூறு முதல் நூற்று நாற்பது ஹெர்ட்ஸ்.

பெண்களுக்கு நூற்று எண்பது முதல் முந்நூறு ஹெர்ட்ஸ்.

குழந்தைகளுக்கு முந்நூறு முதல் அறுநூறு ஹெர்ட்ஸ். (குழந்தைகள் உள்ள வீடுகள் இதை அறியும்).

குரல்களை ஒப்பிடுவோரைத் தடய மொழியியல் வல்லுநர்கள் என்பார்கள். ஆங்கிலத்தில், *Forensic Linguistics Expert.* தமிழகத்தில் தடய மொழியியல், தடய இயற்பியல் பிரிவின் ஒரு பகுதியாக, உள்ளது. பேச்சறிவியல் ஆய்வகம் என்று பெயர். இந்த ஆய்வு, இரண்டு நிலைகளில் மேற்கொள்ளப்படுகிறது.

1. கேட்டுக் கண்டறிதல்-*Auditory Approach*

2. மொழி நிரல்மானி ஆய்வு-*Voice Spectrograph Analysis*

கேட்டுக் கண்டறிதலில் பின்வரும் அம்சங்கள் கவனிக்கப்படும்.

★ பேச்சு வழக்கு-கோயமுத்தூர் வழக்கு, சேலம் வழக்கு, திருநெல்வேலி வழக்கு, கன்னியாகுமரி வழக்கு போன்றவை. 'ஓடக்கான்' என்ற சொற்பயன்பாடு, ஒருவர் சேலத்தைச் சேர்ந்தவராக இருக்கலாம் எனக் காட்டிவிடுகிறதல்லவா?

★ மொழிச்செம்மை-இது ஒருவரின் சமூகநிலையை அனுமானிக்க உதவும்.

★ பேச்சின் வேகம்

★ அதிகம் பயன்படுத்தும் சொற்கள்-சிலர், 'இப்ப பாத்தீங்கன்னா', 'ஓகேவா', 'ரைட்டா' போன்ற சொற்களைத் தன்னிச்சையாகப் பெருமளவில் உபயோகிப்பார்கள் இல்லையா? 'என்னத்த' கண்ணையா மாதிரி.

★ உச்சரிப்புகள்-சிலர் சில வார்த்தைகளைத் தனித்துவமாக உச்சரிப்பார்கள். ஒரு மலையாளி, ஆஃபிஸை ஓஃபிஸ் என்றழைப்பதுபோல.

★ பேச்சுத் தடைகள்-திக்குவாய், குழறுவாய் போன்றவை.

★ மொழிக்கலப்புகள்-இந்தி, ஆங்கிலம் போன்றவற்றைக் கலந்து பேசுதல்.

★ தோரணை-பேசும் தோரணை, ஒருவரின் மனநிலையையும், நோக்கத்தையும், பண்பையும்கூடச் சொல்லவல்லவை.

அடுத்ததாக, நிரல்மானி முறை. இது மிகவும் திறன் வாய்ந்தது. ஒலியின் அதிர்வெண்களை வரைபட வடிவில் காட்சியாக்கிக் காட்டும் திறன்கொண்டது. இவ்வரைபடங்களை ஸ்பெக்ட்ரோகிராம்கள் என்போம். ஆய்வுக்குரிய ஒலிப்பதிவின்

அதிர்வெண்களை *Y* அச்சாகவும் ஒலி வெளிப்படும் நேரத்தை *X* அச்சாகவும் கொண்டு இவை வரையப்படுகின்றன. இவ்வரைபடங்களில், குறுக்கு-நெடுக்குப் பரிமாணங்களும் அதிர்வெண்களின் செறிவும் கவனிக்கப்படும்.

Formants என்றழைக்கப்படும் அதிர்வெண் பட்டைகளுக்கு மிகுந்த முக்கியத்துவம் கொடுக்கப்படுகிறது. இவற்றைக்கொண்டுதான் பேசியது யார் என்பதைக் கண்டறியமுடியும். குரல் நாண்கள் வெளிப்படுத்தும் ஆரம்ப ஒலியின் அதிர்வெண், அடிப்படை அதிர்வெண் எனப்படும். ஆங்கிலத்தில் *Fundamental Frequency* என்பார்கள். இவற்றைப் பேச்சுப் பாதையின் மற்ற அங்கங்களான வாய், மூக்கு, நாக்கு போன்றவை வெவ்வேறு அதிர்வெண்களாக மாற்றுகின்றன. இவற்றைத்தான் ஃபார்மண்ட்கள் என்கிறோம்.

நிரல்மானி ஆய்வு பின்வரும் படிகளைக்கொண்டது.

★ ஆய்வுக்குரிய குரல்பதிவை, வாக்கியங்களாக உடைத்துத் தனித்தனி ஒலிப்பதிவுகளாகப் பிரித்துக்கொள்ளல்.

★ வாக்கியங்களில் குறிப்பிட்ட சொற்களைத் தெரிவு செய்தல். அவ்வாறு தெரிவு செய்யும் சொற்கள் தெளிவாகக் கேட்கக்கூடியதாகவும் சுற்றுப்புறத்தின் இரைச்சல்கள் இல்லாததாகவும் ஒன்றுக்கும் மேற்பட்டோரின் குரல்களின் கலப்பாக இல்லாமலும் இருக்கவேண்டும். தமிழகம் உட்பட, உலகின் பெரும்பாலான பகுதிகளில், இருபது சொற்கள் தேர்வு செய்யப்படுகின்றன.

★ தெரிவு செய்யும் சொற்களில் உயிரெழுத்துகள் பிரத்யேகமாகக் கவனிக்கப்படும். அது உருவாக்கும் ஃபார்மண்ட்கள் ஆய்விற்குட்படுத்தப்படும்.

★ அடுத்ததாக, சந்தேக நபர் வரவழைக்கப்பட்டு அவரது குரல் மாதிரிகள் பதிவு செய்யப்படும். பதிவு செய்கையில் ஆய்வுக்குரிய குரல் பதிவிலுள்ள வார்த்தைகளே பேசவைக்கப்படும். ஏற்றஇறக்கங்களும் ஒரேபோல் இருக்குமாறு பார்த்துக்கொள்வார்கள்.

★ சந்தேக நபரின் குரல் பதிவும் மேற்கண்ட முறையில் ஃபார்மண்ட் ஆய்வுக்கு உட்படுத்தப்படும்.

★ இரண்டு ஸ்பெக்ட்ரோகிராம்களும் ஒப்பிடப்படும்.

★ ஒப்பீட்டில் பின்வருவனவற்றுள் ஒரு முடிவு பெறப்படும்.

1. ஆய்வுக்குரிய குரல்பதிவு சந்தேக நபருடையதுதான்.
2. ஆய்வுக்குரிய குரல்பதிவு சந்தேக நபருடையதாக இருக்கப் பெருமளவில் வாய்ப்புள்ளது.
3. ஆய்வுக்குரிய குரல்பதிவு சந்தேக நபருடையது அல்ல.
4. ஆய்வுக்குரிய குரல்பதிவு சந்தேக நபருடையதாக இருக்க வாய்ப்புகள் குறைவு.
5. குரல்பதிவு, ஆய்வுக்கு உகந்ததல்ல.

மெய்யெழுத்துகளைவிட, உயிரெழுத்துகளுக்கு மாத்திரையளவு அதிகமென நாமறிவோம். எனவேதான் அவற்றைத் தெரிவுசெய்கிறார்கள். ஒரு வாக்கியத்தில், 'சாவுடா' என்ற வார்த்தை வருவதாகக்கொள்வோம். சஆஆ டஆஆ போன்ற எழுத்துகளின் ஃபார்மண்ட்களுக்கு முக்கியத்துவம் அளிக்கப்படும்.

ஃபார்மண்ட்கள் என்பவை ஒலிப்பிறப்பின் கூறுகள். எடுத்துக்காட்டாக, F1 என்பது நாக்கின் உயரத்தைக் குறிக்கும். அதாவது, குறிப்பிட்ட உயிரெழுத்தின் உச்சரிப்பில் நாக்கு மேலேயும் கீழேயும் செல்வதைக் குறிக்கும். F2 என்பது நாக்கின் கிடைமட்டச் செயல்பாட்டைக் குறிக்கும். நாக்கு முன்னோக்கி நீள்வதையும் பின்னடைவதையும் இது குறிக்கும். F3 ஃபார்மண்ட், பேச்சுப்பாதையின் வடிவத்தைக் குறிக்கும். இப்படி நிறைய ஃபார்மண்ட்கள் உள்ளன.

மிமிக்ரி செய்யக்கூடிய ஒருவரால் நிரல்மானியை ஏமாற்ற முடியுமா என்ற கேள்வி வரலாம். மிமிக்ரி கலைஞர்களால் அடிப்படை அதிர்வெண்ணை உருவாக்கமுடியும். சில ஃபார்மண்ட்களைக் கூடப் போலிசெய்ய முடியும். ஆனால், ஒரு சில ஃபார்மண்ட்களைப் போலிசெய்தல் முடியாத ஒன்று.

குரல்களை ஒப்பிடும் மென்பொருள்களும் பரவலாகப் பயன்படுத்தப்படுகின்றன. இருப்பினும், நிரல்மானி ஆய்வின் முடிவுடன் அவற்றின் முடிவுகள் ஒத்துப்போகவேண்டும். தற்போது செயற்கை நுண்ணறிவுக் கருவிகளின் பயன்பாடு ஆய்வு நிலையில் உள்ளது. ஆயினும், அவற்றைப் பயன்படுத்துவதில் நம்பகத்தன்மை சார்ந்த சிக்கல்கள் உள்ளன.

15. உடனிருக்கும் உளவாளி

பள்ளியிலிருந்து அழுதுகொண்டே வீட்டுக்கு வந்தாள் அந்த நான்காம் வகுப்புச் சிறுமி. ‘என்னடா கண்ணு ஆச்சி?’ என்று பதற்றத்துடன் கேட்டார் அவளது தாத்தா. பேத்தி கூறியதைக்கேட்டு அதிர்ந்து போனார். தன்னுடைய வீட்டுப்பாட நோட்டைத் தனது ஆசிரியரிடம் சரிபார்ப்புக்காகக் காட்டியுள்ளாள் அச்சிறுமி. ஆசிரியர், காலை அகட்டிவைத்து நிற்குமாறு சொல்கிறார்.

கபடமறியாச் சிறுமியும் அவ்வாறே செய்திருக்கிறாள். ஆசிரியரின் கைபேசி, ஒளிப்பதியும் நிலையில் அச்சிறுமியின் கால்களுக்கிடையே வைக்கப்பட்டிருந்ததை அவளறியவில்லை. அருகிலிருந்த அவளது தோழி, அதனைச் சுட்டிக்காட்டி எச்சரிக்கிறாள். அவமானம் பிடுங்கித்தின்ன, அழுதுகொண்டே வீட்டுக்கு வந்திருக்கிறாள் குழந்தை.

இதற்கிடையே, இச்செய்தி பள்ளி நிர்வாகத்துக்குத் தெரியவந்தது. நிர்வாகம் அந்த ஆசிரியரை அழைத்துக் கடுமையாகக் கண்டித்தது. தான் எதுவும் செய்யவில்லை என்று மறுத்தார் ஆசிரியர். தான் எடுத்த வீடியோவையும் அழித்துவிட்டார். தொடர்ந்து, சிறுமியின் பெற்றோர் காவல்துறைக்குத் தகவல் கொடுத்தனர். ஆசிரியரிடம் கைப்பற்றப்பட்ட திறன்பேசி தடயவியல் ஆய்வுக்கு உட்படுத்தப்பட்டது.

பல்வேறு முயற்சிகளுக்குப் பின்னும், தடயவியல் மென்பொருள்களால் திறன்பேசியின் பூட்டைத் திறக்கமுடியாமல் போனது. எனவே, கடவுச்சொல்லைப் பெற்றுத்தருமாறு நீதிமன்றத்திடம் விண்ணப்பிக்கப்பட்டது. ஆசிரியரோ, தனக்குக் கடவுச்சொல் மறந்துவிட்டதாகக் கூறினார். நீதிபதியின் தனிப்பட்ட தலையீட்டினால் ஒருவழியாகக் கடவுச்சொல் ஆசிரியரிடமிருந்து பெறப்பட்டது.

திறன்பேசி திறக்கப்பட்டு ஆய்வுக்குட்படுத்தப்பட்டது. கெடுவாய்ப்பாக, அந்தக் குறிப்பிட்ட வரிசை திறன்பேசியில் அழிந்துபோன தகவல்களை மீட்கும் திறன் தடயவியல் மென்பொருள்களுக்கு இருக்கவில்லை. ஆயினும், *Hidden Files* எனப்படும் பயனரால் பார்க்கமுடியாத கோப்புகளைத் தடயவியல் வல்லுநர்கள் ஆய்வு செய்தனர். அதில், *'Thumbnail Images'* என்று சொல்லப்படும் குறும்படங்கள் கண்டெடுக்கப்பட்டன. இந்த ஆதாரங்கள், குறிப்பிட்ட வீடியோ எடுக்கப்பட்டது உண்மை என்பதைக் கூறின.

அந்தக் குறும்படங்களில் சிறுமியின் முகம் தெளிவாகத் தெரிந்தது. அதோடு, ஆசிரியரின் முகத்தையும் ஒரு குறும்படம் காட்டிக்கொடுத்தது. கேமராவைத் திறந்து, குறிப்பிட்ட இடத்தில் வைக்கும்போது அவரது முகம் அதில் பதிவாகியிருந்தது. இந்தத் தடயங்கள் ஆசிரியரைப் போக்சோ வழக்கில் சிறையில் தள்ளின.

ஜியோ நிறுவனத்தின் இலவச இணையச்சேவை, தமிழக அரசின் விலையில்லா மடிக்கணினிகள், குறைந்த விலையிலேயே கிடைக்கும் திறன்பேசிகள், இவை நம்முடைய அறிவுத்திறனை மேம்படுத்தியுள்ளன என்பதில் மாற்றுக் கருத்தில்லை. ஆனால், பெருகிவரும் இணையவழிக் குற்றங்கள் இவற்றின் பக்கவிளைவுகள்.

இன்று கைபேசிகள் நம் வாழ்வின் இணைபிரியாத அங்கங்களாகி விட்டன. அவை, நம்முடைய அன்றாடங்களை ஓர் உளவாளிக்கு நிகராகக் கவனிக்கின்றன. நம்முடைய எந்தச் செயல்பாடும் அவற்றின் கண்களிலிருந்து தப்பமுடிவதில்லை. எனவே, குற்றச் சம்பவங்களில் அவை இன்றியமையாத சாட்சியங்களாகின்றன. அனைத்து விதமான குற்றங்களிலும் கைபேசிகள் கைப்பற்றப்படுகின்றன.

இப்படிக் கைப்பற்றப்படும் கைபேசிகள் எவ்வாறு தடயவியல் துறையால் ஆய்வுக்குட்படுத்தப்படுகின்றன? ஆய்வின் அடிப்படைகள் என்ன? பார்த்துவிடுவோமா?

உங்கள் திறன்பேசியில், *'Google Find My Device'* செயலி இருக்கிறதல்லவா? அதைக்கொண்டு, காணாமல்போன உங்கள் திறன்பேசியிலுள்ள தகவல்களைத் தொலைவிலிருந்தே நிரந்தரமாக அழிக்கலாம். கடவுச்சொல்லையும் நிறுவலாம். தெரியும்தானே? இதையே குற்றவாளி செய்துவிடக்கூடாதல்லவா? எனவே, ஆய்வுக்காகப் பெறப்படும் கைபேசிகள், முதல் வேலையாக, இணையத்திலிருந்து துண்டிக்கப்படுகின்றன. *Flight Mode* எனப்படும் விமானப் பயன்முறையை முடுக்குதல், சிம் அட்டைகளை நீக்குதல் போன்ற நடவடிக்கைகளால் இதைச் செய்கிறார்கள்.

தொடர்ந்து, கைபேசியிலுள்ள தரவுகள் தடயவியல் மென்பொருள்களின் துணைகொண்டு வெளிக்கொணரப்படுகின்றன. தரவு வெளிக்கொணர்வில் இரண்டு வகைகள் உள்ளன. ஒன்று, *Logical* வெளிக்கொணர்வு. கைபேசியில் பயனர் அணுகக்கூடிய தரவுகளை இது வெளிக்கொணரும். இதற்குக் கைபேசியின் அனுமதி தேவை.

மற்றொன்று, *Physical* வெளிக்கொணர்வு. கைபேசியிலுள்ள அனைத்துத் தரவுகளையும் இது வெளிக்கொணரும். அழிக்கப்பட்டவை, மறைக்கப்பட்டவை, பல்வேறு மென்பொருள்களின் நிரல்கள் என அத்தனையையும் இது வெளிக்கொணரும். இம்முறைக்கு, கைபேசியின் அனுமதி அவசியமில்லை.

Logical வெளிக்கொணர்வு, ஒருவரிடம் அனுமதி வாங்கிவிட்டு அவரது வீட்டுக்குள் நுழைவதையொத்தது. *Physical* வெளிக்கொணர்வு, ஒருவரின் வீட்டை அனுமதியின்றி உடைத்து, உள்நுழைவதைப் போன்றது. இவை இரண்டுக்கும் இடையே, *File System* வெளிக்கொணர்வு என்ற முறை சில வருடங்களுக்கு முன் அறிமுகமானது. கோப்புகளாக உள்ள அனைத்தையும் இது வெளிக்கொணரும் திறன்கொண்டது.

திறன்பேசியிலுள்ள அனைத்துக் கோப்புகளையும் பயனர் அணுகுவதில்லை. சில எடுத்துக்காட்டுகள் கீழே தரப்பட்டுள்ளன.

★ *Database Files (.db)* எனப்படும் தரவுத்தளக் கோப்புகள்

★ *Android Package Files (.apk)* எனப்படும் ஆண்டிராய்ட் பொதியக் கோப்புகள்

★ *Executable Files (.exe)* எனப்படும் செயலாக்கக் கோப்புகள், மற்றும் பல.

இவற்றுள் ஒரு வகைதான் '*Thumbnail Images*'. உங்கள் திறன்பேசியிலுள்ள படங்கள், காணொளிகளை கேலரியில் சென்று பார்த்திருப்பீர்கள். அவை சிறியசிறிய படங்களாகத் தெரியுமல்லவா? அவைதான் குறும்படங்கள். ஒரு கோப்பினை வேகமாகத் திறக்க இவை தேவைப்படுகின்றன.

கைபேசியில் எடுக்கப்பட்ட படமோ, காணொளியோ அழிக்கப்படலாம். ஆனால், அவற்றுக்குரிய குறும்படங்கள் *.Thumbnail* என்ற கோப்புறையில் *(Folder)* பத்திரமாக இருக்கும். இவற்றைக்கொண்டு குற்றத்தை நிரூபிக்கலாம். மேற்கண்ட வழக்கு அதற்கோர் எடுத்துக்காட்டு.

பல்வேறு பயனர்கள் விவகாரமான தரவுகளைச் சேமித்துவைக்க ரகசியக் கோப்புறைகளைப் பயன்படுத்துகின்றனர். இன்னும் சிலர் ரகசியச் செயலிகளைப் பயன்படுத்துகின்றனர். எடுத்துக்காட்டாக, கால்குலேட்டர் போன்ற செயலிகள் சில உள்ளன. கால்குலேட்டர் போலவே இவை செயலாற்றும். அதே நேரம், குறிப்பிட எண்ணை உள்ளீடு செய்தால் இவை ரகசியக் கோப்புறையைத் திறக்கும்.

இதுபோன்ற, கோப்பு வடிவிலுள்ள அனைத்துத் தரவுகளையும் *File System* வெளிக்கொணர்வு முறையால் பெற்றுவிடலாம். இப்போது ஒரு கேள்வி எழவேண்டும். எல்லா கைபேசிகளுக்கும் *Physical* வெளிக்கொணர்வு முறையையே பயன்படுத்தலாமே என்ற கேள்வி. அதில் ஒரு சிக்கல் உள்ளது. அனைத்து வரிசை கைபேசிகளுக்கும் இந்த வசதி வேலை செய்வதில்லை. சில கைபேசிகளின் பாதுகாப்பு அமைப்பு பலம் வாய்ந்ததாக இருக்கும். அவற்றை உடைத்து உள்நுழைதல் எளிதாக இருக்காது.

தடயவியல் மென்பொருள்கள் தொடர் ஆராய்ச்சிகள் வழியாக மேம்படுத்தப்படுகின்றன. அவ்வப்போது புதுப்பிப்புகள் *(updates)* வழங்கப்படுகின்றன. இருப்பினும், அனைத்து வரிசைக் கைபேசிகளையும் ஊடுருவுவது சாத்தியமாக இல்லை.

இதற்கு வேறு வழியே இல்லையா என்றால், இருக்கிறது.

Chip-Off என்றொரு உயர்தொழில்நுட்பம் சந்தையில் உள்ளது. இதில், தரவுகளை வெளிக்கொணரும் வாய்ப்பு தொண்ணூறு விழுக்காட்டுக்கும் மேலாகும். இதற்கு, கைபேசியில் தரவுகளைச் சேமித்து வைக்கும் சில்லினைத் தாய்ப்பலகையிலிருந்து பிரித்தெடுக்கவேண்டும். ஆனால், இது சிதைவுறு முறை. அதாவது, மீளாச்செயல்முறை.

இச்செயல்முறைக்குப்பின் கைபேசியை மீண்டும் செயல்படவைக்க உத்தரவாதம் இல்லை. எனவே, இதற்கு நீதிமன்றத்தின் சிறப்பு அனுமதி தேவை. அதுபோக, *Chip-Off* கருவியின் விலை சில கோடிகள். மேலும், ஒவ்வொரு வருடமும் சில கோடிகளைச் செலவழித்து இதனைப் புதுப்பிக்கவேண்டும். எனவே, குறிப்பிட்ட சில மத்தியத் தடயவியல் ஆய்வகங்களில் மட்டுமே இந்த வசதி உள்ளது. நீரில் மூழ்கிய, தீயில் கருகிய, மோசமாக உடைந்த கைபேசிகளுக்கு *Chip-Off* தான் ஒரே வெளிக்கொணர்வு முறை.

அடுத்த சவால் பூட்டப்பட்ட கைபேசிகள். சில கைபேசிகள் திறந்த நிலையில் இருந்தால்தான் *Physical* வெளிக்கொணர்வு முறை வேலைசெய்யும். பூட்டுகளை உடைக்க *PasswareKit* போன்ற தடயவியல் மென்பொருள்கள் உள்ளன. அவையும் சில குறிப்பிட்ட வரிசைக் கைபேசிகளின் பூட்டுகளை உடைக்காது.

'ரிச்சி ஸ்ட்ரீட்ல போன் லாக்லாம் அசால்ட்டா ஓப்பன் பன்றாங்க. ஃபாரென்சிக் லேப்ல பண்ண முடியாதா?' என்ற கேள்வி மிகப் பரவலாகக் கேட்கப்படுகிறது. ஆனால், அப்படிப் பூட்டுகளைத் திறப்பது தரவுகளை முற்றிலுமாக அழித்துவிடும். கைபேசியில் பழுதுநீக்குவோருக்கு கைபேசி இயங்குவது முக்கியம். தடயவியலாளருக்குத் தரவுகளே முக்கியம்.

அதுபோக, கைபேசி எந்த நிலையில் தடயவியல் ஆய்வகத்தில் பெறப்பட்டதோ அதேநிலையில் நீதிமன்றத்திடம் ஒப்படைக்கவேண்டும். தரவில் எந்தவொரு மாற்றமும் இருக்கக்கூடாது. எனவே, கைபேசிகள் *'Write-Blocker'* என்ற வன்பொருளின் மூலமாகத்தான் கணினியுடன் இணைக்கப்படும். விபத்தாகக்கூட எந்தத் தரவும் மாறவில்லை என்பதை இது உறுதிசெய்யும். எனவே, தடயவியலாளரின் சுதந்திரம் வரையறுக்கப்பட்டது.

மேலும், *Physical* வெளிக்கொணர்வு அதிக நேரமெடுக்கக்கூடியது. சமயங்களில் நாட்கணக்கில் நேரமெடுக்கும். எனவே, பயனர் அணுகக்கூடிய இடத்தில் தடயம் இருக்கும்போது *Physical* வெளிக்கொணர்வு தேவையற்றது. அதற்கு, *Logical* வெளிக்கொணர்வே போதுமானது. கைபேசியில் அனைத்துத் தரவுகளும் தேவைப்படும்போது, தடயவியலாளர் மூன்று வகையான வெளிக்கொணர்வு முறைகளையும் பயன்படுத்துவார். இறுதியாக, அவற்றின் வெளிக்கொணர்வு அறிக்கைகள் ஒருங்கிணைக்கப்படும்.

கைபேசியில் மேற்கொள்ளப்படும் ஆய்வுகள் எண்ணற்றவை. அவற்றுள் சில ஆய்வுகளைப்பற்றி இங்கு காண்போம்.

குறிப்பிட்ட படமோ காணொளியோ கைப்பற்றப்பட்ட கைபேசியில்தான் எடுக்கப்பட்டதா என்பது அடிக்கடி கேட்கப்படும் கேள்வி. ஆண்டிராய்ட் சாதனங்களைப் பொறுத்தவரை, கைபேசியின் கேமராவைக்கொண்டு எடுக்கப்படும் பதிவுகள் *DCIM* என்ற கோப்புறைக்குச் சென்று சேரும். திரைப்பிடிப்புப் படங்களுக்கும் இதே விதிதான். எனவே, குறிப்பிட்ட பதிவு *DCIM* கோப்புறையில் இருந்தால், அப்பதிவு அந்தக் கைபேசியைப் பயன்படுத்தி எடுக்கப்பட்டதுதான் எனக் கூறிவிடலாம்.

அடுத்து, நேரமுத்திரைகள். ஒவ்வொரு தரவுக்கும் *timestamps* எனப்படும் நேரமுத்திரைகள் இருக்கும். *Created Time, Modified Time, Accessed Time* போன்ற விவரங்களைப் பார்த்திருப்பீர்கள். இதில் *Created, Modified* நேரமுத்திரைகள் ஒன்றாக இருப்பதாகக் கொள்வோம். எனில், அந்தத் தரவு, அந்தக் கைபேசியில்தான் முதலில் உருவாகியிருக்கிறது எனக் கொள்ளலாம்.

கோப்பொன்றை வேறொரு சாதனத்துக்குப் பிரதி எடுக்கும்போது அதன் *Modified* நேரம் மாறுவதில்லை. ஆனால், வேறொரு சாதனத்தில் அது பதிவான தேதி, *Created* நேரமாகக்கொள்ளப்படும். இந்த நிலையில் *Modified* நேரம் முன்னதாகவும் *Created* நேரம் பின்னதாகவும் இருக்கும். இதிலிருந்து, குறிப்பிட்ட அந்தக் கோப்பு, வேறோர் இடத்திலிருந்து இங்குப் பிரதியாகப் பதிவு செய்யப்பட்டிருக்கிறது என்றறியலாம்.

நேரமுத்திரைகள், கோப்பின் அளவு, கோப்பின் இருப்பிடம் போன்றவை குறிப்பிட்ட கோப்பின் மேனிலைத் தரவில் இருக்கும்.

Metadata என்பர். குறிப்பிட்ட பதிவு எப்போது, எங்கு, எந்தச் செயலியால் எடுக்கப்பட்டது? போன்ற கேள்விகளுக்கும் *Metadata* பதிலளிக்கிறது. இவ்வாறாக, கைபேசிகள் குற்றச்சம்பவத்தின் புலனாய்வில் பெரும்பங்கு வகிக்கின்றன.

16. பாசக் கயிறு

அவன் தனது மனைவியைக் கொல்ல முடிவெடுத்தான். அதுவும் காவல்துறையிடம் சிக்கிக்கொள்ளாமல். சிக்கிக்கொண்டால் எப்படி அவன் காதலியை அடைவது? காதல், வெறியாக மாறி அவனை முடுக்கி முன்னேறச் செய்தது. குறித்து வைத்திருந்த நல்ல நாளில் நைலான் கயிறுடன் தன் மனைவியைப் பின்னாலிருந்து அணுகினான்.

நைலான் கயிறு அவளது கழுத்தில் மாலையாக விழுந்தது. விழுந்தது என்னவென்று பார்க்கக்கூட அவளுக்கு அவகாசம் இருக்கவில்லை. அது உடனே அவளது கழுத்தைப் பற்றி, இறுக்கியது. அவளும் இயன்றவரையில் போராடினாள். இருந்தும் பலனில்லை. உடல் சோர்ந்து, உயிரும் சோர்ந்தாள். திட்டத்தில் முதற்பகுதி நிறைவேறியது. அடுத்ததாக, அவளது உடலைத் தூக்கில் தொங்கவிட்டான்.

'போஸ்ட் மார்ட்டம் அறிக்கையில் இறந்தது மூச்சுத்திணறலால்தான் என்பது உறுதியாகிவிடும். அவளது உடலில், வேறெந்தப் பகுதியிலும் காயத்தை ஏற்படுத்தவில்லை. போலிசார் சந்தேகப்படாதபடி நடித்துவிட்டால் போதும்' என்று எண்ணமிட்டான். அதேபோல, குறைசொல்ல முடியாதபடி நடிக்கவும் செய்தான். மனைவியைத் தான் திட்டிவிட்டுச் சென்றுவிட்டதாகவும், திரும்பி வந்து பார்க்கும்போது அவள் தூக்கில் தொங்கிக்கொண்டிருந்ததாகவும் சொல்லியழுதான்.

திரைப்படங்கள் தடயவியலின் அனைத்து நுணுக்கங்களையும் காட்சிப்படுத்திவிடுவதில்லை என்பது அவனுக்குத் தெரியவில்லை. பாவம். தடவியல் வல்லுநர் அதிக நேரமெல்லாம் எடுத்துக்கொள்ளவில்லை. பத்து நிமிட ஆய்விலேயே அது கொலை என்பதை உறுதிசெய்தார். அத்தனை கண்களும் அவனை ஊடுருவின. ஒப்புக்கொள்வதைத் தவிர அவனுக்கு வேறு வழியிருக்கவில்லை.

தடயவியல் வல்லுநர் இதனை ஒரு சிறுபிள்ளை விளையாட்டாக அணுகியது எப்படி? அறிந்துகொள்வோமா?

சுவாசம் தடைபட்டு இறப்பதை மருத்துவரீதியாக, *Asphyxial Death* என்பார்கள். இவ்வகையான மரணங்கள் அதிக அளவில் நிகழ்பவை. பின்வருபவை இவ்வகை மரணங்களுக்கான சில எடுத்துக்காட்டுகள்.

★ தூக்கிலிடுதல்

★ கழுத்தை நெரித்தல்

★ மூக்கையும் வாயையும் சேர்த்துப் பொத்துதல் *(smothering)*

★ நீரில் மூழ்குதல்

★ புகைமூட்டத்தில் சிக்கிக்கொள்ளுதல், போன்றவை.

இவற்றுள் முதல் மூன்று வகை நிகழ்வுகள் ஒன்றோடொன்று நெருங்கிய தொடர்புள்ளவை. இருப்பினும், இவை ஒவ்வொன்றும் தனித்துவமான தடயங்களைப் பதித்துவிடுபவை. அவற்றை நுணுக்கமாக ஆராய்வதன் மூலம் இவ்வகை மரணங்களைப் பிரித்தறிந்துவிடலாம். இவ்வகை மரணங்களில், நிகழ்ந்தது கொலையா தற்கொலையா என்பது முக்கியமான கேள்வியாக இருக்கும்.

தூக்கிலிடும் முறைக்குக் கயிறு மிக அவசியமானது. தடயவியல் மொழியில் கயிற்றை *ligature* என்பர். குறுக்கு விட்டம், மீள்தன்மை, மேற்பரப்பின் அமைப்பு, எடைதாங்கும் திறன் போன்றவை ஒரு கயிற்றின் முக்கியமான பண்புகள். அவற்றைப்பொறுத்து, ஒவ்வொரு வகைக் கயிறும் ஒவ்வொரு விதமான தழும்பினை இறந்தவரின் கழுத்தில் ஏற்படுத்துகின்றன.

எடுத்துக்காட்டாக, வழவழவென்றும் மெல்லியதாகவும் உறுதியாகவும் இருக்கும் கயிறு, கழுத்தில் ஆழமாகப் பதியக்கூடியது. இவ்வகைக் கயிற்றில் ஒரு சடலம் தூக்கிட்டுத் தொங்கும்போது, கழுத்து பிய்ந்துவிடக்கூட வாய்ப்புள்ளது. கயிற்றின் மேற்பரப்பிலுள்ள பிரத்யேகமான இழை வடிவமைப்புகள் கழுத்தில் அதற்குரிய அச்சைப் பதிக்கின்றன. இத்தழும்புகள், கழுத்துக்கும் கயிற்றுக்கும் தொடர்பை ஏற்படுத்துகின்றன. எனவே, ஒரு கயிற்றால் கழுத்தை நெரித்துக் கொன்றுவிட்டு, வேறொரு கயிற்றால் சடலத்தைத் தூக்கில் தொங்கவிட்டால், அதனைத் தடயவியலாளர் எளிதில் கண்டுகொள்வார்.

தூக்கில் ஒரு சடலம் தொங்கும்போது, அதன் நிலை, சுற்றுப்புறம் போன்றவற்றைத் தெளிவாகக் கவனித்தல்வேண்டும். பிணத்தின் தலை எந்தப் பக்கம் சாய்ந்துள்ளது என்பது முக்கியம். தூக்கிட்டுக் கொள்ளும்போது வாயிலிருந்து எச்சில் ஒழுகுவது இயல்பு. தலை வலதுபக்கம் சாய்ந்திருக்கிறதெனில், வலதுபக்கக் கன்னம், தோள்பட்டை, மார்பகம் போன்றவற்றில் எச்சில் ஒழுகியிருக்கும். தலையின் சாய்மானம் எச்சில் ஒழுகியிருக்கும் இடத்திற்கு இசைவாக இல்லையெனில், அது புனையப்பட்ட நிகழ்வென உணரலாம்.

தூக்கிலிடுதலில், கயிறு கழுத்தில் ஏற்படுத்தியிருக்கும் அச்சு 'V' வடிவத்தில் இருக்கும். அதாவது, கயிற்றின் முடிச்சுப்பகுதி கழுத்தில் அழுந்தியிருக்காது. அது மேலே தூக்கிக்கொண்டிருக்கும். எடுத்துக்காட்டாக, பிணத்தின் தலைப்பகுதி வலதுபக்கம் சாய்ந்திருப்பதாகக் கொள்வோம். அதற்கு நேரெதிர்ப் பகுதியில், அதாவது, இடதுபக்கம், கயிற்றின் முடிச்சுப்பகுதி இருக்கும். இந்த முடிச்சுப்பகுதி, இடது கன்னத்துடனோ, இடது தாடையுடனோ பெரும்பாலும் ஒட்டி, உராய்வை ஏற்படுத்தியிருக்கும். இந்த உராய்வு, காயங்களை ஏற்படுத்துவது இயல்பு. முடிச்சு இருக்குமிடத்துக்கும் அதனால் ஏற்பட்ட காயமிருக்கும் இடத்துக்கும் இசைவிருக்கவேண்டும் என்பதைக் கூறவேண்டாமல்லவா?

அடுத்ததாக, எதன் மீது நின்று தூக்கிலிட்டுக்கொண்டிருக்க வேண்டுமென்பதை ஆராயவேண்டும். அது இருக்கையாகவோ, படுக்கையாகவோ சன்னல் திட்டாகவோகூட இருக்கலாம். நாற்காலிகள் இதற்காகப் பெருமளவில் பயன்படுத்தப்படுகின்றன.

இப்போது, கயிற்றின் உயரம், சடலத்தின் உயரம், நாற்காலியின் உயரம் போன்றவை கணக்கிடப்படும். அதே நேரம் கயிறு கட்டப்பட்ட இடத்திலிருந்து தரைக்குள்ள இடைவெளி கணக்கிடப்படும்.

இவற்றை ஒப்பிடும்போது, குறிப்பிட்ட நாற்காலி அந்தத் தற்கொலைக்காகப் பயன்படுத்தப்பட்டிருக்கும் வாய்ப்பு உள்ளதா எனக் கண்டுகொள்ளலாம். நாற்காலியின் உயரம் போதுமானதாக இல்லாமல் இருந்தால் அது புனையப்பட்ட நிகழ்வெனக் கூறிவிடலாம். அதோடு, நாற்காலி விழுந்திருக்கும் தூரம், அதன் நிலை போன்றவையும் கவனிக்கப்படும். பொதுவாக, நாற்காலியைப் பின்னால் தள்ளிவிடுவதுதான் சுலபமானது. நாற்காலியின் மேலுள்ள காலடித்தடங்கள் இறந்தவருடையதுதானா என்பதும் கண்டறியப்படும். அறையில் ஏதேனும் போராட்டம் நிகழ்ந்ததற்கான அறிகுறிகள் இருக்கிறதாவென்பதையும் தடயவியலாளர் ஆய்வு செய்வார்.

அடுத்தபடியாக, பிரேதப் பரிசோதனையில் மரணத்துக்கான காரணம் கண்டறியப்படும். தூக்கிட்டு மரணமடைந்தவரின் '*Hyoid bone*' எனப்படும் கழுத்தெலும்பும் தைராயிட் குருத்தெலும்பும் உடைந்துபோவது இயல்பான ஒன்று. வயதானவர்கள், குழந்தைகள், பெண்களில் இது அதிகமாக நிகழும். உறுதியானவர்களின் எலும்புகள் உடையாமல்கூட இருக்கலாம்.

எடையழுத்தத்தால் தூக்குக் கயிற்றிலிருந்து சடலம் கீழே நழுவிச் செல்லும். அப்போது கழுத்து தலையுடன் இணைந்திருக்கும் பகுதி, தடையாகச் செயல்பட்டுக் கயிற்றை நிறுத்தும். எனவே, எடையின் மொத்த அழுத்தமும் அந்தப் பகுதிக்குச் சென்று சேரும். அந்த இணைப்புப் பகுதியில் இருப்பவைதான் ஹயாயிட் எலும்புகள். எனவே, அழுத்தத்தினால் அவை உடைந்துபோக வாய்ப்புகள் அதிகம். இத்தகைய எலும்புமுறிவுகள், கயிற்றால் கழுத்தின் கீழ்ப்பகுதியை நெரித்துக் கொல்லுதல், வாயையும் மூக்கையும் பொத்திக் கொல்லுதல் போன்ற நிகழ்வுகளில் இருக்காது.

கயிறுகொண்டு கழுத்தை நெரிக்கும் ஒருவர் கழுத்தின் மையப்பகுதியைப் பொதுவாகத் தேர்ந்தெடுக்கிறார். இறுக்குவதால் ஏற்படும் தழும்பு, வட்ட வடிவமாக இருக்கும். தாக்குதலுக்குள்ளாகுபவர் போராடும்போது, கயிறு தளர்ந்து

மீண்டும் வேறோரிடத்தில் இறுகி ஒன்றுக்கும் மேற்பட்ட தழும்புகளை ஏற்படுத்தலாம். மாறாக, தூக்கில் தொங்கியவருக்கு ஒரே தழும்புதான் ஏற்படும்.

கழுத்தை, கையாலோ, கம்பு போன்றவற்றாலோ நெரிக்கும்போது *(throttling)* ஏற்படும் தழும்பு, கிடைமட்டமாக, நேராக இருக்கும். இந்நிகழ்வுகளில் ஹயாயிட் எலும்பு உடைய நிறைய வாய்ப்புகளுள்ளன. இறந்தவர், போராடியதற்கான அறிகுறிகள் பொதுவாகக் காணப்படும்.

வன்புணர்வு நிகழ்வுகளில், பெண் சத்தமிடாமல் இருப்பதற்காக, அவரது வாய், துணியாலோ கையாலோ பொத்தப்படுகிறது. அச்சமயத்தில் தவறுதலாக மூக்கையும் சேர்த்து அழுத்திவிடும்போது, அது மரணத்துக்குக் காரணமாகிறது. இவ்வகை மரணங்கள், தூங்கிக்கொண்டிருப்பவரைத் தலையணையால் அழுத்திக் கொல்வதிலும் நிகழ்கின்றன. ஆனால், இந்நிகழ்வுகளில் கழுத்தில் எந்தத் தழும்பும் ஏற்படுவதில்லை. அதே நேரம், அவ்வாறு அழுத்தும்போது மேல், கீழ் உள்ளுதட்டுப்பகுதிகளில் பற்கள் அழுந்திய தடங்களைக் காணலாம். மூக்கு உடைந்துபோகவும் வாய்ப்புண்டு.

காற்றுப்புகாத பாலித்தீன் நெகிழியுறைகளால் தலையை இறுக்கமாக மூடிக் கொல்வது இவ்வகையில் மற்றோர் எடுத்துக்காட்டு. இந்நிகழ்வுகளில் பாதிக்கப்பட்டவர் வாந்தியெடுக்க நிறைய வாய்ப்புகளுள்ளன.

தூக்கிலிடப்பட்ட நிகழ்வைத் தவிர்த்து, மற்ற இரண்டு நிகழ்வுகளிலும், இறந்தவரின் முகத்தில் சிவப்புப் புள்ளிகள் காணப்படும். *Petechial Hemorrhages* என்பார்கள். அழுத்தத்தினால் நுண் ரத்தக்குழாய்கள் வெடிப்பதால் இவை ஏற்படுகின்றன. குறிப்பாகக் கண்களில் இவற்றைக் காணலாம். தூக்கிலிடப்பட்டவருக்குப் புவியீர்ப்பு விசையின் காரணமாக முகத்தில் ரத்தவோட்டம் குறைவாக இருக்குமல்லவா? எனவே, அந்நிகழ்வுகளில் சிவப்புப் புள்ளிகளைக் காண்பதரிது.

பகுதியளவு தூக்கிலிடப்பட்டவர்களில் சிவப்புப் புள்ளிகள் காணப்படும். சிலர், சன்னல் கம்பிகள், ஆணிகள் போன்றவற்றில் கயிறுகட்டித் தொங்கி மரணமடைகிறார்கள். இவர்களின் கால்கள்

தரையைத் தொட்டுக்கொண்டிருக்கும். எனினும், கழுத்தில் போதிய அழுத்தம் கூடிவிடும்போது மரணம் நிகழ்ந்துவிடும். இம்மாதிரியான நேரங்களில், நிகழ்ந்தது கொலையாக இல்லாமல் இருக்க, என்ன மாதிரியான சாத்தியங்கள் உள்ளன என்பதைத் தடயவியல் வல்லுநர் ஆராய்வார்.

முழுமையான தூக்கு நிகழ்வுகளும் சமயங்களில் பகுதியளவு தூக்கு நிகழ்வுகளாகத் தோற்றமளிப்பதுண்டு. கயிற்றின் நெகிழ்வுத்தன்மையால் இது நேர்கிறது. உடலின் அழுத்தம் காரணமாக, கயிற்றின் இழைகள் நெகிழ்ந்து நீண்டுவிடுவது இயல்பு. பல மணி நேரங்கள் கழித்து, சடலம் கண்டுபிடிக்கப்படும்போது அதன் கால்கள் தரையைத் தொட்டுக்கொண்டிருக்கவோ, முட்டிபோட்ட நிலையிலோ இருக்க வாய்ப்புள்ளது.

மூன்று வகை மரணங்களிலும், அழுத்தம் காரணமாக, கண்களும் நாக்கும் பொதுவாக வெளியே துருத்திக்கொண்டிருக்கும். அழுகிய பிணங்கள்கூட, கண்களும் நாக்கும் வெளித்தள்ளினாற்போல் தோற்றமளிப்பதுண்டு. அழுகும் செயல்முறையில் வயிற்றில் உருவாகும் வாயுக்களின் அழுத்தத்தால் இவ்வாறு நிகழ்கிறது. சமயங்களில் கழுத்தை நெரித்துக் கொன்ற நிகழ்வாக இது தவறாகப் புரிந்துகொள்ளப்படுகிறது.

பாலியல் இன்பத்துக்காக மூச்சைத் தடைசெய்துகொள்வது தற்போது பிரபலமாகி வருகிறது. *'Sexual Asphyxia'* அல்லது *'Auto-erotic Asphyxiation'* என்பார்கள். இதற்கான சாதனங்களும் சந்தையில் விற்கப்படுகின்றன. கழுத்தைச் சுருக்கிட்டுக்கொள்ள உதவும் வகையில் அவை வடிவமைக்கப்பட்டிருக்கும். ஆனால், முடிச்சின் கட்டுப்பாடு பயனரிடம் இருக்கும். அதைக்கொண்டு அவர் கயிற்றை இறுக்கவோ தளர்த்தவோ முடியும்.

தலையைப் பாலித்தீன் பைகளால் மூடிக்கொள்பவர்களும் நெஞ்சின்மேல் எடைகளை ஏற்றி மூச்சைத் தடைசெய்பவர்களும்கூட இருக்கிறார்கள். இதனால், *'euphoria'* எனப்படும் போதையுணர்வு ஏற்படுகிறது. இந்நிலையில் சுய இன்பமோ உடலுறவோ கொள்வது அதிகப்படியான பாலியல் இன்பத்தைத் தருவதாகச் சிலர் எண்ணுகிறார்கள். இந்தப் போதையுணர்வு எல்லையைத் தாண்டும்போது, பயனர் தனது கட்டுப்பாட்டை இழக்கிறார். இது மரணத்தை ஏற்படுத்திவிடுகிறது.

இவ்வகைப் பாலியல் செய்கையில் ஈடுபடுவோர் பெரும்பாலும் தனித்தே இதைச் செய்கிறார்கள். பாலியல் இணையுடன் ஈடுபடுவது அரிது. எனவே, கட்டுப்பாட்டை மீறும்போது அவர்களைக் காக்க யாருமில்லாமல் போகிறார்கள். இவ்வாறு மரணமடைந்தவர்கள் ஆடையில்லாமல் கண்டெடுக்கப்படுவது இயல்பு.

17. மூழ்கியவர்கள்

இரண்டாயிரத்து ஒன்பதாம் ஆண்டு மே மாத இறுதி. அடுத்த ஏழு மாதங்களுக்கு ஜம்மு-காஷ்மீரின் அமைதியைக் குலைக்கப் போகும் நாளது. அன்று ஷோபியன் மாவட்டத்திலுள்ள பொங்கம் கிராமத்தில் கலவரம் வெடித்தது. கிராமத்தைச் சேர்ந்த இரண்டு பெண்களை ராணுவத்தினர் வன்புணர்ந்து கொன்றுவிட்டார்களாம். பள்ளத்தை நோக்கி வரும் நதியின் வேகத்தில் செய்தி பரவியது.

அந்தப் பெண்களின் பிணங்கள் ஓர் ஓடையில் கிடந்தன. அவர்கள் இருபத்திரண்டு வயதான நிலோஃபரும் பதினேழு வயதான ஆசியாவும். அப்பெண்கள் ஓடையில் தவறிவிழுந்து இறந்ததாகக் காவல்துறை நம்பியது. ஆனால், மக்களோ ராணுவத்தினர்தான் இதைச் செய்திருக்க வேண்டுமென எண்ணினார்கள். சடலங்களின் பிரேதப் பரிசோதனை முடிவுகள் மாநிலத்தில் கொந்தளிப்பை ஏற்படுத்தின.

இரு பெண்களும் வன்புணர்ந்து கொல்லப்பட்டிருக்கிறார்கள் என்றது போஸ்ட்-மார்ட்டம் அறிக்கை. மாநிலம் கலவரபூமியானது. காந்தும் கனலில் கந்தகம் வார்த்துக் களித்தனர் பிரிவினைவாதத் தலைவர்கள். வழக்கை மத்தியக் குற்றப்புலனாய்வுப் பிரிவிடம் ஒப்படைத்தது மாநிலஅரசு.

சிபிஐ விசாரணை பல திடுக்கிடும் தகவல்களைக் கூறியது. முதலாவதாக, அப்பெண்கள் வன்புணர்வு செய்யப்படவில்லை என்பது தெரியவந்தது. அடுத்ததாக, அவர்கள் கொல்லப்படவில்லை, நிகழ்ந்தது ஒரு விபத்து என்றது சிபிஐ. மத்தியத் தடயவியல்

ஆய்வகம் இவற்றை உறுதிசெய்தது. பிரேதப் பரிசோதனை மேற்கொண்ட மருத்துவர்கள் கலவரத்தைத் திட்டமிட்டுத் தூண்டியது தெரியவந்தது.

அம்மருத்துவர்கள் போலித் தடயங்களை உருவாக்கியிருந்தனர். இருவரில் ஒரு மருத்துவர் குற்றத்தை ஒப்புக்கொண்டார். அவர்கள் பாகிஸ்தானின் தூண்டுதலின்பேரில் மாநில அமைதியைக் குலைக்கச் செய்த சதி இது என்றது சிபிஐ. பாகிஸ்தானுடனும் தீவிரவாத அமைப்புகளுடனும் அம்மருத்துவர்களுக்கு நெருங்கிய தொடர்பிருந்ததற்கும் ஆதாரங்களை அது சமர்ப்பித்தது.

இரு பெண்களும் நீரில் மூழ்கி இறந்ததை உறுதிப்படுத்தியது மத்தியத் தடயவியல் ஆய்வகம். பிறப்புறுப்பு முதற்கொண்டு உடலில் வன்முறையைப் பிரதிபலிக்கும் காயங்கள் எதுவுமில்லை என்றும் கண்டறியப்பட்டது.

முன்னதாக, மாநில மருத்துவர்களின் அறிக்கையில் உடலெங்கும் மரணகாயங்கள் இருந்ததாகக் கூறப்பட்டிருந்தது குறிப்பிடத்தக்கது. ஏழுமாதக் கலவரங்களுக்கு முற்றுப்புள்ளி வைத்தது தடயவியல் ஆய்வறிக்கை.

ஆயினும், கலவரத்தில் ஏழு பேர் கொல்லப்பட்டிருந்தனர். பலர் காயமடைந்திருந்தனர். கலவரக்காரர்கள் மீது இருநூற்று ஐம்பதுக்கும் மேற்பட்ட முதற்தகவல் அறிக்கைகள் பதியப்பட்டிருந்தன. கடையடைப்புகளாலும் வன்முறையாலும் ஆறாயிரம் கோடி மதிப்புக்குப் பொருளாதார இழப்புகள் ஏற்பட்டன. அதாவது, பிரிவினைவாதிகள் கணிசமாக வென்றிருந்தனர்.

சரி, நாம் விஷயத்துக்கு வருவோம். ஆசியாவும் நிலோஃபரும் நீரில் மூழ்கித்தான் இறந்தார்கள் என்பதை எப்படிக் கூறியது தடயவியல் ஆய்வகம்? இந்தக் கேள்விக்கு பதில் தெரிய, ஒருவர் மூழ்கும்போது அவருக்கு என்ன நடக்கிறது என்ற புரிதல் வேண்டும்.

நீரில் விழும் ஒருவர் முதலில் மூழ்குகிறார். மூழ்கும் ஆழம், விழுதலின் விசையைப்பொறுத்தது. நீரின் மேலுதைப்புத் தன்மையாலும் விழுந்தவர் கைகால்களை அசைத்துச் செய்யும் முயற்சிகளாலும் விழுந்தவரின் ஆடைகளில் புகுந்திருக்கும் காற்றினாலும் விழுந்தவர் நீரின் மேற்பரப்புக்குத் தள்ளப்படுகிறார்.

கணநேரம் காற்றைப் பிரிந்தவர், வெளியே வந்ததும் நுரையீரல் முழுக்கக் காற்றை நிரப்பிக்கொள்ளத் துடிக்கிறார். ஆனால், அதற்குப் பதில் அதிகளவில் நீரைக் குடித்துவிடுகிறார். அதில் பகுதியளவு நீர் நுரையீரலுக்கும் சென்றுவிடும். சுவாசப்பாதை அந்நீரை அந்நியப் பொருளாகக் கருதி மறுவினையை *(Reflex Action)* வெளிப்படுத்தும். இதனால், நுரையீரலில் இருந்த கொஞ்சம் காற்றும் வெளியேறிவிடும்.

மூளைக்குச் செல்லும் பிராணவாயு தடைபடும்போது அது செயல்படுவதை நிறுத்தும். இதனால், மூழ்குபவரின் எதிர்ப்பு அடங்கிவிடுகிறது. அதே நேரம், காதுகள் அழுத்தத்தால் காயமடைகின்றன. இது உட்காதில் ரத்தக்கசிவை ஏற்படுத்தும். காதுகள் பாதிப்படைந்தால் மனித உடலின் சமநிலை பாதிக்கப்படும். மூழ்குபவர் திசையறியும் திறனை இழப்பார். இதுவே மூழ்குதலின் செயல்முறை.

மூழ்குபவர் உயிரைக் காப்பாற்றிக்கொள்ளும் வேட்கையில் கையில் கிடைத்ததையெல்லாம் இறுக்கமாகப் பற்றிக்கொள்வார். நீர்த்தாவரங்களோ சேறோ மண்ணோ எதுவாகவும் இருக்கலாம். அவ்வாறு அவர் பற்றியதை உயிர் போனாலும் விடமாட்டார். மிகுந்த பிரயாசைப்பட்டுத்தான் சடலத்தின் விரல்களை விரிக்க முடியும். இந்தப் பற்றும் முறை, *'Cadaveric Spasm'* என்றழைக்கப்படும். இறந்தவர் நீரில் விழும்போது உயிருடன்தான் இருந்தார் என்பதற்கான சான்று இது.

இதனைப் பிரேதப் பரிசோதனையிலும் கண்டறிந்துவிடலாம். இறந்தவரின் நுரையீரல் பெரியதாக இருப்பது அதனுள் நீர் தேங்கியிருப்பதைக் குறிக்கிறது. விலா எலும்புகளின் அச்சு பதியுமளவிற்கு நுரையீரலின் வீக்கம் இருக்கும். இறந்தவரின் வாயிலும், உணவுக்குழலிலும் மண்ணோ தாவர எச்சங்களோகூட இருக்கலாம். இரைப்பையிலும் நீர் நிரம்பியிருக்கும். உயிருடன் மூழ்கியவர், நீரைப் பருகிவிடுவதால் இவற்றைக் காணமுடிகிறது.

நுண்ணுயிரியல் சோதனைகளின் அடிப்படையிலும் நீரில் விழுந்தவர் உயிருடன் விழுந்தாரா இல்லையா என்பதைக் கண்டறிகிறது தடயவியல். நீர்நிலைகளில் பொதுவாகக் காணப்படும் பாசியினம் ஒன்றுள்ளது. டையாட்டம் *(Diatom)* என்பர். இவை ரத்தநாளங்களின் சுவர்களை ஊடுருவி, ரத்தவோட்டத்தில்

கலக்கவல்லவை. ரத்தத்தின் வழியே, சிறுநீரகம், மூளை, போன்ற பிற உள்ளுறுப்புகளை இவை அடைகின்றன.

எலும்பு மஜ்ஜையில்தான் பெரும்பாலும் இவற்றைக் கண்டறியும் சோதனைகளைச் செய்கிறது தடயவியல் துறை. எலும்பு மஜ்ஜை நைட்ரிக் அமிலத்தில் கரைக்கப்படும். டையாட்டம்களின் செல்சுவர் கடினமான சிலிக்காவினால் ஆனதால் அவற்றால் இந்த அமிலச்சூழலை தாக்குப்பிடிக்கவியலும். எனவே அவை கரைவதில்லை. பிறகு, நைட்ரிக் அமிலக்கரைசல் நீக்கப்பட்டு அடியிலுள்ள டையாட்டம் படிவுகள் சேகரிக்கப்படும். இப்படிவுகள் நுண்ணோக்கியால் ஆய்வுக்குட்படுத்தப்பட்டு டையாட்டம்கள் இருப்பது உறுதிசெய்யப்படும்.

சடலம் மிதந்த நீரிலும் அதே வகையான டையாட்டம்கள் உள்ளனவா என்பதும் சோதிக்கப்படும். ரத்தவோட்டம் உடலில் இருந்தால் மட்டுமே டையாட்டம்கள் உள்ளுறுப்புகளை அடையும். எனவே, உள்ளுறுப்புகளில் டையாட்டம்களின் இருப்பு, இறந்தவர் நீரில் விழும்போது உயிருடன்தான் இருந்தார் என்பதை உறுதிசெய்கிறது. டையாட்டம்கள் எளிதில் அழுகுவதில்லை என்பது சாதக அம்சம். அவை அதிக வெப்பநிலையையும் தாங்கக்கூடியவை.

நீரில் மூழ்கி இறந்தவரின் வாயிலும் மூக்கிலும் வெண்நுரை வருவது வழக்கம். நுரையீரலில் நீர் இருக்கும்போது அது கோழைச்சுரப்பைத் தூண்டுகிறது. அதுவே நுரைக்குக் காரணம். ரத்தக்கசிவால் இந்த நுரை சில நேரங்களில் இளஞ்சிவப்பு நிறத்திலும் இருக்கும்.

மூழ்கும்போது ஒருவர் உயிருடனிருந்தாரா என்பதைக் கண்டறியும் பல்வேறு முறைகளைப் பார்த்தோம். அவற்றைப் பின்வருமாறு தொகுத்துக்கொள்ளலாம்.

★ மூக்கிலும் வாயிலும் நுரை வெளியேறுதல்.

★ *Cadaveric Spasm*-இறுக்கி மூடிய உள்ளங்கையில் தாவர எச்சங்கள், மண் போன்றவை காணப்படுதல்.

★ விலா எலும்புகள் அழுந்தப்பதிந்த, பருத்த நுரையீரல்.

★ குரல்வளையில் மண்துகள்கள் காணப்படுதல்.

★ உட்செவியிலும் இரைப்பையிலும் தண்ணீர் காணப்படுதல்.

★ நேர்மறை டையாட்டம் சோதனை முடிவுகள்

மேற்கூறியவை கண்டறியப்பட்டால் இறந்தவர், மூழ்குகையில் உயிருடன் இருந்தார் என உறுதிசெய்யலாம்.

அடுத்து, பிணத்தின் மிதக்கும் தன்மையைக் காண்போம். நீரில் மூழ்கிய சடலம் அழுகத்தொடங்கும்போது அதனுள் வாயுக்கள் உற்பத்தியாகும். எனவே, பலூன் போல சடலம் மிதந்து நீருக்கு வெளியே வரும். இந்தியத் தட்பவெப்பச் சூழலில் இது நிகழ ஒன்றிலிருந்து இரண்டு நாள்கள் ஆகலாம். நீரின் வெப்பநிலை குறையக்குறைய அழுகும் செயல்முறை தாமதமாகும். இறந்தவரின் உடலில் கொழுப்பு அதிகமாயிருப்பின் மிதத்தல் விரைவில் நிகழும்.

அதுபோலவே, நீரின் ஆழம் அதிகரிக்க அதிகரிக்க அழுகுதல் தாமதமாகும். குளிர்ந்த, ஆழமான நீரிலுள்ள சடலம் மிதக்க இரண்டு வாரங்களுக்கு மேல்கூட ஆகலாம். மிதக்கும் சடலம் குப்புறக்கிடப்பது இயல்பு. எனவே, லிவர் மார்டிஸ் நிறத்திட்டுகள் சடலத்தின் முன்பகுதியில் காணப்படும்.

மூழ்கிய இரண்டிலிருந்து மூன்று நாள்களில் உள்ளங்கை உள்ளங்கால்கள் வெளுத்துக் காணப்படும். மிக அதிகமான சுருக்கங்களும் இருக்கும். இத்தகைய நிலையை *'Washerwomen's Feet & Hands'* என்பர். இதைத் தொடர்ந்து கைகால் மேற்தோல்கள் உறையைப்போல் கழன்று வந்துவிடும். இந்நிலை *'Gloving'* எனப்படுகிறது.

இறந்தவர் மூழ்கியது நன்னீரிலா உப்புநீரிலா என்பதையும் தடயவியலில் கண்டறியலாம். நாம் முட்டைகளை வேகவைக்கும் போது உப்பு சிறிது சேர்த்துக்கொள்வோமில்லையா? இதனால் முட்டை சுருங்கி, ஓட்டுடன் தனது தொடர்பைத் துண்டித்துக்கொள்ளும். எனவே, முட்டையோட்டை உரிப்பது சுலபமாக இருக்கும். மாறாக, தூய்மையான நீரில் வேகும் முட்டைகள் அளவில் பெரிதாகும்.

இந்தச் செயல்முறையை சவ்வூடுபரவல் என்போம். முட்டையோட்டுக்கும் புரதத்துக்கும் இடையிலிருக்கும் மெல்லிய சவ்வினால் இது நிகழ்கிறது. இதைப்போன்ற சவ்வு ரத்தச்

சிவப்பணுக்களைச் சுற்றியும் உள்ளன. எனவே, நீரிலுள்ள உப்பின் அளவைப்பொறுத்து இவை சுருங்கவோ உப்பி வெடிக்கவோ செய்யலாம். இவற்றைக்கொண்டு நீரின் தன்மையை அறியலாம்.

அதைவிட இன்னும் சுலபமான வழி, ரத்தத்திலுள்ள குளோரைடு அயனிகளின் செறிவைக் கண்டறிதல். சாதாரணமாக, நூறு மில்லிலிட்டர் ரத்தத்தில் இவ்வயனிகள் அறுநூறு மில்லிகிராம் அளவுக்கு இருக்கும். இச்செறிவு உப்புநீரில் அதிகரித்தும் நன்னீரில் குறைந்தும் காணப்படும். நீர்த்தொட்டியிலோ நன்னீர் நிலைகளிலோ ஒருவரை அழுத்திக்கொன்றுவிட்டு, சடலத்தைக் கடலில் எறிந்துவிடுபவர்கள் உண்டு. சடலம் கண்டறியப்படக்கூடாது என்பதற்காக அவ்வாறு செய்கிறார்கள். இந்த நிகழ்வுகளில் வெளிச்சம் பாய்ச்ச குளோரைடு ஆய்வு உதவுகிறது.

நீரில் மூழ்கி இறத்தல் என்பது பெரும்பாலும் விபத்தாகத்தான் நிகழ்கிறது. பெரும்பாலும் குழந்தைகளும் மதுவருந்தியவர்களுமே நீரில் மூழ்குகின்றனர். அடுத்த இடத்தில் தற்கொலை மரணங்கள் உள்ளன. ஆவணங்களின்படி, ஆண்களைவிடப் பெண்களே பெரும்பாலும் நீரில் குதித்துத் தற்கொலை செய்வதைத் தேர்வு செய்கிறார்கள்.

18. நெருப்பின் நாக்குகள்

தகவல் கேட்டு தீயணைப்புத்துறை வந்து பார்த்தபோது வீடு முற்றிலும் எரிந்து நாசமாகியிருந்தது. மெர்க்கேப்டேனின் மெலிதான வாடையைக் காற்றில் அப்போதும் உணரமுடிந்தது. சமையல் எரிவாயுவாக நாம் பயன்படுத்தும் பியூட்டேன் வாயுவுக்கு மணம் கிடையாது. எனவே, கசிவைக் கண்டறியும் பொருட்டு அதனுடன் சிறிதளவு மெர்க்கேப்டேன் சேர்மம் சேர்க்கப்படுகிறது.

வெப்பமும் வாயுக்கசிவும் அடங்கியபின் காவல்துறை தன்னுடைய புலனாய்வைத் தொடங்கியது. தடயவியல் வல்லுநரும் அதற்குள் வந்து சேர்ந்திருந்தார். எரிந்த வீட்டில் கருகிய நிலையில் ஒரு பெண்ணின் சடலம் கிடந்தது. வீட்டுக்கு வெளியே விளையாடிக் கொண்டிருந்ததால் தெய்வாதீனமாக அப்பெண்ணின் இரண்டு வயதுக் குழந்தை தீயின் வாயிலிருந்து தப்பித்திருந்தது. ஆரம்பக்கட்ட சோதனையிலேயே அது விபத்தல்ல என்பதைக் கண்டறிந்தார் தடயவியலாளர்.

மல்லாக்கக் கிடந்த சடலத்தின் மேற்பகுதி மட்டுமே கருகியிருந்தது. தரையுடன் ஒட்டியிருந்த அடிப்பகுதி கருகவில்லை. அடிப்பகுதியின் ஆடைகளும்கூட எரியாமல் எஞ்சியிருந்தன. வீடு எரிந்துகொண்டிருந்தபோது அப்பெண் உயிருடன் இல்லை, அல்லது நினைவுடன் இல்லை என்பதை அது உணர்த்தியது. நினைவு இருந்திருந்தால் உயிரைக் காப்பாற்றிக்கொள்ள அவள் அங்குமிங்கும் ஓடியிருப்பாள். எனவே, உடலின் அனைத்துப் பகுதிகளும் எரிந்திருக்கும். குறிப்பாக ஆடைகள்.

அடுத்து கண்டறியவேண்டியது தீப்பிடித்ததன் காரணத்தை. நிச்சயமாக அது எரிவாயுக்கசிவுதான். இருந்தாலும், எப்படிக் கசிந்தது என்பதைக் கண்டறியவேண்டியது அவசியம். தடயவியலாளர் எரிவாயு சிலிண்டரையும் அது அடுப்புடன் இணைக்கப்பட்ட குழாயையும் ஆய்வுசெய்தார். குழாயானது அடுப்பிலிருந்து பிடுங்கப்பட்டது தெரியவந்தது. ரெகுலேட்டரும் 'ஆன்' செய்த நிலையில் இருந்தது. எனவே, இந்தச் சம்பவம் விபத்தல்ல என்பதை சந்தேகத்துக்கிடமின்றி நிரூபித்தார் தடயவியலாளர்.

போலீசாரின் திறமையான விசாரணையால் குற்றவாளி சீக்கிரமே அடையாளம் காணப்பட்டான். நடந்தது இதுதான். குக்கரின் கைப்பிடியை இணைத்திருந்த திருகாணி கழன்றுவிட்டது. அந்தச் சமயத்தில் வீட்டுப்பக்கம் வந்த கறிக்கடைக்காரனை நட்புரீதியாக உதவிகேட்டுள்ளார் அப்பெண். அந்த வீட்டாருடன் நல்ல நட்புறவில் இருந்தவன்தான் அந்தக் கறிக்கடைக்காரன்.

அவன் குக்கரைச் சரிசெய்துவிட்டான். அதே நேரம் அவனது சிந்தையென்ற குக்கருக்குள் கொதித்துத் தெறித்துக்கொண்டிருந்தது காமம். அந்தக் குக்கரைச் சரிசெய்ய அவனுக்குத் தெரியவில்லை. அப்பெண்ணைக் கீழே தள்ளி வல்லுறவுக்கு முயல்கிறான். அந்தப் பெண் மறுத்துப் போராடுகிறார். கூச்சலிட எத்தனிக்கிறார். அப்போது பதற்றத்தில் கையிலிருந்த ஸ்க்ரூ டிரைவரை அப்பெண்ணின் கழுத்தில் இறக்கிவிடுகிறான் இவன்.

அப்பெண்ணின் உயிர் பிரிந்துவிட்டது. காமவேட்கையில் தான் மாபெரும் தவறு செய்துவிட்டதை உணர்கிறான் கறிக்கடைக்காரன். பதறுகிறான். நிகழ்ந்ததை விபத்தாக்க முடிவெடுக்கிறான். துரிதமாகத் திட்டம் தீட்டி, எரிவாயுக் குழாயை அடுப்பிலிருந்து கழற்றுகிறான். அறையை பியூட்டேனால் நிரப்புகிறான்.

வரவேற்பறையில் விளையாடிக்கொண்டிருந்தது அப்பெண்ணின் குழந்தை. பலமுறை அவன் அந்தக் குழந்தையைத் தூக்கிக் கொஞ்சியிருக்கிறான். அதனால், அதைக் கொல்ல அவனுக்கு மனம் வரவில்லை. தீ வைப்பதற்குமுன் குழந்தையின் கையில் பொம்மைகளைக் கொடுத்து வீட்டின் எதிரேயிருந்த மரத்தடியில் அமர்த்திவிடுகிறான். கணநேரக் காம இச்சை, இரண்டு குடும்பங்களை அழித்துவிட்டது.

ஒரு தடயவியலாளர் மிக அதிகமாக எதிர்கொள்ளும் வழக்கு வகைகளுள் ஒன்று தீ வைத்தல். ஆதாரங்களை அழிக்கவோ, கொலையைத் தற்கொலையைப் போல ஜோடிக்கவோ, தவறான வகையில் காப்புரிமை பெறுவதற்கோ, கலவரங்களின்போதோ பெரும்பாலும் தீ வைப்புகள் நடக்கின்றன. விபத்தாக நடக்கும் தீப்பிடிப்புச் சம்பவங்களும் அதிகமே. எரிந்துபோன சம்பவ இடங்களை ஆய்வுசெய்யும் தடயவியலாளர் தீயின் குணங்களை அறிந்திருக்கவேண்டியது அவசியம்.

எரிவதற்கு மூன்று அம்சங்கள் தேவை - எரிபொருள், வெப்பம், ஆக்சிஜன். எரிதல் என்ற முக்கோணத்தின் மூன்று முனைகள் இவை. ஒரு முனை இல்லையென்றாலும் அது முக்கோணமாகாது. போதுமான அளவு ஆக்சிஜன் இருக்கவேண்டியது எரிதலுக்கு அவசியம். அதனால்தான் மூடிய அறையைவிட, திறந்தவெளியில் தீப்பிடிக்கும்போது அதனை அணைப்பது கடினமாகிறது.

எரிபொருளைப்பொறுத்தவரை அது திண்மமாகவோ திரவமாகவோ வாயுவாகவோ இருக்கலாம். எந்தவொரு பொருளை வெப்பமாக்கினாலும் அது வாயுநிலைக்குச் சென்ற பின்னரே தீப்பற்றும் என்பது விதி. எனவே, வாயு வடிவ எரிபொருள்கள் எளிதில் தீப்பற்றுகின்றன. திரவங்களும் திண்மங்களும் வாயுவாக மாறுவதற்குச் சிறிது வெப்பம் தேவைப்படுகிறது. பிறகுதான் அவை எரிகின்றன. திடப்பொருளின் எரியும் திறன், திரவங்களை விடக்குறைவானது.

எரிந்த இடத்தை ஆய்வு செய்யும்போது எரிமூலம் எதுவெனக் கண்டறியவேண்டும். *Seat of Fire* என்பார்கள். அதாவது, எந்த இடத்தில் முதலில் தீப்பற்றியது என்பது கண்டறியப்படவேண்டும். இதனைக் கண்டறியச் சுலபமான வழியொன்று உண்டு. நீங்களே ஓர் எளிய சோதனையின் மூலம் இதைக் கண்டறியலாம்.

தரையும் சுவரும் இணையும் 'ட' வடிவப் பகுதியைத் தேர்ந்தெடுத்துக்கொள்ளுங்கள். தரையையும் சுவரையும் தொட்டுக்கொண்டிருப்பதுபோல ஒரு கட்டிக்கற்பூரத்தை வையுங்கள். இப்போது கற்பூரத்தைப் பற்றவைக்கலாம். அது எரிந்து முடியும்வரை பொறுமை காக்கவும். இப்போது சுவரில் என்ன மாதிரியான வடிவத்தைக் கற்பூரத்தின் எரிதல் வரைந்திருக்கிறது என்பதைக் கவனியுங்கள். அது '*V*' வடிவமாக இருக்கும். எவ்வளவு

பெரிய எரிதலுக்கும் இதுதான் அடிப்படை. *'V'* என்ற ஆங்கில எழுத்தின் இருகரங்களும் இணையும் இடம்தான் தீ தொடங்கிய இடம்.

எரிமூலத்தைக் கண்டறிந்தால்தான் ஏன் எரிந்தது என்பதைக் கண்டறியமுடியும். அணைக்காத சிகரெட், தீக்குச்சி போன்றவைகூட விபத்துக்குக் காரணமாக இருக்கலாம். மின்கசிவு சிலநேரங்களில் காரணமாக இருக்கலாம். வேண்டுமென்றே வைக்கப்பட்ட தீயாகவும் *(Arson)* இருக்கலாம். இதனைக் கண்டறிவது தடயவியலாளரின் தலையாய பொறுப்பு.

மின்கசிவு என்ற சந்தேகம் இருக்கும்போது அவ்விடத்திலுள்ள வயர்களைச் சேகரிக்க வேண்டும். அவை கூர்மையாக ஆய்வுக்குட்படுத்தப்படவேண்டும். வயர்கள் ஷார்ட் சர்க்யூட் ஆகி அறுபடும்போது அறுந்த உலோகக் கடத்தியின் முனைகள் குமிழ் வடிவத்தைக்கொண்டிருக்கும். இது மிகத் தனித்துவமான அடையாளம். தீயில் எரிந்த வயர்களில் இந்தக் குமிழ் வடிவங்கள் காணப்படாது.

உள்நோக்கத்துடன் திட்டமிட்டு வைக்கப்பட்ட தீயில் சேதாரங்கள் அதிகமிருக்கும். ஏனெனில், அந்நிகழ்வுகளில் மண்ணெண்ணெய், பெட்ரோல் போன்றவை பயன்படுத்தப்பட்டிருக்க பெரும் வாய்ப்புள்ளது. இவற்றை உந்திகள் *(Accelerators)* என்பர். வைக்கோல், காகிதங்கள் போன்றவைகூட உந்திகளாகச் செயல்படவல்லவை. பெரும்பாலும் வாடையை வைத்துத் திரவ எரிபொருள்களை அடையாளம் கண்டுவிடலாம். காற்றிலுள்ள எரிபொருளைக் கண்டறியும் கையடக்கக் கருவிகளும் உள்ளன. பகுதியளவு எரிந்த பொருள்கள், எரிந்த இடத்திலுள்ள மண் போன்றவற்றில் உந்திகள் கலந்திருக்கின்றனவா என, தடய வேதியியலாளர்கள் ஆய்வு செய்வர்.

எரியும்போது வெளிப்படும் புகையின் நிறம் எரிபொருளைப்பற்றிய கணிப்புகளைக் கொடுக்கலாம். பிளாஸ்டிக், ரப்பர், டயர்கள், டீசல், மசகு எண்ணெய், சமையல் எண்ணெய், மண்ணெண்ணெய் போன்றவை எரியும்போது கரும்புகை வெளிப்படும். மண்ணெண்ணெய் பச்சை நிறப் புகையையும் வெளிப்படுத்தக்கூடியது. மரம், காகிதம், துணி, தார் போன்றவை சாம்பல்-பழுப்பு நிறப் புகையை உமிழும். காய்ந்த புற்கள் பழுப்பு

நிறப் புகையையும் பெட்ரோல் வெண்புகையையும் உற்பத்தி செய்கின்றன. புகையற்ற நீலநிற நெருப்பு சமையல் எரிவாயுவின் இயல்பு.

தீயில் எரியும் உடலில் தசைகளும் நரம்புகளும் குறுக்கத்துக்கு உட்படுகின்றன.

இதனால் முட்டிகள், மணிக்கட்டுகள், கணுக்கால்கள், இடுப்பு போன்றவை வளைகின்றன. இது கருகிய சடலத்துக்கு, குத்துச்சண்டை வீரரொருவர் தற்காப்பு நிலையில் இருப்பதைப் போன்ற தோற்றத்தைத் தருகிறது. *Boxer's Stance* அல்லது *Pugilistic Posture* என்பர் தடயவியலாளர்கள். சுடுகாட்டில் பிணத்தை எரிக்கும்போதும் இது நிகழும். எரியும்போது பிணம் எழ முயலும் என்றும் வீராதிவீரனான வெட்டியான் அதனைக் கம்பால் அடித்துப் படுக்கவைப்பான் என்றும் மூடநம்பிக்கைக் கதைகளைச் சிலர் இன்றும் பரப்பிவருகின்றனர்.

குத்துச்சண்டைத் தற்காப்பு நிலை என்பது அதீத வெப்பத்தில் மட்டுமே நிகழும். குறுக்கத்தின் அளவைக்கொண்டு உடல் எவ்வளவு வெப்பநிலையில் எவ்வளவு நேரம் எரிந்தது, என்ன வகையான எரிபொருள் பயன்படுத்தப்பட்டிருக்கும் போன்றவற்றைக் கணிக்கலாம். சடலத்தில் சீரம் நிரம்பிய கொப்புளங்கள் காணப்பட்டால் இறந்தவர் எரியும்போது உயிருடன் இருந்தார் எனலாம். ஏற்கெனவே இறந்த சடலத்தில் கொப்புளங்கள் தோன்றாது. எரியும்போது உயிர் இருந்ததா இல்லையா என்பதைப் பிரேதப் பரிசோதனையிலும் கண்டறியலாம்.

சடலத்தின் மூச்சுக்குழலில் கரித்துகள்கள் காணப்பட்டால் எரியும்போது அவர் உயிருடனிருந்தார் என உறுதிசெய்யலாம். ஏற்கெனவே இறந்த சடலம் சுவாசிக்காது என்பதால் இத்தகைய கரித்துகள்கள் மூச்சுக்குழலில் இருக்க வாய்ப்பில்லை. சுற்றிலும் நெருப்பால் சூழப்பட்டவர் உண்மையில் தீக்காயங்களால் மட்டும் இறப்பதில்லை. சுவாசத்தடைதான் அவரது மரணத்துக்கு முதற்காரணமாக அமைகிறது.

நம் ரத்தத்திலுள்ள ஹீமோகுளோபின் மூலக்கூறுகள் ஆக்சிஜனை உடலின் பல பாகங்களுக்கும் கடத்துகின்றன எனப் பள்ளிக்கூடத்தில் படித்திருப்போம். ஹீமோகுளோபின் ஒரு பாரவண்டியைப்

போலச் செயல் புரிகிறது. நுரையீரலிலிருந்து ஆக்சிஜனை ஏற்றிச் சென்று உடலின் பல பாகங்களுக்கு விநியோகிக்கிறது. எனவே, ஆக்சிஜன் ஹீமோகுளோபினுடன் மெல்லிய பிணைப்பையே ஏற்படுத்திக்கொள்கிறது. அப்போதுதான் இறங்கும் இடம் வந்ததும் உடனே பிணைப்பைத் துண்டித்துக்கொள்ள முடியும்.

அதே நேரம், கார்பன் மோனாக்சைடு ஹீமோகுளோபினுடன் வலிமையான பிணைப்பை ஏற்படுத்திக்கொள்கிறது. எரிதலில் வெளிப்படும் புகையில் பெருமளவில் இவை உள்ளன. ஹீமோகுளோபினுடன் இவை பிணைந்தபின் ஆக்சிஜனால் இவற்றை இடமாற்றம் செய்யமுடியாது. இதனால் உடலின் பாகங்களுக்கு ஆக்சிஜன் கிடைக்காமல் போகும். உடல் செயலாற்றுவதை நிறுத்தும். உடலுறுப்புகளிலேயே அதிக ஆக்சிஜன் தேவைப்படுவது மூளைக்குத்தான். ஆக்சிஜன் தடைபட்டுப்போனால் அது கோமா நிலைக்குச் சென்று தன் எதிர்ப்பைப் பதிவு செய்யும். முடிவில், எதிர்ப்பில்லாத உடலை நெருப்பு நிதானமாக விழுங்கும்.

ஆக்சி-ஹீமோகுளோபினைவிட கார்பன் மோனாக்சைடால் உருவாகும் கார்பாக்சி-ஹீமோகுளோபின் கவர்ச்சியான சிவப்பு நிறம் கொண்டிருக்கும். செர்ரிப்பழச் சிவப்பு நிறத்தில் அது இருக்கும். இது பிரேதப் பரிசோதனையில் குறித்துக்கொள்ளப்படும். நிறமாலைமானி ஆய்வில் ரத்தத்திலுள்ள கார்பாக்சி-ஹீமோகுளோபினைத் துல்லியமாக அடையாளம் கண்டுவிடலாம். கொல்லப்பட்டு எரிக்கப்பட்ட சடலத்தில் கார்பாக்சி-ஹீமோகுளோபின்கள் இருக்காது.

எரிந்த பிணத்தை அடையாளம் காண்பது கடினமான ஒன்று. டிஎன்ஏ மூலக்கூறுகள் அழிந்துவிடுவதே இதற்குக் காரணம். இச்சூழ்நிலைகளில் பற்குழியிலிருந்து டிஎன்ஏ பெறப்படும். மானுடவியல் முறைகளும் மண்டையோடு மேற்படர்வு ஆய்வும்கூடப் பல சமயங்களில் உதவுகின்றன. இவற்றை ஏற்கெனவே முந்தைய அத்தியாயங்களில் அலசிவிட்டோம்.

19. காயமே இது மெய்யடா

அண்டைவீட்டார் கொடுத்த தகவலின்பேரில் சம்பவ இடத்துக்கு வந்துசேர்ந்தனர் போலீசார். ரத்த வெள்ளத்தில் கிடந்த அருணையும் செல்வராஜையும் மருத்துவமனையில் சேர்த்தனர். செல்வராஜின் காயங்கள் அபாயகரமானவையாக இல்லை. ஆனால், அருணுக்குப் பலமான காயங்கள் ஏற்பட்டிருந்தன. அவனை மருத்துவர்களால் காப்பாற்ற இயலவில்லை. சம்பவ இடத்தை ஆய்வுசெய்த தடயவியல் வல்லுநர் அவர்களுக்கிடையில் கைகலப்பு நடந்திருப்பதை உறுதிசெய்தார்.

மருத்துவமனையில் இருந்த செல்வராஜிடம் போலீசார் விசாரணை நடத்தினர். தான் அருணுக்குப் பணம் கொடுத்திருந்ததாகவும் அதைத் தராமல் அவன் ஏமாற்றிக்கொண்டே இருந்ததாகவும் கூறினான் செல்வராஜ். செல்வராஜின் வாக்குமூலத்தின்படி, சம்பவ நாளன்று கடன்பாக்கி தொடர்பாக இருவருக்கும் சூடான சொற்போர் நிகழ்ந்துள்ளது. தொடர்ந்து சொற்போர் மற்போராக வளர்ச்சியடைந்துள்ளது. இறுதியில் மற்போர் ஆயுதப்போராக மாறியுள்ளது.

மறைத்துவைத்திருந்த கத்தியை எடுத்து செல்வராஜைத் தாக்கியுள்ளான் அருண். அதைத் தடுப்பதற்குப் போராடிய செல்வராஜ் ஒருவழியாக அருணிடமிருந்து கத்தியைப் பிடுங்கியுள்ளான். பிறகு, தற்காப்புக்காக அருணைக் குத்தியுள்ளான். இந்தச் சம்பவம் திட்டமிடப்பட்டது அல்ல. சந்தர்ப்ப

சூழ்நிலைகளே இந்த அசம்பாவிதத்துக்குக் காரணம். இவ்வாறாக தனது வாக்குமூலத்தை அளித்தான் செல்வராஜ்.

ஆனால், இருவரது காயங்களையும் ஆராய்ந்த தடயவியல் வல்லுநர்கள் செல்வராஜின் வாக்குமூலத்தை நிராகரித்தனர். ஒப்பீட்டளவில் அருணுக்கு அதிக எண்ணிக்கையில் காயங்கள் ஏற்பட்டிருந்தன. அவற்றில் கணிசமான அளவுக்குத் தற்காப்புக் காயங்கள் இருந்தன. தற்காப்புக் காயங்கள் என்பவை தாக்க வருபவரிடமிருந்து தன்னைத் தற்காத்துக்கொள்ளும் முயற்சியில் ஒருவருக்கு ஏற்படும் காயங்கள். உள்ளங்கை, மணிக்கட்டு, முன்கை, புஜங்கள் இவற்றில் காணப்படுபவை தற்காப்புக் காயங்கள் எனப்படுகின்றன.

ஒருவரைக் கொல்ல உத்தேசிப்பவர்தான் இத்தனை அதிக எண்ணிக்கையிலான தாக்குதல்களை நடத்துவார் என்று கூறினர் தடயவியலாளர்கள். மறுபுறம், செல்வராஜுக்கு ஏற்பட்ட காயங்கள் ஆழமற்றவையாக இருந்தன. கொல்லும் நோக்கத்தோடு அருண் தாக்கியிருந்தால் அவை ஆழமான குத்துக் காயங்களை ஏற்படுத்தியிருக்கும்.

அதோடு, செல்வராஜின் அத்தனை காயங்களும் அவன் தனக்குத்தானே ஏற்படுத்திக்கொண்டிருக்க முடியும் என்ற வகையினதாக இருந்தன. காயங்களின் அமைப்புகள் அதனை உறுதிசெய்தன. ஆனால், அருணுக்கு ஏற்பட்டிருந்த பெரும்பாலான காயங்கள் எதிராளியினால் மட்டுமே ஏற்பட்டிருக்கச் சாத்தியமிருந்தது. அருணின் உள்ளங்கையிலும் விரல் மடிப்புகளிலும் ஏற்பட்டிருந்த காயங்கள், அவர் கத்தியைப் பிடுங்க முயன்றதைக் காட்டின.

தடயவியலாளர்களின் துல்லியமான கேள்விகளை செல்வராஜால் எதிர்கொள்ள முடியவில்லை. இறுதியில் திட்டமிட்டு அருணைக் கொன்றதை ஒப்புக்கொண்டான். போலீசாரை ஏமாற்றத் தனக்குத்தானே காயங்கள் ஏற்படுத்திக்கொண்டதாகவும் சொன்னான். அறிவியலின் அடிப்படையில் தர்க்கரீதியாக எழுப்பப்பட்ட கேள்விகள் இந்த வழக்கில் குற்றவாளியை அடையாளம் காட்டின.

ஒருவரது உடலில் காணப்படும் காயங்கள் குற்றச் சம்பவத்தை மறுகட்டமைப்பு செய்வதில் இன்றியமையாத பங்கு வகிக்கின்றன.

எந்த முறையில் அவர் தாக்கப்பட்டார்? எந்த மாதிரியான ஆயுதத்தால் தாக்கப்பட்டார்? எத்தனை முறை தாக்கப்பட்டார்? தாக்குதலின் தீவிரம் என்ன? தாக்கியவரின் மனப்பாங்கு என்ன? இப்படிப் பல கேள்விகளுக்கு பதிலளிக்கவல்லவை தடயவியலின் காயப் பரிசோதனைகள்.

ஒருவரது உடல் திசுக்களின் உடற்கூறியல் தொடர்ச்சியில் ஏதேனும் மீறல்கள் நேர்ந்திருந்தால் அவற்றைக் 'காயங்கள்' என்கிறது மருத்துவ அறிவியல். ஏதேனும் ஒரு பொருளுடன் உடல் மோதும்போது காயங்கள் உண்டாகின்றன. மோதும் பொருளின் விசைக்குச் சமமான எதிர்விசையை உடல் வெளிப்படுத்துவதே காயங்களுக்குக் காரணம். ஆம். நியூட்டனின் மூன்றாம் விதியேதான்.

மோதும் பொருளின் எடையும் திசைவேகமும், உண்டாகும் காயத்தின் அளவைத் தீர்மானிக்கின்றன. பள்ளிக்கூடத்தில் இயக்க ஆற்றலுக்கான சமன்பாட்டை நாம் படித்திருப்போம். சற்று நினைவுபடுத்திக்கொள்வோமா? பொருளின் நிறையையும் திசைவேகத்தின் வர்க்கத்தையும் பெருக்கி, இரண்டால் வகுத்தால் கிடைப்பதே அப்பொருளின் இயக்க ஆற்றல். அதாவது, பொருளின் நிறையை இருமடங்கு அதிகரித்தால் இயக்க ஆற்றலும் இருமடங்கு அதிகரிக்கும். ஆனால், திசைவேகத்தை இருமடங்காக்கினால் இயக்க ஆற்றல் நான்கு மடங்காக அதிகரிக்கும். எனவே, ஒரு தாக்குதலில் பொருளின் நிறையைவிட, திசைவேகமே அதிக முக்கியத்துவம் பெறுகிறது.

தாக்குதலுக்குண்டான பரப்பளவு அதிகரிக்கும்போது தாக்குதலின் இயக்க ஆற்றல் வெவ்வேறு பகுதிகளுக்குத் திசைதிருப்பப்படும். இதனால் தாக்குதலின் வீரியம் மட்டுப்படும். எடுத்துக்காட்டாக, வயிறு, முதுகு போன்றவற்றில் ஏற்படும் தாக்குதல்களைச் சொல்லலாம். மாறாக, பரப்பளவு குறைவாக இருக்கக்கூடிய தலை, மூட்டுகள் போன்றவற்றில் தாக்குதலின் பாதிப்பு அதிகமாக இருக்கும். மேலும், உடல் மென்மையாகவும், நெகிழ்வுத்தன்மை கொண்டுமிருந்தால் தாக்குதலால் அது அதிகம் பாதிப்புக்குள்ளாகும்.

காயங்களை, ஆயுதங்கள் போன்ற பொருள்களால் ஏற்படுபவை, தீயால் ஏற்படுபவை, ரசாயனங்களால் ஏற்படுபவை, மற்றவை என நான்கு வகைகளாகப் பிரிக்கலாம். மின்சாரம், கதிர்வீச்சு, மின்னல் போன்றவற்றின் தாக்குதல்களை 'மற்றவை' என்ற தலைப்பில்

சேர்க்கலாம். நான்கு வகைக் காயங்களுள் முதல் இரண்டு வகைக் காயங்கள்தான் பெரும்பாலும் எதிர்கொள்ளப்படுகின்றன.

முதல் வகைக் காயங்கள், மழுங்கிய ஆயுதங்களாலும் கூரான ஆயுதங்களாலும் துப்பாக்கியாலும் வெடிபொருள்களாலும் ஏற்படுகின்றன. துப்பாக்கி, வெடிபொருள் காயங்களைப் பிறகு விவாதிக்கலாம். மழுங்கிய ஆயுதங்களைப் பொறுத்தவரை, அவை சிராய்ப்புகளையும் வீக்கங்களையும் கிழிசல்களையும் ஏற்படுத்துகின்றன. சுத்தியல், கட்டை, கம்பிகள், கற்கள் போன்றவற்றால் ஏற்படும் காயங்கள் இதற்கு எடுத்துக்காட்டுகள்.

மழுங்கிய ஆயுதங்களால் ஏற்படும் கிழிசல்கள் சீரானவையாக இருக்காது. கிழிந்த தோலின் விளிம்புகளில் சிராய்ப்புக் குறிகள் காணப்படும். சில நேர்வுகளில் எலும்பு முறிவுகள் ஏற்படலாம். இவ்வகைக் காயங்களை ஒருவர் தனக்குத்தானே ஏற்படுத்திக்கொள்வது அரிது. ஒருவர் கீழே விழுந்தாலொழிய இவ்வகைக் காயங்கள் ஏற்படாது. அவ்வாறு இல்லாதபட்சத்தில் இவை, இரண்டாம் நபரால் ஏற்படுத்தப்பட்டதாகவே கருதப்பட வேண்டும். தனக்குத்தானே காயத்தை ஏற்படுத்திக்கொள்ள முனைபவர்கள் பொதுவாக கூர்மையான ஆயுதங்களையே தேர்ந்தெடுக்கின்றனர்.

கீழே விழும் ஒருவருக்கு சிராய்ப்புக் காயங்கள் ஏற்படுவது பொதுவான ஒன்று. சிராய்ப்புகளில் மேற்தோல் மட்டுமே பாதிக்கப்படுவதால் அவை விரைவாக ஆறிவிடுகின்றன. சிராய்ப்பின் நிறத்தைவைத்து, காயம் எப்போது ஏற்பட்டிருக்கலாம் என்பதைக் கணித்துவிடலாம். அதற்குக் கீழ்க்கண்ட குறிப்புகள் உதவும்.

சிவப்புநிறச் சிராய்ப்பு-காயம் அப்போதுதான் ஏற்பட்டிருக்க வேண்டும்.

சிவப்பிலிருந்து நீலம்-சிராய்ப்பு நிகழ்ந்து ஒருநாள் கடந்திருக்கலாம்.

கருநீலத்திலிருந்து பழுப்பு-இரண்டிலிருந்து நான்கு நாள்கள்.

பச்சைநிறம்-ஐந்திலிருந்து ஏழு நாள்கள்.

மஞ்சள் நிறம்-ஏழிலிருந்து பத்து நாள்கள்.

சாதாரணத் தோலின் நிறம்-பதிநான்கு நாள்கள்.

வீக்கம், ரத்தக்கட்டு போன்றவற்றைப் பொறுத்தவரை, தாக்கிய ஆயுதத்தின் வடிவத்தை அவை பிரதிபலிக்கின்றன. எடுத்துக்காட்டாக, சுத்தியல் வட்டவடிவ வீக்கத்தை ஏற்படுத்துகிறது. கம்புகள் ஒன்றுக்கொன்று இணையான இரண்டு ரத்தக்கோடுகளை ஏற்படுத்துகின்றன. மேற்கண்ட நிறமாறுதல்கள் வீக்கங்களுக்கும் பொருந்தும். ஒருவர் இறந்து மூன்று மணி நேரங்கள் கடந்துவிட்டால், எவ்வளவு பலமாகத் தாக்கினாலும் அவரது சடலத்தில் வீக்கம் தோன்றாது. மூன்று மணி நேரத்துக்குள்ளாகக்கூட, வீக்கத்தை ஏற்படுத்த, தாக்குதல் மிகப் பலமானதாக இருக்கவேண்டும்.

அடுத்தது வெட்டுக்காயங்கள். கத்தி, வாள், கோடரி போன்ற கூரான ஆயுதங்களால் வெட்டுக்காயங்கள் ஏற்படுகின்றன. இந்தக் காயங்கள் சீரானவையாக இருக்கும். வெட்டுப்பட்ட தோலின் விளிம்புகளில் சிராய்ப்புகள் காணப்படாது. தாக்குதலின் வீரியம் அதிகமாயிருந்தால் எலும்புகள் வெட்டுப்பட்டிருக்கலாம். இந்தப் பண்புகள் கூரான ஆயுதங்களின் தாக்குதல்களை மழுங்கிய ஆயுதங்களின் தாக்குதல்களிலிருந்து வேறுபடுத்திக்காட்டுகின்றன.

வெட்டுக்காயங்களில், ஆயுதத்தின் கூர்முனை தசையில்படும் தொடக்க இடம் காயத்தின் தலை எனப்படும். இது பெரிதாக இருக்கும். தலையிலிருந்து நீளும் கோடு, போகப்போகக் குறுகும். அதன் மெல்லிய கீழ்முனை, காயத்தின் வால் எனப்படும். இந்த வடிவமைப்பு தாக்குதல் நிகழ்த்தப்பட்ட திசையைக் குறிக்கிறது. மேலே கண்ட சிராய்ப்புக் காயங்களுக்கும் இது பொருந்தும். சிராய்ப்பின் திசையைக்கொண்டு ஒருவர் எப்படி விழுந்தார் என்பதைக் கூறலாம்.

கூரான ஆயுதங்களால் ஏற்படும் மற்றொரு வகையான காயங்கள், குத்துக்காயங்கள். வெட்டுக்காயங்களிலும் கிழிசல்களிலும் நீளம் அதிகமாகவும் ஆழம் குறைவாகும் இருக்கும். குத்துக்காயங்களில் இது அப்படியே தலைகீழாக இருக்கும். மழுங்கிய முனைகொண்ட ஆயுதங்களைக்கொண்டும் பலமான ஒருவரால் குத்துக்காயங்களை ஏற்படுத்தமுடியும். உள்ளார்ந்த ரத்தப்போக்கு குத்துக்காயங்களின் தனிப்பண்புகளுள் ஒன்று. ரத்தப்போக்கு வெட்டு-குத்துக் காயங்களில் அதிகமாகவும் கிழிந்த காயங்களில் ஒப்பீட்டளவில் குறைவாகவும் இருப்பது வழக்கம்.

இறந்தவரின் சடலத்தில் காணப்படும் காயங்கள் அவர் உயிருடன்

இருக்கும்போதே ஏற்பட்டதா அல்லது இறந்தவுடன் ஏற்பட்டதா என்ற கேள்வி புலனாய்வுக்கு மிக அவசியமானது. இதனைக் கண்டறியப் பின்வரும் குறிப்புகள் பயன்படும்.

★ உயிருடன் இருக்கும்போது ரத்தவோட்டம் இருக்குமல்லவா? எனவே, காயங்கள் மிகுந்த ரத்தப்போக்கை ஏற்படுத்தும். குறிப்பாக தமனிகள் அறுபடும்போது ரத்தம் பீய்ச்சிக்கொண்டு வெளிவரும். மாறாக, சடலத்தில் ரத்தவோட்டம் இராது. எனவே, வெட்டினாலும் அதிக அளவில் ரத்தப்போக்கு ஏற்படாது. வெட்டுத்துளைகளின் வழியே புவியீர்ப்பு விசையால் சிறிதளவு ரத்தம் கசியலாம்.

★ உயிருள்ள உடலில் காயத்தின் விளிம்புகள் வீங்கியும் சிவந்தும் காணப்படும். உயிரற்ற சடலத்தில் விளிம்புகள் உலர்ந்தும் சுருங்கியும் தோற்றமளிக்கும்.

★ உயிர் இருக்கும்போது தாக்குதலால் வீக்கங்களும் ரத்தக்கட்டுகளும் தோன்றும். இறந்தபின் இவை தோன்றாது.

★ உயிரோடு இருப்பவருக்குக் காயம் ஏற்பட்டதும் ரத்தஉறைவு நிகழத்தொடங்கும். காயத்தில் உறைபுரதங்களை அடையாளம் காணலாம். இறந்த சடலத்தில் உறைபுரதம் இல்லாமலோ அல்லது மிகக் குறைந்த அளவுக்கோ காணப்படும்.

ஒருவர் இறப்பதற்கு முன் சித்திரவதை செய்யப்பட்டுள்ளாரா என்பதை அறிய மேற்கண்ட குறிப்புகள் இன்றியமையாதவை.

தீக்காயங்களைப் பொறுத்தவரை, அவற்றின் தீவிரத்தின் அடிப்படையில், நான்கு டிகிரிகளாக வகைப்படுத்தப்படுகின்றன. முதலாம் டிகிரி தீக்காயத்தில் மேற்தோல் மட்டுமே பாதிக்கப்படும். இவை விரைவில் ஆறிவிடும். தழும்புகளை ஏற்படுத்தாது. இரண்டாம் டிகிரியில் தோலுக்குக் கீழுள்ள தசைப்பகுதியும் பாதிக்கப்படும். இவை குணமாக அதிக காலமெடுக்கும். மூன்றாம் டிகிரி தீக்காயங்களில் தசை கடுமையாகப் பாதிக்கப்படுவதுடன் வலியுணரும் நரம்புகளும் சிதைந்துபோகும். இதனால், ஆரம்பத்தில் வலி தெரியாது.

இறுதியாக, நான்காம் டிகிரி தீக்காயங்கள் ஆழமானவை. எலும்புவரை செல்பவை. வலியுணரும் நரம்புகள் முற்றிலும் அழிக்கப்படுவதால் இந்த நிலையில் வலி இருப்பதில்லை.

20. ரத்த சாட்சி

ஆண்டு 1954இல் ஓஹையோ மாகாணத்தில் ஒரு ஜூலை மாத அதிகாலைப் பொழுது. நகர மேயருக்கு அவரது நண்பர் சாம் ஷெப்பர்ட்டிடமிருந்து தொலைபேசி அழைப்பு வந்தது. 'மேரிலின் இறந்துட்டான்னு நெனைக்குறேன், நீ சீக்கிரம் வாயேன்' என்றார் ஷெப்பர்ட். மேயர் சம்பவ இடத்தை அடைந்தார். சாம் அதிர்ச்சியோடும் பின்னங்கழுத்தில் கையை அழுத்திப் பிடித்தபடியும் அமர்ந்திருந்தார். மேயரைக் கண்டதும் சம்பவத்தை விவரித்தார் சாம்.

சாமின் குடும்பமும் அவரது நண்பரின் குடும்பமும் முந்தைய நாள் மாலைப் பொழுதைக் கடற்கரையில் கழித்தனர். பிறகு, சாமின் வீட்டில் அமர்ந்து தொலைக்காட்சியில் திரைப்படம் பார்த்தனர். நள்ளிரவு சமயத்தில் சாமின் நண்பரது குடும்பம் விடைபெற்றுச் சென்றது. மதிப்புக்குரிய மருத்துவரான சாம், அன்றைய தினம் மருத்துவமனையில் கடுமையான வேலைகளைச் செய்துள்ளார். எனவே, வரவேற்பறையிலிருந்த மேசையிலேயே படுத்து உறங்கிவிடுகிறார்.

அதிகாலையில் மாடியிலுள்ள படுக்கையறையிலிருந்து அவரது மனைவி அலறும் குரல்கேட்டு விழிக்கிறார் சாம். ஓடிச்சென்று பார்க்கையில் இருகால்களுடைய வெள்ளை உருவமொன்று

(அப்படித்தான் விவரிக்கிறார் சாம்) தனது மனைவியைத் தாக்கிக்கொண்டிருப்பதைக் காண்கிறார். தடுக்கச் சென்ற அவரைப் பின்னங்கழுத்தில் தாக்கியுள்ளது அந்த உருவம். நிலைகுலைந்து விழுந்த சாம், மெல்லத் தடுமாறி எழுகிறார். அப்போது அந்த உருவம் அங்கில்லை.

ரத்தச் சகதியான படுக்கையறையில் அலங்கோலமாகக் கிடக்கிறார் மேரிலின். நாடியைப் பிடித்து அவர் இறந்துவிட்டதை உறுதி செய்கிறார் சாம். பிறகு, பக்கத்து அறையில் உறங்கிக்கொண்டிருந்த தனது மகனைப் பார்க்கிறார். குழந்தை அப்போதும் உறங்கிக் கொண்டுதான் இருந்திருக்கிறான். கொலையாளியைப் பிடிக்கும் வெறியில் வீட்டிலிருந்து வெளியே வந்தவர், கடற்கரையை நோக்கி, புதர்போல் தலைமுடியைக்கொண்ட அந்த உருவம் சென்றுகொண்டிருப்பதைக் காண்கிறார். மீண்டும் கைகலப்பு. மீண்டும் நிலைகுலைதல். விழித்துப் பார்த்தால் அவ்வுருவத்தைக் காணவில்லை.

குழப்பமான மனநிலையில் இருந்ததால் தெளிவில்லாமல் குழறிக்குழறி வாக்குமூலம் அளித்தார் சாம். அவர் கூறியதை உண்மையென ஏற்க ஒருவரும் இருக்கவில்லை. ஊடகங்கள் தங்கள் பங்குக்கு மர்மக்கதைகள் எழுத ஆரம்பித்தன. அப்போதைக்குச் சாம்தான் அவற்றுக்குத் தீனி. ஒவ்வொரு ஊடகமும் புனைவுகளை எழுதித் தள்ளின. சாமின் மனைவி வேறொருவருடன் தகாத உறவில் இருந்து கருத்தரித்துவிட்டதாகவும் அதுவே கொலைக்குக் காரணமென்றும் கூறின. இது ஒருபோதும் நிரூபிக்கப்படவில்லை.

அரிதான சில நேரங்களில் நீதிபதிகள்கூட ஊடகங்களால் அசைக்கப்படுவதுண்டு. அதன் விளைவால் ஆயுள் தண்டனை பெற்றார் சாம். சாமுக்கு வழங்கப்பட்ட தண்டனையை எதிர்த்து உச்ச நீதிமன்றத்தில் வழக்கு தொடரப்பட்டது. அவருக்காக ஆஜரான புகழ்பெற்ற வழக்கறிஞர் லீ பெய்லி, சாமின் வழக்கு விசாரணை நியாயமாக நடைபெறவில்லை என வாதிட்டார். எனவே, வழக்கு மீண்டும் விசாரணைக்கு வந்தது.

தடயவியல் வல்லுநர்கள் சம்பவ இடத்திலிருந்த ரத்தச் சிதறல்களை ஆய்வு செய்தனர். முடிவில், கொலையாளி உயரமானவன் என்றும் இடதுகைப்பழக்கம் உள்ளவன் என்றும் கூறினர் (சாம் வலதுகைப்பழக்கம் உள்ளவர்). மேலும், அறையில் மேரிலின்னின்

ரத்தம் மட்டுமல்லாமல் வேறொரு ரத்த வகையும் உள்ளதைக் கண்டறிந்தனர். அது சாமின் ரத்தவகையுடன் பொருந்தவில்லை. இது மூன்றாவது நபரின் இருப்பை உறுதிசெய்தது. அதோடு, புதர்போல் தலைமுடிகொண்ட ஒருவனைப் பார்த்ததாக அந்தப் பகுதியில் இருந்த ஒருவர் தெரிவித்தார்.

இந்த ஆதாரங்களால் சாம் விடுவிக்கப்பட்டார். ஆனால், ஏற்கெனவே அவர் பத்து ஆண்டுகளைச் சிறையில் கழித்திருந்தார். விடுதலை பெற்றாலும் இயல்பான வாழ்க்கையை அவரால் வாழ முடியவில்லை. மன உளைச்சலால் குடிநோயாளியான சாம், 1970இல், தன்னுடைய நாற்பத்தாறாவது வயதிலேயே மரணம் அடைந்தார். பத்தாண்டுகளுக்குப்பின் டிஎன்ஏ தடயவியலின் வருகையால் உண்மையான கொலையாளி அடையாளம் காணப்பட்டான். போலீசின் அலட்சியமும் நீதிமன்றத்தின் அவசரமும் ஊடகங்களின் பொறுப்பின்மையும் ஒரு நிரபராதி, சமூகத்திலிருந்து துடைத்தெறியப்படக் காரணமாயின.

சாமுக்கு நீதி பெற்றுத்தந்த குருதி ஆய்வின் அடிப்படைகளைப் பார்ப்போமா?

மனித உடலின் எடையில் பதின்மூன்றில் ஒரு பங்கு எடையின் பங்களிப்பாளராக உள்ளது ரத்தம். சிவப்பு-வெள்ளை அணுக்கள், ரத்தத்தட்டுகள் போன்ற செல்களாலும், நீர், புரதங்கள், விட்டமின்கள் உள்ளிட்ட பிளாஸ்மாவினாலும் கட்டமைக்கப்பட்டது ரத்தம். இது, ஊட்டச்சத்துகளையும் பிராணவாயுவையும் உடலுக்கு விநியோகித்தல், உடல் வெப்பநிலையைப் பராமரித்தல், அமில-கார அளவுகளைச் சமன்படுத்துதல், உடலிலுள்ள நச்சுகளை வெளியேற்றுதல் போன்ற வேலைகளைச் செய்கிறது. சிறிய வகுப்புகளிலேயே இவற்றைப் படித்துவிட்டோம்.

குற்ற நிகழ்வுகளில் கொலையாளிக்கு ஆகப்பெரும் சவாலாக விளங்கக்கூடியவை குருதிக் கறைகள். அவற்றை அழிப்பது கிட்டத்தட்ட முடியாத செயல். உடலிலிருந்து ரத்தம் வெளியேறிவிட்டால் அது குற்றச் சம்பவத்துக்கு வலுவான சாட்சியாகிவிடுகிறது. அழுந்தத் துடைத்தாலும் தண்ணீரூற்றிக் கழுவினாலும்கூட அந்த இடத்திலிருந்த குருதியின் இருப்பைக் கண்டறியும் வழிமுறைகள் தடயவியலில் உள்ளன.

லூமினால் சோதனையை எடுத்துக்காட்டாகக்கொள்வோம். இரண்டாயிரத்து ஐந்நூறு லிட்டர் தண்ணீரில் ஒரு துளி ரத்தம் இருந்தாலும் அதைக்கண்டறியும் திறன் வாய்ந்தது லூமினால் கரணி. குறிப்பாகக் கண்ணுக்குத் தெரியாத ரத்தக் கறைகளைக் கண்டறிய இது பயன்படுகிறது. ரத்தம் பரவியிருந்த தரையை நன்றாகக் கழுவித் துடைத்து விடுவதாகக்கொள்வோம்.

ரத்தக்கறை போய்விட்டதா என்பதை நமது கண்களைக் கொண்டுதான் நாம் தீர்மானிக்கிறோம். ஆனால், நம் கண்ணுக்குத் தெரியாத நானோ கிராம் அளவிலான ரத்தப்பொட்டு எங்கேனும் இருக்கக்கூடும். குறிப்பாக சொரசொரப்பான தரை என்றால் நிச்சயம் அது ரத்தத்தைப் பிடித்துவைத்துக்கொள்ளும். டைல்ஸ் போன்ற வழுவழு தரைகளில் கூட நம் கண்ணுக்குத் தெரியாத நுண்துளைகள் இருக்கும். அதோடு, ஒவ்வொரு டைலின் ஓரத்திலும் குறிப்பாக முனைப்பகுதிகளில் இருக்கும் நாற்சந்திப் பள்ளங்களில் சென்று ரத்தம் தேங்கிவிடுவது இயல்பு. இவற்றைக் காணும் வல்லமை கொண்டது லூமினால் கரணி.

லூமினால் கரணியைச் சந்தேகத்துக்குரிய இடத்தில் தெளித்து விட்டு அதன் மீது புறஊதாக்கதிர்களைப் பாய்ச்சினால் அது ரத்தத்தின் இருப்பைக் காட்டிக்கொடுத்துவிடும். பளிச்சிடும் ஃபுளூரசென்ட் வண்ணம் ரத்தத்தின் இருப்பை உறுதி செய்கிறது. இதனை இரசாயன ஒளிர்வு *(Chemiluminescence)* என்போம். மின்மினிப்பூச்சிகளில் நிகழும் ஒளிர்வு இந்த வகையைச் சார்ந்ததுதான். ஆழ்கடல் உயிரினங்கள், ஜெல்லி மீன்கள், சிலவகைத் தவளைகளும் தேள்களும் பாம்புகளும்கூட இவ்வகை ஒளிர்தலை வெளியிடுகின்றன.

சந்தேக இடம் தவிர, கழிவறைகள், குளியலறைகள், கைகழுவும் தொட்டிகளில் குறிப்பாக ஆய்வுகள் மேற்கொள்ளப்படும். கொலையாளி ரத்தக் கறைகளைக் கழுவியிருந்தால் அதனைக் கண்டுகொள்ளலாம். சம்பவ இடத்துக்கு அருகிலுள்ள சுவர்களும் ஆய்வுக்குட்படுத்தப்படும். கண்ணுக்குத் தெரியக்கூடிய ரத்தக் கறைகளை அடையாளங்காணப் பல்வேறு வேதியியல் சோதனைகள் உள்ளன.

அடுத்த கேள்வி, கண்டறியப்பட்டது மனித ரத்தம்தானா என்பது. மனித ரத்தம் இல்லையெனில் வேறெந்த இனத்தின் ரத்தம் என்பது

தொடர்ந்து வரக்கூடிய கேள்வி. இதற்கும் வெவ்வேறு வகையான உயிர் - வேதியியல் சோதனைகள் உள்ளன. குறிப்பாக ஒன்றை மட்டும் பார்ப்போம். இதற்கு வீழ்படிவாதல் முறை என்று பெயர். ஒவ்வோர் இனத்தின் ரத்தத்துக்கும் அதற்குரிய ஆன்டி-சீரா *(Anti-Sera)* கரணி உண்டு. இந்தக் கரணியுடன் அதற்குரிய ரத்தம் சேரும்போது கலங்கலான வீழ்படிவு தோன்றும்.

போலீசை ஏமாற்றுவதற்காக குற்றவாளிகள் சில நேரங்களில் ஆடு, மாடு, கோழி, பூனை, நாய் போன்றவற்றின் ரத்தத்தைத் தெளிப்பதுண்டு. ஆன்டி - சீரா கரணிகளின் உதவியால் குறிப்பிட்ட ரத்தக் கறை எந்த இனத்தினுடையது என்பதை அறியலாம்.

மனித ரத்தம்தான் என்று உறுதியானபின் யாருடைய ரத்தம் என்பது அடுத்த கேள்வியாக இருக்கும். இதன் முதற்படியாக ரத்தவகை ஆய்வு செய்யப்படும். *A, B, O, AB* போன்ற வகைகளுள் எவ்வகை ரத்தம் என்பதறிய, சோதனைகள் செய்யப்படும். குறிப்பிட்ட வகையில் அந்த ரத்தம் பாசிட்டிவா நெகட்டிவா என்பதும் கண்டறியப்படும். இந்தச் சோதனைகளுக்கும் மேற்கூறிய வீழ்படிவு முறைதான் அடிப்படை. குறிப்பிட்ட ஆன்டி-சீரா திரவத்தைக்கொண்டு எவ்வகை ரத்தமென அறிந்துகொள்ளலாம்.

குற்ற நிகழ்விடத்தில் கண்டறியப்பட்ட ரத்தத்தின் வகை சந்தேக நபரின் ரத்தவகையிலிருந்து வேறுபட்டால், அவர் சந்தேகப் பட்டியலிலிருந்து விலக்கப்படுவார். ஒருவேளை இரண்டும் ஒரே வகை ரத்தமெனில் அடுத்தபடியாக டிஎன்ஏ சோதனை மேற்கொள்ளப்படும். இதிலும் பொருத்தம் இருந்தால் அது சந்தேக நபரின் ரத்தம்தானென நூறு சதவீதம் உறுதியாகக் கூறலாம்.

ரத்தக்கறையின் வயதையறிவதும் தடயவியலில் முக்கியத்துவம் வாய்ந்தது. அதற்குப் பின்வரும் குறிப்புகள் உதவும்.

பிரகாசமான சிவப்பு நிறம், ஈரப்பதம், ஒட்டும் தன்மை-புதிய ரத்தம்.

பழுப்பு கலந்த சிவப்பு நிறம்-ஒரு நாளைக்கும் குறைவான வயதுடைய கறை.

கரும்பழுப்பு அல்லது கறுப்பு நிறம்-ஒரு நாளைக்கும் மேலான கறை.

ரத்தம் தெறித்த விதத்தையும் ரத்தப்பொட்டுகளின் அளவையும் வடிவத்தையும் கொண்டு குற்றச் சம்பவத்தைக் கற்பனையில் மறுவுருவாக்கம் செய்யப் பயன்படும் தடயவியல் ஆய்வு முறை 'ரத்தச்சிதறல் ஆய்வு முறை' எனப்படுகிறது. ஆங்கிலத்தில் *'Blood Spatter Pattern Analysis'* என்பர். இதன் மூலம் இறந்தவர், போராட்டத்தின்போது எங்கெல்லாம் நகர்ந்துள்ளார், எவ்வகை ஆயுதத்தால், எந்தத் திசையிலிருந்து, எவ்வளவு விசையுடன் தாக்கப்பட்டுள்ளார் என்பனவற்றை அறியலாம்.

திசைவேகத்தைக்கொண்டு ரத்தச் சிதறல்களை வகைப்படுத்துவது ஒரு முறை. இதனடிப்படையில் ரத்தக்கறைகளை, குறைந்த திசைவேகமுடையவை, மிதமான திசைவேகமுடையவை, அதிக திசைவேகமுடையவை என வகைப்படுத்தலாம்.

ரத்தக் கறையின் விட்டம் எட்டிலிருந்து பத்து மில்லிமீட்டராக இருப்பது குறைந்த திசைவேகமுடைய ரத்தத்தின் இயல்பு. மூக்கிலிருந்து வழியும் ரத்தம், கூரான கத்திமுனையிலிருந்து வழியும் ரத்தம் போன்றவை இவ்வகைக் கறைகளை ஏற்படுத்தும். வழியும் ரத்தத்தின் வேகம் நொடிக்கு ஐந்தடி என்ற வீதத்தில் இருக்கும்.

ஒருவரைத் தடி போன்ற மழுங்கிய ஆயுதத்தால் தாக்கும்போது மிதமான திசைவேகமுடைய ரத்தக்கறைகள் தோன்றுகின்றன. இவற்றினுடைய திசைவேகம் நொடிக்கு ஐந்திலிருந்து நூறு அடிகள் வரை இருக்கும். இவற்றின் விட்டம் குறைவானதாக உள்ளது. ரத்தத்துளிகள் சில நேரங்களில் சிதறியும் நீண்டும் காணப்படும்.

அதிக திசைவேகத்தால் ஏற்படும் கறைகள் பொதுவாக துப்பாக்கிச் சூட்டினால் ஏற்படுபவை. நொடிக்கு நூறு அடிகளுக்கும் மேலான திசைவேகத்தில் ரத்தம் தெறிக்கும்போது இவ்வகைக் கறைகள் ஏற்படுகின்றன. இவை நுண்ணிய சிதறல்களாக இருக்கும். விட்டம் ஒரு மில்லிமீட்டருக்கும் குறைவாகக்கொண்டவை இந்த நுண்புள்ளிகள்.

ஒழுகும் ரத்தத்தைப்பொறுத்தவரை, வட்ட வடிவில் சீராக வளைந்த பரிதியைக்கொண்டிருந்தால், அந்த ரத்தம் குறைவான உயரத்திலிருந்து விழுந்திருப்பதாகப் பொருள். பரிதியின் தெறிப்புகளைக் குறிக்கும் நீட்சிகள் இருந்தால் உயரம் அதிகமாயிருப்பதாகப் பொருள்கொள்ளலாம். உயரம்

அதிகரிக்கும்போது ரத்தத்திட்டின் விட்டமும் அதிகரிக்கும். தெறிப்புகளால் ஏற்பட்ட நீட்சிகளின் முனைகளில் சிறியதொரு குமிழும் தோன்றுவதுண்டு. உயரம் இன்னும் அதிகமாக இருக்கும்போது இத்தகைய வடிவத்தைக் காணலாம். உயரம் மேலும் அதிகரித்தால் ரத்தத்திட்டின் மையத்தைச் சுற்றிச் சிறுசிறு நுண்புள்ளிகள் தோன்றுகின்றன. இவை தெறிப்பின் வீச்சினால் உருவாகின்றன.

ரத்தத்தின் திசை, அது படும் பரப்புடன் ஏற்படுத்தும் கோணம் குறையைக்குறைய ரத்தத்திட்டு வட்டவடிவிலிருந்து கோல் வடிவம் நோக்கிச் செல்லும். கோல் வடிவத்தின் ஒருமுனை பெரிதாகவும் மறுமுனை மெலிந்தும் இருக்கும். பெரிதான முனைதான் ரத்தம், பரப்பின் மீது முதலில் பட்ட இடம். இது ரத்தம் எந்தத் திசையிலிருந்து தெறித்துள்ளது என்பதைக் காட்டும்.

ஒரு சுவரில் இதுபோன்ற கோல்வடிவத் திட்டுகள் பரவலாக இருப்பதாகக் கொள்வோம். ஒவ்வொரு திட்டின் பெரிய முனையிலிருந்து தாக்குதல் நடந்த திசையை நோக்கி ஒரு நேர்கோடு வரைந்துகொள்வோம். இப்போது அனைத்துத் திட்டுகளின் கோடுகளும் சந்திக்கும் புள்ளியொன்று தோன்றும். இதுதான் தாக்குதல் நிகழ்ந்த இடம்.

இவ்வாறாக, குற்றவாளியை அடையாளம் காணுதல், குற்றச் சம்பவத்தை மறுவுருவாக்கம் செய்தல் போன்றவற்றில் ரத்த ஆய்வு தடயவியலாளருக்குப் பெருமளவில் உதவிசெய்கிறது.

21. துப்பாக்கியால் பேசியவர்கள்

தொழிலதிபர் விஜய ரெட்டியின் அலுவலகம் வந்துவிட்டது. ஜீப்பிலிருந்து இறங்கினார் காவல் ஆய்வாளர் வேணி. அவர் கையாளப்போவது ஹை ப்ரொஃபைல் கேஸ். வழிகாட்டு நெறிமுறைகளைப் பின்பற்றுவதில் சிறிது அலட்சியம் நேர்ந்தாலும் நீதிமன்றக் குறுக்கு விசாரணையில் அவமானப்பட நேரிடும் என்பதை அவரறிவார். அதனால், சம்பவ இடத்துக்கு வரும் வழியிலேயே ஃபாரென்சிக் ஆய்வகத்துக்குத் தகவல் அளித்திருந்தார்.

சம்பவ இடம் ரெட்டியின் அலுவலகத்தில் அவரது தனியறை. விஜய ரெட்டி அவரது மேசைக்கருகில் சரிந்து கிடந்தார். இடதுபக்க நெஞ்சுப்பகுதியில் வட்டவடிவத் துளையொன்று இருந்தது. துப்பாக்கிக் குண்டினால் மட்டுமே அத்தகைய காயத்தை உண்டாக்கமுடியுமென்று காதுகளில் கிசுகிசுத்தது வேணியின் அனுபவம். மல்லாந்து கிடந்த ரெட்டியின் முதுகுப் பக்கத்திலிருந்து ரத்தம் ஊர்ந்து வெளியேறி, தரையில் பரவிக்கொண்டிருந்தது. அறைக்கதவு உள்பக்கமாகத் தாழிடப்பட்டிருந்தது. போராட்டம் நிகழ்ந்ததற்கான எந்த அறிகுறியும் அறையில் இல்லை.

தற்கொலை என்று கச்சிதமாக முடித்துவிட்டிருக்கலாம்தான். ஆனால், பாழாய்ப்போன துப்பாக்கியைக் காணவில்லையே. இந்த ஒரேயொரு விஷயம், ஆனால் முக்கியமான விஷயம், நிகழ்ந்திருப்பது கொலை எனப் பறைசாற்றுகிறது. அறையில் ஃபிரெஞ்சுச் சாளரம் ஒன்று இருந்தது. அதன்வழியே தாராளமாக, ஒரு மெலிந்த ஆள்

வெளியேறியிருக்க முடியும். அதன் வழியாகத்தான் அலுவலக உதவியாளர் உள்நுழைந்து அறைக்கதவின் தாழ்ப்பாளை நெகிழ்த்தியிருந்தார்.

வேணி ஆழ்ந்த சிந்தனையில் இருந்தபோது தடயவியல் வல்லுநர் நிலாவும் வந்து சேர்ந்தார். வேணியின் முடிவுகளோடு நிலாவும் ஒத்துப்போனார். அதோடு, ரெட்டியைச் சுட்டவர் மிக அருகிலிருந்து சுட்டுள்ளார் என்றார் நிலா, சோஃபாவில் புதைந்திருந்த தோட்டாவைச் சுட்டிக்காட்டியபடி. தொடர்ந்து, காயத்தின் துளையை அளந்தவர் '*9 mm* பிஸ்டல்' என்றார். 'லேப்-ல டெஸ்ட் பண்ணிட்டு என்ன துப்பாக்கின்னு சொல்றேன்' என்று கூறிவிட்டு விடைபெற்றார் நிலா.

வேணி எதிர்பார்த்த தடயவியல் அறிக்கை வந்தது. எதிரி பயன்படுத்தியது *Gloak-17* ரகத் துப்பாக்கி. ஆஸ்திரியத் தயாரிப்பு. விசாரித்ததில் ரெட்டியின் தொழில் கூட்டாளி ராம் மேனனிடம் ஒரு *Gloak-17* இருப்பது தெரியவந்தது. மேனனுக்கும் ரெட்டிக்கும் சில நாள்களுக்கு முன் தொழில் விஷயமாக மோதல் ஏற்பட்டிருந்தது. மேனன் விசாரிக்கப்பட்டார். சம்பவ நேரத்தில், தான் பத்து கிலோமீட்டர் தள்ளியிருந்த வேறோர் இடத்தில் இருந்ததாகத் தெரிவித்தார் மேனன். அதற்கான வலுவான சான்றும் அவரிடம் இருந்தது.

இருப்பினும் அவரது *Gloak-17* பறிமுதல் செய்யப்பட்டு தடயவியல் ஆய்வகத்தில் டெஸ்ட் ஃபயரிங் செய்யப்பட்டது. நெகட்டிவ் ரிசல்ட். தோட்டா அந்தத் துப்பாக்கியிலிருந்து சுடப்பட்டிருக்கவில்லை. அடுத்ததாக, *Gloak-17* வைத்திருக்கும் உரிமையாளர்களின் பட்டியலைச் சோதனையிட்டபோது அதில் ரெட்டியின் பெயரும் இருந்தது. சமீபத்தில்தான் அந்தத் துப்பாக்கியை அவர் வாங்கியிருப்பது தெரியவந்தது. அந்தச் சுற்றுவட்டாரத்தில் வேறு யாரிடமும் அந்த ரகத் துப்பாக்கி இல்லை. எவ்வளவு தேடியும் ரெட்டியின் *Gloak-17* துப்பாக்கியைக் கண்டுபிடிக்க முடியவில்லை.

சிசிடிவி பதிவுகளை ஆராய்ந்தபோது, கொலை நிகழ்ந்த சிறிது நேரத்துக்கு முன்னால் இராஜகுமாரி மொய்த்ரா அலுவலகத்துக்கு வந்தது தெரிந்தது. ரெட்டியின் முன்னாள் செயலாளர் அவர். ஏற்கெனவே மன அழுத்தத்தில் இருந்தவர் போலீஸ் விசாரித்ததும் உண்மையைக் கொட்டினார். ரெட்டி செய்த பணமோசடியை

அம்பலப்படுத்திவிடுவதாக அடிக்கடி மிரட்டி அவரிடம் பணம் பறித்துவந்துள்ளார் இராஜகுமாரி. சம்பவத்தன்று இருவருக்கும் தகராறு ஏற்பட்டு, இராஜகுமாரியைச் சுடத் துப்பாக்கியை எடுத்திருக்கிறார் ரெட்டி. இராஜகுமாரி துப்பாக்கியை அவரிடமிருந்து பிடுங்க முயன்றபோது எதிர்பாராமல் அது வெடித்திருக்கிறது. பதற்றமடைந்த இராஜகுமாரி துப்பாக்கியுடன் சாளரத்தின் வழியாக வெளியேறி ஓடிவிடுகிறார்.

ஒருவழியாக வழக்கு முடிந்தது. தடயவியல் துறையின் துப்பாக்கியியல் *(Ballistics)* பிரிவு, இவ்வழக்கின் புலனாய்வில் அளப்பரிய பங்குவகித்தது. தடயவியலில் துப்பாக்கிகளும் தோட்டாக்களும் எவ்வாறு ஆய்வுக்குட்படுத்தப்படுகின்றன என்பதைத்தான் இப்போது காணப்போகிறோம்.

துப்பாக்கியியலில் மூன்று படிநிலைகள் உள்ளன.

1. உள்ளார்ந்த துப்பாக்கியியல் *(Internal Ballistics)*-துப்பாக்கியினுள் நடைபெறும் செயல்முறைகள்.

2. புறமார்ந்த துப்பாக்கியியல் *(External Ballistics)*-துப்பாக்கி முனைக்கும் இலக்குக்கும் இடைப்பட்ட வெளியில் நிகழும் செயல்முறைகள்.

3. தாக்குதல் துப்பாக்கியியல் *(Terminal Ballistics)*-தோட்டா இலக்கினைத் தாக்கும்போது நிகழும் செயல்முறைகள்.

அடுத்து, துப்பாக்கியின் வகைகள். துப்பாக்கிகளை இரண்டு பெரும்பிரிவுகளாகப் பிரிக்கலாம்.

1. ரைஃபிள்கள் *(Rifled Firearms)*

2. ஸ்மூத் போர்கள் *(Smooth-bore Firearms)*

எந்தவொரு துப்பாக்கியானாலும், தோட்டாக்கள், தோட்டாக்களை நிரப்பும் கலன், தோட்டாக்களில் பொறியைத் தூண்டும் சுத்தியல் போன்ற அமைப்பு, தோட்டாவைச் செலுத்தும் குழல் *(Barrel)*, சுடுவதற்கான விசை போன்றவை பொதுவானவை. இவற்றுள் குழல் அமைப்பிலும் அதற்கேற்ற தோட்டாக்களின் வகைகளிலும்தான் ரைஃபிள்களும் ஸ்மூத் போர்களும் பெரிதும் வேறுபடுகின்றன.

ரைஃபிள்களிலுள்ள குழாய்களின் உட்புறச் சுவர்களில் மேடும் பள்ளமுமாக சுருள் வடிவப்பாதைகள் இருக்கும். மேடுகளை லேண்ட்ஸ் *(Lands)* என்றும் பள்ளங்களை க்ரூவ்ஸ் *(Grooves)* என்றும் கூறுவர். ஒன்றுக்கொன்று எதிரெதிராக அமைந்துள்ள இரு மேடுகளுக்கு இடைப்பட்ட தூரம் காலிபர் எனப்படுகிறது. காலிபர் என்பதைத் துப்பாக்கிக் குழலின் குறைந்தபட்ச விட்டம் எனலாம்.

இச்சுருள் அமைப்புகள், வெளியேறும் தோட்டாவுக்குச் சுழற்சியை அளிக்கின்றன. சுழன்றுகொண்டே வரும் தோட்டாவுக்குத் துளைக்கும் ஆற்றல் அதிகம் என்பது புரிகிறதல்லவா? தோட்டாவின் குறி தவறாமல் இருக்கவும் சுழற்சி அவசியம். நீண்ட தூரத்துக்குக் குறிபார்த்துச் சுடவேண்டுமெனில் துப்பாக்கிக் குழலின் நீளமும் அதிகமாக இருக்கவேண்டும். அப்போதுதான் இலக்கைச் சரியாகத் தாக்குவதற்கான சுழற்சி ஆற்றல் தோட்டாவுக்குக் கிடைக்கும். ரிவால்வர்கள், பிஸ்டல்கள், ஏகே47 இயந்திரத் துப்பாக்கிகள், ஸ்னைப்பர் துப்பாக்கிகள் போன்றவை ரைஃபிள் வகையைச் சேர்ந்தவை.

ஸ்மூத் போர்களில் சுருள்கள் இருக்காது. ஏனென்றால் இவை சாதாரணத் தோட்டாக்களுக்கான துப்பாக்கிகள் இல்லை. இவற்றில் சிறுசிறு காரீயக் குண்டுகள் *(Lead Pellets)* போன்ற ரவைகள் பயன்படுத்தப்படுகின்றன. சுடும்போது பல காரீயக் குண்டுகள் ஒரே சமயத்தில் துப்பாக்கியிலிருந்து வெளிப்படும். எனவே, இலக்கைத் தாக்குவதற்கான சாத்தியக்கூறு இவற்றில் அதிகம். ஷாட்கன்கள் *(Shotguns)* இவ்வகையைச் சேர்ந்த துப்பாக்கிகள். இலக்கைச் சுற்றியுள்ள பொருள்கள் தகர்க்கப்படுவதைப்பற்றிக் கவலையில்லையெனில் இவற்றைப் பயன்படுத்தலாம். இலக்கைத் தவிர மற்றவை தாக்கப்படக்கூடாது என்றால் ரைஃபிள்களே அதற்கேற்ற ஆயுதங்கள்.

தோட்டாக்களை எடுத்துக்கொண்டால், அவற்றில் மூன்று பகுதிகள் பொதுவானவை.

1. எறிமுனை - ஆங்கிலத்தில் சார்ஜ் அல்லது புரொஜெக்டைல் என்பர். பொதுவாக, காளான் வடிவிலான எறிமுனை ரைஃபிள்களில் பயன்படுத்தப்படுகின்றது. ஷாட்கன்களில் அடர்த்தியாக நிரப்பப்பட்ட காரீயக் குண்டுகள் எறிமுனைகளாக

உள்ளன. எறிமுனைகளே இலக்கைத் தாக்குகின்றன. காரீயம் அடர்த்தியான, கனமான உலோகம் என்பதால் எறிமுனைகளைத் தயாரிப்பதற்கு மிகச் சிறந்த தேர்வாக உள்ளது.

2. தோட்டாவின் உறைப்பகுதி-ஆங்கிலத்தில் கார்ட்ரிட்ஜ் என்பர். உருளை வடிவிலான இந்த உறையில்தான் வெடிபொருள் நிரப்பப்பட்டிருக்கும். இந்த உருளையின் தலைப்பகுதி எறிமுனையுடன் இணைக்கப்பட்டிருக்கும்.

3. பிரைமர்-இது கார்ட்ரிட்ஜின் தட்டையான அடிப்பகுதி. துப்பாக்கியின் விசையை (*trigger*) அழுத்தியதும் ஸ்ட்ரைக்கர் பகுதி அடிப்பகுதியைத் தாக்கும். அதனால் ஏற்படும் பொறி, வெடிபொருளை எரியவைக்கும். மேலும், இந்தப் பிரைமர் பகுதியில் தோட்டாவின் விட்டமும் தோட்டாவைத் தயாரித்த நிறுவனத்தின் பெயரும் இடம்பெற்றிருக்கும்.

பிரைமர் தீப்பற்றும்போது கார்ட்ரிட்ஜில் அடர்த்தியாக அடைக்கப்பட்டுள்ள திட வெடிபொருள் சட்டென்று வினைப்படும். வினையில் அவை அதிக அளவிலான வாயுக்களை உருவாக்கும். மைக்ரோ வினாடிகளில் அதிகரிக்கும் அழுத்தத்தால் வெடிப்பு நிகழும். எந்த வகையான வேதியியல் வெடிபொருளுக்கும் இதுதான் நியதி. ஊசிப்பட்டாசிலிருந்து ஆர்டிஎக்ஸ் வரை.

ரிவால்வர்களில் காலியான கார்ட்ரிட்ஜுகளை இறுதியில் வெளியேற்ற வேண்டும். ரிவால்வர்கள் இப்போது பெரும்பாலும் பயன்பாட்டில் இல்லை. பழைய படங்களில் அவற்றைப் பார்த்திருப்போம். இப்போது பிஸ்டல்கள்தான் பெருமளவில் பயன்படுத்தப்படுகின்றன. சுடும்போது பிஸ்டல்களிலிருந்து காலி கார்ட்ரிட்ஜுகள் தாமாகவே தெறித்துப் பக்கவாட்டில் விழுந்துவிடும். குற்றநிகழ்விடத்தை ஆய்வு செய்யும்போது தடயவியலாளர் இவற்றைக் கவனமாகச் சேகரிப்பார். சுட்டவர் எங்கு நின்று எந்தத் திசையில் சுட்டுள்ளார் என்பதைக் கணிப்பதில் இவை உதவுகின்றன.

தோட்டாக்கள் ரைஃபிளிலிருந்து வெளியேறும்போது இரண்டு வகையான குறிகளைத் தன்னுடலில் தாங்கி வெளியேறுகின்றன. முதல்வகைக் குறிகள் ரைஃபிளின் உட்சுவரிலுள்ள சுருள் அமைப்புகளால் ஏற்படுபவை. இவை குழுப்பண்புகள். சுருளின்

இரு மேடுகளுக்கு இடையேயான இடைவெளி ஒவ்வொரு தயாரிப்புக்கும் வேறுபடும். இதை வைத்துத்தான் எந்த வகையான துப்பாக்கியிலிருந்து குறிப்பிட்ட தோட்டா சுடப்பட்டிருக்கிறது என்பதையறிகிறார் தடயவியலாளர்.

இரண்டாவது வகைக் குறிகள் ஒவ்வொரு துப்பாக்கிக்கும் தனித்துவமானவை. சுருள்களைச் செதுக்கும்போது சில பிசிறுகள் தோன்றுகின்றன. பிசிறுகளின் இடமும் வடிவமும் துப்பாக்கிக்குத் துப்பாக்கி வேறுபடும். எனவே, இவை தனிப்பண்புகள். இதை வைத்துத்தான் குறிப்பிட்ட துப்பாக்கியுடன் அதிலிருந்து வெளியேறிய தோட்டாவுக்குத் தொடர்பு ஏற்படுத்தப்படுகிறது.

துப்பாக்கியால் சுடும்போது குறிப்பிட்ட தூரத்துக்கு நெருப்பு வெளிப்படும். அதைத்தாண்டி இன்னும் சிறிது தூரத்துக்குப் புகை வெளிப்படும். அதையும் தாண்டி சிறிது தொலைவுக்கு எரியாத வெடிமருந்தின் துகள்கள் தெறித்துவிழும். இவற்றைக்கொண்டு எவ்வளவு தூரத்திலிருந்து சுடுதல் நிகழ்ந்துள்ளது என்பதைக் கணிக்கலாம்.

தாக்கப்பட்டவரின் உடலில் நெருப்பு, புகை, எரியாத வெடிமருந்துத் துகள்கள் போன்றவை முறையே தீக்காயத்தையும் கரிப்படிவையும் பச்சைகுத்திய (டாட்டூயிங்) தோற்றத்தையும் ஏற்படுத்துகின்றன. துப்பாக்கியை ஒருவரின் உடலில் வைத்து அழுத்திச் சுடும்போது *(Contact Shots)* இந்த மூன்று வகைக் குறிகளையும் தாக்கப்பட்டவரின் உடலில் காணலாம். தூரம் அதிகரிக்கும்போது ஒவ்வொரு குறியாகக் குறைந்துகொண்டே போகும். வெகுதூரமெனில் இந்த மூன்று குறிகளும் இருக்காது. தோட்டா துளைத்த காயம் மட்டுமே இருக்கும்.

தோட்டா சருமத்தைத் துளைக்கும்போது தோட்டாவின் மீதுள்ள கிரீஸ் கறைகள் துளையின் விளிம்புகளில் ஒட்டிக்கொள்ளும். இதனை கிரீஸ் காலர் *(Grease Collar)* என்பர். இதன் விட்டம் தோட்டாவின் விட்டத்துக்குச் சமம். அதோடு, தோட்டாவின் சுழற்சியால் கிரீஸ் காலரைச் சுற்றி சுருக்கமும் வீக்கமும் தோன்றும். இதனை உராய்வுக் காலர் *(Abrasion Collar)* என்பர். இவையனைத்தும் ரைஃபிள் தோட்டாக்களின் தனிப்பண்புகள்.

ஷாட்கன்களில் ஒரு குறிப்பிட்ட தொலைவு வரை அனைத்து காரீயக்குண்டுகளும் சேர்ந்தே பயணம் செய்யும். எனவே, இலக்கின்மீது ஒரேயொரு துளை மட்டுமே ஏற்படும். தொலைவு அதிகரிக்கும்போது குண்டுகள் பாதையிலிருந்து விலகிப்பரவும். அப்போது இலக்கின்மீது பல துளைகள் காணப்படும்.

எவ்வகைத் துப்பாக்கியானாலும் சுட்டவரின் புறங்கையில், கரியும் எரியாத வெடிமருந்தின் துகள்களும் படிந்திருக்கும். இவற்றை *Gunshot Residues* அல்லது GSR என்பார்கள். சுட்டவரை உடனே பிடிக்கும்பட்சத்தில் இந்தப் படிமங்களைத் துடைத்தெடுத்து வேதியியல் ஆய்வுக்குட்படுத்தலாம். ஆய்வில் வெடிமருந்தின் இருப்பு உறுதிசெய்யப்படும்.

தோட்டாக்களால் ஏற்படும் காயங்கள் தனித்துவமானவை. தோட்டா உள்நுழைந்த காயத்தைவிட வெளியேறும்போது ஏற்படும் காயம் அளவில் பெரிதாக இருக்கும். அவற்றில் ரத்தப்போக்கும் அதிகமாக இருக்கும். எலும்புத் துணுக்குகளுடனும் சதையுடனும் சேர்ந்து தோட்டா வெளியேறுவதால் இப்படியாகிறது. இக்குறியீடுகளைக்கொண்டு நுழைவாயில் காயத்தையும் வெளிவாயில் காயத்தையும் பிரித்தறியலாம். சுட்டவர் எங்கிருந்து சுட்டார் என்ற தெளிவை இதனால் பெறலாம். சில நேரங்களில் தோட்டா வெளியேறாமல் உடலிலேயே தங்கிவிடவும் வாய்ப்புண்டு. இதுபோன்ற தோட்டாக்கள் போஸ்ட்-மார்ட்டத்தின்போது சேகரிக்கப்படும்.

22. வெடிபொருள்கள்

வருடம் 1991. மே மாதத்தின் இருபத்தொராம் நாள். இந்தியாவின் கறுப்பு தினங்களுள் ஒன்றாக அமைந்தது. தமிழீழ விடுதலைப் புலிகளின் மனித வெடிகுண்டு தாக்குதலில் முன்னாள் இந்தியப் பிரதமர் ராஜிவ் காந்தி கொல்லப்பட்டார். அந்தத் துயரத்தின் எச்சங்களை இன்னமும் ஏந்திக்கொண்டிருக்கிறது திருப்பெரும்புதூர்.

குறிப்பிட்ட நாளில் உரையாற்றுவதற்காக மேடையை நோக்கிச் சென்றார் ராஜிவ். பள்ளிக் குழந்தைகள் அவருக்கு மாலை அணிவித்தும் பூச்செண்டுகள் கொடுத்தும் தங்கள் அன்பை வெளிப்படுத்தினர். ஓர் இளம்பெண் இன்னும் ஒருபடி நெருங்கிச் சென்று அவரது பாதங்களைத் தொட்டார். அப்போது மணி இரவு சுமார் பத்து. வெடிச்சத்தம் காதைப் பிளந்தது. எங்கும் நெருப்பு, புகை, சிதறிய உடல் பாகங்கள், அழுகுரல்கள், மரண ஓலங்கள்.

ராஜிவுடன் சேர்த்துப் பதினாறு பேர் சம்பவ இடத்திலேயே இறந்தனர். நாற்பத்து மூன்று பேர் கொடுங்காயங்கள் அடைந்தனர். எண்ணற்றோர் காயத்துக்கும் அதிர்ச்சிக்கும் ஆளாகினர். இன்றும் கூட அந்தக் காயங்களையும் அதிர்ச்சியையும் உடலாலும் மனத்தாலும் தாங்கிக்கொண்டு வாழ்ந்து வருவோர் உள்ளனர். இத்துயரச் சம்பவத்துக்கான காரணங்கள், விளைவுகள் போன்றவற்றை நீங்கள் அறிந்திருக்கலாம். நாம் இந்தச் சம்பவத்தின் புலனாய்விலுள்ள தடயவியல் கூறுகளை மட்டும் இங்குக் காண்போம்.

அப்போதைய தமிழகத் தடயவியல் துறையின் இயக்குநர் சந்திரசேகரன் தலைமையில் தடயவியல் வல்லுநர்கள் புலனாய்வை மேற்கொண்டனர். சிதறிக் கிடந்த உடல் பாகங்கள் யார் யாருக்குரியவை என டிஎன்ஏ தொழில்நுட்பத்தின் மூலம் அடையாளம் காணப்பட்டன. அடையாளம் தெரியாத தலை ஒன்று மட்டும் எஞ்சியிருந்தது. அந்தத் தலைதான் மனித வெடிகுண்டின் தலை என்பது விசாரணையில் தெரியவந்தது. தடய மானுடவியல் பிரிவின் மண்டையோடு ஆய்வும் அதனை உறுதிசெய்தது.

ராஜிவின் பாதத்தைத் தொட்ட அந்தப் பெண்ணின் பெயர் தேன்மொழி இராஜரத்தினம் என்கிற தாணு. வேறுபல பெயர்களும் அவளுக்கிருந்தன. கரும்புலிகள் படைப்பிரிவின் இருபத்திரண்டு வயது இளம் போராளி.

சம்பவ இடத்தில் இருந்த வெடிகுண்டின் எச்சங்கள் சேகரிக்கப்பட்டு ஆய்வு செய்யப்பட்டன. ஆய்வில் அவை பெல்ட் வெடிகுண்டின் பாகங்கள் என்பது தெரியவந்தது. மனித வெடிகுண்டாகச் செயல்படுபவரின், இடுப்பைச் சுற்றி அணிந்துகொள்ளும் வகையில் அது வடிவமைக்கப்பட்டிருக்கும். டெட்டனேட்டரின் கட்டுப்பாடு அந்நபரின் கைகளில் இருக்கும். இது ரிமோட் மூலம் தாக்குதல் நிகழ்த்தப்படவில்லை என்பதைத் தெளிவாக்கியது.

அடுத்ததாக, சம்பவ இடத்திலும் மனித வெடிகுண்டின் சிதைந்த உடல் பாகங்களிலும் ஆடைகளிலும் இருந்த வெடிமருந்தின் எச்சங்கள் சேகரிக்கப்பட்டன. வேதியியல் சோதனைகளில் அது ஆர்டிஎக்ஸ் வெடிபொருள் என்பது தெரியவந்தது. தொடர்ந்து ஆர்டிஎக்ஸ் வெடிபொருளைப் பாதுகாப்பான இடத்தில் வெடிக்கச்செய்து அன்றைய நிகழ்வு மீண்டும் பாவனையாக உருவாக்கப்பட்டது *(Crime Scene Simulation)*. இந்த ஆய்வில், மனித வெடிகுண்டில் இருந்த ஆர்டிஎக்ஸ் வெடிமருந்தின் எடை சுமார் எழுநூறு கிராம்கள் என்பது கண்டறியப்பட்டது.

பெல்ட் வெடிகுண்டு பயன்படுத்தப்படும்போது மனித வெடிகுண்டின் தலை மட்டும் தனியே துண்டிக்கப்பட்டு வீசப்படும் என்பதும் தடயவியலாளர்களின் கூற்றாக இருந்தது. இந்த வழக்கைத் திறமையாகப் புலனாய்ந்ததற்காக தடயவியல் துறையின் இயக்குநர் சந்திரசேகரன் பெரிதும் பாராட்டப்பட்டார். பிற்காலத்தில்

அவருக்கு பத்மபூஷன் விருதளித்துப் பெருமைப்படுத்தியது அரசு. ராஜிவ் காந்தி கொலை வழக்கில் கையாளப்பட்ட தடயவியல் புலனாய்வு முறைகளைப்பற்றி சந்திரசேகரன் எழுதிய *'The First Human Bomb-The Untold Story of the Rajiv Gandhi Assassination'* என்ற புத்தகம் பிரசித்தி பெற்றது.

விநாடிக்கும் குறைவான நேரத்தில் சட்டென்று மிக அதிக அளவிலான வாயுக்கள் தோற்றுவிக்கப்படும்போது வேதி வெடித்தல் நிகழ்கிறது. இந்நிகழ்வில் அதிக அளவிலான ஆற்றலும் வெப்பமும் ஒளியும் சத்தமுங்கூட வெளிப்படுவது இயல்பு. அணுகுண்டுகளில் அதி ஆற்றல் வாய்ந்த கதிர்வீச்சுகள் வெளிப்படுகின்றன. இவை வேதி வெடிகுண்டுகளைவிடப் பலமடங்கு மோசமான அழிவை ஏற்படுத்தக்கூடியவை. அணுகுண்டைத் தயாரிப்பதற்கான மூலப்பொருள்கள் கிடைப்பது எளிதானதல்ல. எனவே, வேதி வெடிகுண்டு நிகழ்வுகளே அதிகம் நிகழ்த்தப்படுகின்றன.

சுரங்கங்கள் அமைக்கவும், கிணறுகள் வெட்டவும், தேவையற்ற கட்டமைப்புகளைத் தகர்க்கவும் ராணுவப் பயன்பாட்டுக்காகவும் சட்டபூர்வமாக வெடிபொருள்கள் பயன்படுத்தப்படுகின்றன. சமூக விரோதிகள் இந்த வெடிபொருள்களைத் தவறான வழியில் பெற்று அதைக்கொண்டு வெடிகுண்டுகளைத் தயாரித்து அழிவை ஏற்படுத்துகின்றனர்.

பொதுவாக, ஒரு வெடிகுண்டு நான்கு பாகங்களால் ஆனது.

1. வெடிபொருள்
2. வெடிபொருளை அடைத்து வைக்கும் கலன்.
3. வெடிபொருளைப் பற்றவைக்கும் பொறி (நெருப்பு, பேட்டரி போன்றவை).
4. வெடிகுண்டை இயக்கும் ஸ்விட்ச். எடுத்துக்காட்டாக, டெட்டனேட்டர்.

டைம் பாம் என்றால் வெடிகுண்டு இயக்கப்பட்டு எவ்வளவு நேரத்தில் வெடிக்கவேண்டும் என்பதைத் தீர்மானிக்கும் அமைப்பும் தேவை.

எடுத்துக்காட்டாக, நாட்டு வெடிகுண்டில் இணைக்கப்பட்டிருக்கும் திரி ஒரு டைமராகச் செயல்படுகிறது. திரியின் நீளத்தை

நிர்ணயிப்பதன் மூலம் எவ்வளவு நேரத்தில் குண்டு வெடிக்கவேண்டும் என்பதைத் தீர்மானிக்கலாம். தீவிரவாதிகள் பயன்படுத்தும் வெடிகுண்டுகளில், அனலாக் அல்லது டிஜிட்டல் கைக்கடிகாரம் அல்லது வேறு சிறிய கடிகாரம், புரோக்ராம் செய்யப்பட்ட எலக்ட்ரானிக் போர்ட்கள் போன்றவை திரிக்குப் பதில் பயன்படுத்தப்படுகின்றன.

குறிப்பிட்ட நேரத்துக்கு நேர முள் நகர்ந்ததும் எலக்ட்ரிகல் சர்க்யூட் நிறைவடையும். புரோக்ராம் செய்யப்பட்ட சிலிக்கான் எலக்ட்ரானிக் போர்ட்கள் இந்த வேலையை ஏற்றுக்கொள்கின்றன. சர்க்யூட் இணைந்ததும் பேட்டரியின் ஆற்றலால் மின் அதிர்வுகள் உருவாக்கப்படும். அதாவது, ஸ்விட்சிங் அல்லது டெட்டனேஷன் செயல்முறை தொடங்கிவிடும். இதனால் தூண்டப்பட்ட எரிபொருள் வெடிப்பை நிகழ்த்தும். டைமர் இல்லாத வெடிகுண்டுகளில் டெட்டனேட்டரை அழுத்தினாலே சர்க்யூட் பூர்த்தியடைந்து வெடிப்பு நிகழ்ந்துவிடும்.

இவ்வாறாக, கிடைக்கும் பொருள்களைக்கொண்டு வடிவமைக்கப்பட்ட வெடிகுண்டுகளை இம்ப்ரோவைஸ்டு எக்ஸ்ப்ளோசிவ் டிவைசஸ் *(Improvised Explosive Devices)* என்பர். சுருக்கமாக, ஐஇடி-க்கள் *(IEDs)* எனலாம். பைப் வெடிகுண்டுகள், கார் வெடிகுண்டுகள், லெட்டர் வெடிகுண்டுகள் போன்றவை சில எடுத்துக்காட்டுகள்.

பெட்ரோல் குண்டுகளைக்கூட சிறிய வகையிலான ஐஇடி-க்களாகப் பாவிக்கலாம். (ஆனால் பெட்ரோல் குண்டுகள், வெடிகுண்டு வகையில் வராது). கண்ணாடி பாட்டிலில் பெட்ரோல் போன்ற எரிபொருளை நிரப்பி, மூடியில் துளையிட்டு அதனுள் துணியாலான திரியை நுழைத்து பெட்ரோல் குண்டுகளைச் செய்கிறார்கள். இவற்றை மோலடோவ் காக்டெயில் *(Molotov cocktail)* என்று அழைப்பர். நீண்ட நேரம் எரிவதற்காக இதனுள் டயர் துண்டுகளும் சேர்க்கப்படுவதுண்டு. திரியினைப் பெட்ரோலில் தோய்த்துப் பற்றவைத்து இலக்கினை நோக்கி வீசும்போது இவை மோதலுக்குட்பட்டு உடைகின்றன. இதனால் அப்பரப்பில் பரவிய பெட்ரோலில் திரியின் தீ பற்றிக்கொண்டு எரிகிறது. கலவரக்காரர்களுக்கு எளிதாகக் கிடைக்கும் ஆயுதம் இந்தப் பெட்ரோல் குண்டுகள்.

வெடிகுண்டு வெடித்த இடத்தில் புலனாய்வு மேற்கொள்வது மிகச் சவாலானது. பெருமளவிலான இடிபாட்டுக் கழிவுகளையும், சிதறிய உடல் பாகங்களையும் கையாள நேரும் புலனாய்வு இது. எல்லாவற்றுக்கும் மேலாகப் பாதுகாப்புக்குச் சிறப்புக் கவனம் கொடுக்கப்படவேண்டும். குற்ற நிகழ்விடத்திலிருந்து பொதுமக்களை அப்புறப்படுத்த வேண்டும். காவல்துறை, வெடிகுண்டு நிபுணர்கள், தடயவியல் நிபுணர்கள், மோப்ப நாய் பயிற்றுநர்கள் போன்றோர் இணைந்து செயல்படவேண்டியிருக்கும்.

வெடித்த இடத்தில் கிடைக்கும் எலக்ட்ரானிக் சாதனங்கள், எலக்ட்ரிக் சாதனங்கள், வயர்கள், ஐஇடி-யின் பாகங்களாக இருக்கக்கூடும் எனச் சந்தேகிக்கப்படும் பொருள்கள், வெடிமருந்தின் எச்சங்கள் போன்றவை சேகரிக்கப்படும். தாக்குதலின் பாதிப்பை அதிகரிப்பதற்காக ஆணிகள், திருகுகள், ஈயக்குண்டுகள், கூர்மையான உலோகங்கள் போன்றவற்றை வெடிமருந்துடன் சேர்ப்பதுண்டு. இவற்றைத் தெறிதுண்டுகள், அதாவது *Shrapnels* என்பர். இவையும் சேகரிக்கப்படும்.

சம்பவ இடத்திலுள்ள காற்றில் கலந்திருக்கும் வாயுக்களைக்கொண்டு என்ன வகையான வெடிபொருள் என்பதைக் கண்டறியும் கையடக்க எலக்ட்ரானிக் சாதனங்களையும் புலனாய்வு நிபுணர்கள் பயன்படுத்துவர். பொதுவாகப் பயன்படுத்தப்படும் வெடிமருந்துகளை சம்பவ இடத்திலேயே கண்டறிவதற்கான வேதிச்சோதனைகளை மேற்கொள்ளும் டெஸ்ட் கிட்-கள் தடயவியல் நிபுணரின் வாகனத்தில் தயாராக இருக்கும். சோதனை முடிவுகளை மேலும் உறுதிசெய்துகொள்ள சேகரிக்கப்பட்ட பொருள்கள் அனைத்தும் தடயவியல் துறையின் வெடிபொருள்கள் ஆய்வகத்துக்கு அனுப்பப்படும்.

வேதி வெடிமருந்துகளைப்பொறுத்தவரை, அவற்றில் எரிபொருளும் ஆக்சிஜனேற்றியும் கலந்திருக்கும். பெரும்பாலான வேதி வெடிமருந்துகளின் எரிபொருள் கார்பன், அம்மோனியா, கந்தகம் போன்றவையாக இருக்கும். ஆக்சிஜனேற்றி, நைட்ரேட் உப்பாகவோ கரிம நைட்ரோ சேர்மமாகவோ இருக்கும். நைட்ரேட் உப்பினைச் சூடாக்கினால் 'பட் பட்' என்ற வெடிக்கும் ஒலியைக் கேட்கலாம். அதனாலேயே இவற்றுக்கு வெடிஉப்புகள் என்ற பெயரும் உண்டு. ஆர்டிஎக்ஸ், டிஎன்டி, ஜெலட்டின்,

டைனமைட் போன்ற பிரபலமான வெடிமருந்துகள் கரிம நைட்ரோ சேர்மங்களாகும்.

வெடிபொருள்களுள் தாழ் வெடிபொருள்கள், உயர் வெடிபொருள்கள் என்ற இரு வகைகள் உண்டு. கொண்டாட்டங்களில் வெடிக்கப்படும் பட்டாசுகள், தோட்டாக்களில் பயன்படுத்தப்படும் கன் பவுடர் போன்றவை தாழ் வெடிபொருள்களுக்கு எடுத்துக்காட்டுகள். முதன்முதலில் பயன்படுத்தப்பட்ட வெடிபொருள் என்ற பெருமை கன் பவுடருக்கு உண்டு. கரி, கந்தகம், பொட்டாசியம் நைட்ரேட் ஆகியவற்றின் கலவையையே கன் பவுடர் என்கிறார்கள்.

உயர் வெடிபொருள்களில் முதல்நிலை வெடிபொருள்கள், இரண்டாம்நிலை வெடிபொருள்கள் என்ற இரு வகைகளுண்டு. முதல்நிலை வெடிபொருள்கள் மிகவும் நுட்பமானவை. சிறிய அதிர்வோ, உராய்வோ கூட அவற்றை வெடிக்கச் செய்துவிடலாம். லெட் ஸ்டிஃப்னேட், லெட் அசைட், மெர்குரி ஃபுல்மினேட் போன்றவை இவ்வகைக்கு எடுத்துக்காட்டுகள். இவற்றைக் கையாளுவது ஆபத்தானது. கட்டுப்படுத்துவது கடினமானது. எனவே, இரண்டாம்நிலை வெடிபொருள்களைக்கொண்டே பெரும்பாலும் வெடிகுண்டுகள் தயாரிக்கப்படுகின்றன. ஆர்டிஎக்ஸ், டிஎன்டி, ஜெலட்டின், டைனமைட் போன்றவை இவ்வகையைச் சேர்ந்தவை.

மேற்கண்ட வெடிமருந்துகளின் எச்சங்களைக்கொண்டு வேதியியல் சோதனைகள் மூலம் அவற்றை அடையாளம் கண்டுவிடலாம். ஐஇடி-க்களின் வெடிமருந்துச் சேர்க்கையையும் தயாரிப்பு விதத்தையும்கொண்டே அது எந்த இயக்கத்தின் தயாரிப்பு என்பதை ஊகித்துவிட முடியும். ராஜிவ் காந்தியைக் கொன்ற ஐஇடி விடுதலைப் புலிகள் வழக்கமாகப் பயன்படுத்துபவை என்பது குறிப்பிடத்தக்கது.

23. கணினித் தடயவியல்

இரண்டாயிரத்து நான்காம் வருடம். அமெரிக்காவின் கான்சாஸ் மாகாணப் போலீசாருக்கு ஒரு கடிதமும் சில புகைப்படங்களும் வந்தன. அனுப்பியவனின் பெயர் ஒட்டுமொத்த போலீஸ் துறையையும் கலங்கடித்தது. அவன் *BTK* கில்லர் என்று தனக்குத்தானே பெயர் சூட்டிக்கொண்டவன். போலீசாரைப் பொறுத்தவரை, அவன் ஒரு கெட்ட கனவு. பத்தாண்டுகளாக அவர்கள் மறக்கப் போராடிக்கொண்டிருந்த கெட்ட கனவு.

எழுபத்து நான்காம் வருடம் தன்னுடைய கணக்கைத் தொடங்கியிருந்தான் *BTK* கில்லர். அதிலிருந்து சுமார் பதினெட்டு வருடங்கள் வெறியாட்டம் ஆடினான். போலீசாரின் கணக்கில் வந்தவை பத்துப் படுகொலைகள். கொலை என்றால் ஈவிரக்கமற்ற கொடூரக்கொலைகள். எடுத்துக்காட்டாக, பதினொரு வயதுச் சிறுமியொருத்தியை நிர்வாணமாகத் தூக்கில் தொங்கவிட்டு, அவள் துடிதுடித்துச் சாவதைப் பார்த்துக்கொண்டே சுய இன்பம் அனுபவித்தவன் இந்த *BTK* கில்லர்.

BTK என்ற முன்னொட்டுக்கு *Bind, Torture, Kill* என்பது பொருள். கொல்வதற்கு அவன் வகுத்துக்கொண்ட படிநிலைகள் இவை. முதலில் அவன் தன்னுடைய இரையை நகர முடியாதவாறு கட்டிப்போடுவான். துப்பாக்கிமுனை அவர்களை ஒத்துழைக்கச் செய்தது. அடுத்ததாக முகத்தில் பிளாஸ்டிக் பைகளை மாட்டி

இறுக்கமாகக் கட்டுவான். அவர்கள் மூச்சுத்திணறுவதைப் பார்த்துப் பாலியல் இன்பமடைவான். இது உளவியல் சார்ந்த பாலியல் நோய்களுள் ஒன்று.

அவன் போலீசாரிடம் சிக்கவே இல்லை. தொண்ணூற்று ஒன்றாம் வருடம் திடீரென மாயமானவன் பத்தாண்டுகளுக்குப் பின் மீண்டும் தன் கொடிய நிழலை வெளிக்காட்டினான். இதுபோன்ற சீரியல் கில்லர்களிடம் ஒரு பலவீனம் உண்டு. தன்னைப் பற்றிய பெருமிதம்தான் அது. தன்னை யாராலும் பிடிக்கவே முடியாது என்ற கர்வம் அவர்களைத் தவறு செய்யவைக்கிறது.

BTK கில்லரும் ஒரு தவறு செய்தான். கிரைம் சீன் புகைப்படங்கள் சிலவற்றை ஃபிளாப்பியில் காப்பி செய்து போலீசாருக்கு அனுப்பிவைத்தான். இன்று ஃபிளாப்பியை எத்தனை பேர் பார்த்திருப்பீர்கள் என்பது தெரியவில்லை. *1.44MB* மட்டுமே சேமிப்புக் கொள்ளளவு கொண்டது அது. தடயவியல் துறை அந்த ஃபிளாப்பியில் அழிக்கப்பட்டிருந்த ஒரு வேர்ட் ஃபைலைக் கண்டறிந்து மீட்டெடுத்தது.

நாம் கடையில் வாங்கும் பொருள்களுக்கு புராடக்ட் டீட்டெய்ல்ஸ் லேபிள் இருக்குமல்லவா? அதைப் போன்ற லேபிள் ஒவ்வொரு எலெக்ட்ரானிக் ஃபைலிலும் இருக்கும். மெட்டாடேட்டா என்பார்கள். எந்தத் தேதியில், என்ன நேரத்தில், எந்தப் பயனரால், எந்தப் பெயர்கொண்ட கணினியில் அது உருவாக்கப்பட்டது? எந்த இடத்தில் சேமித்து வைக்கப்பட்டிருந்தது? போன்ற பல விவரங்கள் அதில் இருக்கும். குறிப்பிட்ட வேர்ட் ஃபைலின் மெட்டாடேட்டாவினை ஆய்வு செய்தனர் தடயவியல் வல்லுநர்கள்.

அந்த ஃபைல் டென்னிஸ் என்பவரின் பெயரில் இருந்தது. கிரைஸ்ட் லூதெர்ன் சர்ச்சுக்குச் சொந்தமான கணினியில் அது தட்டச்சு செய்யப்பட்டிருந்ததும் ஆய்வில் தெரியவந்தது. இரண்டு புள்ளிகளையும் இணைத்தபோது கிரைஸ்ட் லூதெர்ன் சர்ச்சின் மரியாதைக்குரிய பிரசிடென்ட் டென்னிஸ் ராடராக அது உருப்பெற்றது. ஒரு கிரைம் சீனில் சேகரிக்கப்பட்ட டிஎன்ஏவுடன் ராடரின் டிஎன்ஏ கச்சிதமாகப் பொருந்தியது.

ராடார், தான் செய்த பத்துக் கொலைகளையும் ஒப்புக் கொண்டதோடு அவற்றை எப்படிச் செய்தான் என்பதையும்

அனுபவித்து விவரித்தான். முன்பே பார்த்தோமே. சீரியல் கில்லர்கள் பெருமித உணர்ச்சி கொண்டவர்கள். அதோடு, எச்சரிக்கையுணர்வு, திட்டமிடல், பதற்றமின்மை, புத்திசாலித்தனம், சமூகத்தில் மதிப்பான தோற்றம், இரக்கம் எள்ளளவும் இல்லாமை போன்ற சீரியல் கில்லர்களுக்குரிய அத்தனை கல்யாண குணங்களையும் நிரம்பப் பெற்றிருந்தான் டென்னிஸ் ராடார்.

உளவியல் நோயாளி என்பதால் மரண தண்டனை வழங்க இயலவில்லை. பத்து ஆயுள் தண்டனைகளைப் பெற்று எண்பது வயதில் இன்னுமும் கம்பி எண்ணிக்கொண்டிருக்கிறான். அவன் பரோல் பெறுவதற்குக்கூட இன்னும் நூற்று எழுபத்தைந்து ஆண்டுகள் காத்திருக்க வேண்டும்.

கணினித் தடயவியல் என்பது மிகப்பெரிய சப்ஜெக்ட். அடிப்படையில் அது தரவுகளை மீட்டெடுப்பதை நோக்கமாகக்கொண்டது. மீட்டெடுத்த தரவுகளிலிருந்து தர்க்க அடிப்படையில் முடிவுகளைப் பெறுதல் அடுத்த படி. அதனைப் புரியும்படி நீதிமன்றத்தில் அறிக்கையாகச் சமர்ப்பித்தல் மூன்றாவது படி. மீட்டெடுக்கப்படும் ஒரு சிறு தரவும்கூட டென்னிஸ் போன்ற பயில்வான்களையே தடுக்கி விழச்செய்யும் புல்லாக மாறக்கூடும்.

தரவுகளைச் சேமிக்கப் பல்வேறு சாதனங்கள் உள்ளன. அந்தக் காலத்து டேப் ரெக்கார்டரில் இருந்து, ஃபிளாப்பிகள், விசிஆர்கள், சிடிக்கள், டிவிடிக்கள், ப்ளூ ரே டிஸ்க்குகள், பென் டிரைவ்கள், மெமரி கார்டுகள், ஹார்ட் டிஸ்க் எனப்படும் வன் தட்டுகள், சாலிட் ஸ்டேட் டிரைவ்கள் என்று பலவும் பயன்படுத்தப்பட்டிருக்கின்றன. இவற்றிலிருந்து தரவுகளை வெளிக்கொணரும் தடயவியலின் பிரிவு கணினித் தடயவியல் எனப்படுகிறது. இன்னும் நுணுக்கமாக டிஸ்க் ஃபாரன்சிக்ஸ் என்றும் அழைப்பர். இப்பகுதியில் ஹார்ட் டிஸ்க்கிலிருந்து தரவுகளை வெளிக்கொணர்வதைப் பற்றிச் சுருக்கமாகப் பார்ப்போம்.

ஆய்வுக்குரிய கணினியின் ஹார்ட் டிஸ்க் கழற்றப்பட்டு, *write-blocker* கருவியின் வழியே தடயவியல் கணினியுடன் இணைக்கப்படும். ஆய்வின்போது ஹார்ட் டிஸ்க்கின் தரவுகளில் எவ்வித மாற்றமும் நிகழாதிருக்க *write-blocker* அவசியமாகிறது. பொதுவாக, *write-blocker* அமைப்பு தடயவியல் கணினியின் ஓர் ஒருங்கிணைந்த பகுதியாகவே இருக்கும்.

சாதாரணமாக நாம் பயன்படுத்தும் கணினிகளில் அதிகபட்சமாக எட்டு ஜிபி அளவுள்ள *RAM* பயன்படுத்துவோம். ஆனால், தடயவியல் கணினிகளில் அறுபத்து நான்கு முதல் நூற்று இருபத்தெட்டு ஜிபி வரையிலான *RAM* சாதாரணமாகப் பயன்படுத்தப்படும். இதற்கு நேர்விகிதத்தில் *GPU*-வின் அளவும் சக்திவாய்ந்த புராசசர்களும் பொருத்தப்பட்டிருக்கும். தடயவியல் முறையில் தரவுகளை வெளிக்கொணர அவ்வளவு திறன் தேவைப்படுகிறது.

தடயவியல் கணினியில் நிறுவப்பட்டுள்ள தடயவியல் மென்பொருள் தரவுகளை வெளிக்கொணர்கிறது. சரி, தரவுகள் அழிக்கப்பட்டிருந்தால் அவை எவ்வாறு மீட்டெடுக்கப்படுகின்றன?

உண்மையில் நாம் டெலிட் பட்டனை அழுத்தும்போது தரவுகள் அழிவதில்லை. அவை எங்கே இருக்கின்றன என்பதைக் காட்டும் முகப்புப் பக்கத்தில் அதன் விவரங்கள் மட்டுமே அழிகின்றன. உதாரணத்துக்கு, ஃபைலின் பெயரில் முதல் எழுத்தை நீக்கிவிட்டு அதற்குப் பதில் சிக்மா என்ற கிரேக்க எழுத்தைப் போட்டுவிட்டால் அது டெலிட் செய்யப்பட்டுவிட்டது என்று அர்த்தம். கணினியின் ஃபைல் சிஸ்டத்தைப் பொறுத்தவரை அந்த இடம் காலியாக உள்ளது. *Unallocated Space* என்பர். ஆனாலும், அதன் மீது வேறொரு ஃபைல் வந்து அமரும்வரை அதாவது ஓவர்ரைட் ஆகும்வரை அதனை மீட்டெடுக்கக்கூடிய வாய்ப்பு உள்ளது.

ஆம். நீங்கள் புரிந்துகொண்டது சரிதான். டெலிட் செய்யப்பட்ட தரவுகளை மீட்பது ஒப்பீட்டளவில் சுலபம். அதேநேரம் ஓவர்ரைட் செய்யப்பட்ட தரவுகளை மீட்பது முடியாத செயல். ‘என்ன? முடியாத செயலா? ஓவர்ரைட் செய்யப்பட்ட தரவுகளையும் நாங்கள் மீட்டுத் தருவோம் என்று பல நிறுவனங்கள் விளம்பரம் செய்கிறார்களே. அதெல்லாம் பொய்யா?’ என்று சிலர் அதிர்ச்சியடையலாம். அதிர்ச்சியடைந்தாலும் முடியாது என்பதே உண்மை. ஏற்கெனவே எழுதப்பட்ட காகிதத்தில் மீண்டும் எழுதுவதைப்போன்ற செயல்முறைதான் ஓவர்ரைட்டிங். எனவே, ஏற்கெனவே எழுதியதை மீட்பதென்பது சாத்தியமில்லை.

இதனைப் புரிந்துகொள்ள, தரவுகள் எவ்வாறு ஹார்ட் டிஸ்க்கில் சேகரமாகின்றன என்ற தெளிவு ஓரளவுக்கு இருந்தால் நலம்.

அந்தக் காலத்து கிராமஃபோன்களை நாம் படங்களிலோ வீடியோக்களிலோ பார்த்திருப்போம். இன்றுவரை அந்தத்

தொழில்நுட்பம் மாறவில்லை. ஹார்ட் டிஸ்க் ஒன்றின் வெளிப்புற உலோக உறையைக் கழற்றினால் உள்ளே கிராமஃபோனின் தொழில்நுட்பத்தைக் காணலாம். வட்டவடிவச் சுழலும் தட்டுகள். ஒவ்வொரு தட்டின் மேலும் மிதந்து தரவுகளைப் படிக்கும் நுண்முனையுள்ள முள்கள். இந்தத் தட்டுகள் அல்லது டிஸ்க்குகளில்தான் தகவல்கள் பதிவாகின்றன.

என்ன தகவல் எந்த இடத்தில் பதிவாகியுள்ளது என்பது ஃபைல் சிஸ்டத்துக்குத் தெரிய வேண்டும். அப்போதுதான் நாம் கேட்கும்போது சரியாக அதனைத் திறந்து காட்டமுடியும். சராசரியாக நாம் இப்போது குறைந்தது ஆயிரம் கிகாபைட்டுகள் சேமிப்புத் திறன் கொண்ட ஹார்ட் டிஸ்க்குகளைப் பயன்படுத்தி வருகிறோம். ஒவ்வொரு பைட்டும் எட்டு பிட்டுகள் கொண்டது. ஒவ்வொரு பிட்டிலும் என்ன தகவல் உள்ளது என்பதைக் குறித்துக்கொள்வது முடியாத செயல் அல்லவா? ஃபைல் சிஸ்டம் மண்டை காய்ந்துவிடும்.

எனவே, ஒட்டுமொத்த டிஸ்க்கும் பல சிறு பகுதிகளாகப் பிரிக்கப்படுகின்றன. இவற்றை செக்டார்கள் என்பர். பொதுவாக, ஒரு செக்டாருக்கு ஐந்நூற்றுப் பன்னிரண்டு பைட்டுகள் இருக்கும். ஃபைல் சிஸ்டம் ஒரு ஃபைலின் இடத்தைக் குறித்துக்கொள்ள, குறைந்தபட்சம் அந்த ஃபைல் ஒரு செக்டாரையாவது ஆக்கிரமித்திருக்கவேண்டும். ஃபைலின் கொள்ளளவு வெறும் நூறு பைட்டுகளாகக்கூட இருக்கலாம். இருந்தாலும் அதற்கு ஒரு செக்டார் இடம் வழங்கப்படும். மீதமுள்ள நானூற்றுப் பன்னிரண்டு பைட்டுகள் காலியாகவே இருக்கும்.

ஆனாலும், நடைமுறையில் ஃபைல் சிஸ்டம் ஒரு ஃபைலின் இடத்தைக் குறித்துக்கொள்ள குறைந்தபட்சம் அந்த ஃபைல் ஒரு குறிப்பிட்ட அளவுள்ள கிளஸ்டரை ஆக்கிரமித்திருக்கவேண்டும். சில செக்டார்கள் சேர்ந்து ஒரு கிளஸ்டரை உருவாக்குகின்றன. ஒரு கிளஸ்டரில் எத்தனை செக்டார்கள் இருக்கவேண்டும் என்பது ஃபைல் சிஸ்டத்தைப்பொறுத்தது. குறைந்தபட்சம் இரண்டு செக்டார்கள் ஒரு கிளஸ்டரை உருவாக்கலாம்.

எனில், நூறு பைட்டுகள் கொள்ளளவுள்ள ஒரு ஃபைலுக்கு ஆயிரத்து இருபத்துநான்கு பைட்டுகள்கொண்ட கிளஸ்டர் வழங்கப்படும். ஃபைல் அமர்ந்துகொண்ட இடம்போக,

தொள்ளாயிரத்து இருபத்துநான்கு பைட்டுகள் புறம்போக்கு நிலமாக இருக்கும். இந்த இடங்கள் ஸ்லாக் ஸ்பேஸ்கள் *(Slack Spaces)* எனப்படுகின்றன. முழுவதும் தரவுகளால் நிரம்பிய ஒரு டிஸ்க்கில் இப்படிப்பட்ட ஸ்லாக் ஸ்பேஸ்கள் நிறைய இருக்கும். இந்த டிஸ்க்கை முழுவதும் எழுதிய காகிதம் எனக்கொண்டால், அதில் வார்த்தைகளுக்கு இடைப்பட்ட இடைவெளிகள்தான் ஸ்லாக் ஸ்பேஸ்கள்.

இப்போது, இந்தக் காகிதத்தில் வேறு வார்த்தைகள் எழுதப்படுவதாகக் கொள்வோம். அதாவது இரண்டாவது லேயர். இந்த லேயரில் எழுதப்படும் இரண்டு வார்த்தைகளுக்கு நடுவில் இடைவெளி இருக்குமல்லவா? அந்த இடைவெளியில் முதல் லேயரிலுள்ள சில எழுத்துகள் தெரியலாமல்லவா? தரவுகளை மீட்டெடுக்கும்போது இந்த எழுத்துகளும் சேர்ந்தே மீட்கப்படுகின்றன. இந்தத் தரவுகள்தான் ஓவர்ரிட்டன் தரவுகள். ஒரு ஃபைலின் பகுதியளவு தரவுகள் இவற்றில் கிடைக்கலாம். உதாரணமாக, ஒரு புகைப்படத்தில் பகுதியளவு மட்டும் மீட்கப்படலாம்.

ஹார்ட் டிஸ்க்கின் தொடர்ச்சியான பயன்பாட்டில் அடுத்தடுத்த லேயர்களில் டேட்டாக்கள் நிரம்பும்போது முதல் லேயரின் பகுதிகளை மீட்பதற்கான வாய்ப்புகள் குறைந்துகொண்டே போகும். ஏழு லேயர்கள் கடந்தபின், முதல் லேயரின் பத்து பைட்டுகள் அளவுள்ள ஒரு துண்டு டேட்டா கிடைக்குமானால், ரெகவரி நிறுவனங்கள், நாங்கள் ஏழுமுறை ஓவர்ரைட் ஆகியிருந்தாலும் தரவுகளை மீட்போம் என்று மார்தட்டி விளம்பரம் செய்துகொள்வார்கள். அவர்கள் மீட்டது பத்து பைட்டுகள்தான் என்பதைப்பற்றி அவர்கள் மூச்சுவிடுவதில்லை. இது புரியாதோர், தனியார் நிறுவனத்துக்கு இயலுமென்றால் ஏன் தடயவியல் துறையால் இயலாது என்று விமரிசிக்கவும் செய்கிறார்கள்.

பல நேரங்களில், 'தரவுகளை வைப் செய்துவிட்டார்கள்' என்று சொல்லக்கேட்டிருப்போம். டெலிட் செய்வதற்கும் வைப் செய்வதற்கும் என்ன வேறுபாடு என்ற கேள்வி அச்சமயங்களில் நமக்குள் எழுந்திருக்கலாம். வைப்பிங் செயல்முறையில் தரவுகள் ஓவர்ரைட் செய்யப்படுகின்றன. ஓவர்ரைட் சைக்கிள்கள் அதிகரிக்க

அதிகரிக்க தரவுகளை வெளிக்கொணரும் வாய்ப்புகள் வெகுவாகக் குறையும்.

பொதுவாக, கணினித் தடயவியல் ஆய்வுகளில் இணையதள மோசடிகள் விரிவாக அலசப்படுவதில்லை. கணினிகளை இணையத்துடன் இணைப்பது அவை ஹேக்கிங் செய்யப்படுவதற்கான வாய்ப்பாக அமைந்துவிடலாம். எனவே, கணினித் தடயவியல் வல்லுநர்கள் இணைய இணைப்பை அறவே தவிர்க்கிறார்கள். ஆயினும், வெளிக்கொணரப்படும் தரவுகளில், இன்டர்நெட் குக்கீஸ், பிரவுசிங் ஹிஸ்டரி, புக்மார்க்குகள், தம்ப்நெய்ல்கள், ஐபி அட்ரஸ்கள் போன்றவை பயனரின் இணையதள நடவடிக்கைகளைப்பற்றிய மதிப்புமிக்க துப்புகளைக் கொடுக்கவல்லவை.

24. பொய்யைக் கண்டுபிடிப்பது எப்படி?

நாட்டை அதிர்ச்சியடையச் செய்த டிசம்பர் மாதங்களுள் இரண்டாயிரத்து ஆறாம் ஆண்டின் டிசம்பரும் ஒன்று. புகார் கொடுத்து நெடுநாளான பின்னும் காணாமல்போன தன் மகளைக் கண்டுபிடிக்கவில்லையே எனக் கொதித்தார் பாயலின் தந்தை. சில நாள்களாகவே அவரது நச்சரிப்பு போலீசாருக்குப் பெரும் தொந்தரவாக மாறியிருந்தது.

பாயல் காணாமல் போனதாகச் சொல்லப்படும் பகுதியில் கடந்த சில ஆண்டுகளாகவே அவ்வப்போது சிறுவர் சிறுமியர் காணாமல்போவது வாடிக்கையாக இருந்துவந்தது. அனைவரும் குப்பத்துப் பிள்ளைகள் அல்லது சாலையோரம் வசிப்பவர்கள். அவர்களைத் தேடுவதில் போலீசார் பெரிதாக அக்கறை காட்டவில்லை. அன்றாடச் சோற்றுக்கே அல்லாடிக்கொண்டிருந்த அவர்களின் ஏழைப்பெற்றோருக்குக் காவல் நிலையத்துக்கு நடையாய் நடக்கும் தெம்பில்லை.

ஆனால், பாயலின் தந்தை விடுவதாயில்லை. இருபது வயது இளம்பெண் பாயல். அவளுக்கு என்ன நடந்திருக்கும் என்று எண்ணவே அந்தத் தந்தைக்கு அச்சமாக இருந்தது. அவரது ஓயாத முயற்சியால் கொஞ்சம் அசைந்தது நொய்டாவின்

காவல்துறை. காணாமல் போனவர்கள் அனைவரும் செக்டார் முப்பத்தொன்றில் இருந்த டி-5 வீட்டைச் சுற்றியே காணாமல் போயிருந்தனர். சரி, எதற்கும் விசாரிப்போம் என்று அந்த வீட்டைச் சோதனையிட்டனர்.

அந்த வீட்டை ஒட்டி ஓடிக்கொண்டிருந்த சாக்கடையில் ஒரு மண்டையோட்டைக் கண்டு அதிர்ந்தனர் போலீசார். சரி, மற்ற எலும்புகளைத் தேடிப்பார்க்கலாம் என்று முடிவெடுத்துத் தேடத் தொடங்கினர். முடிவில் அவர்களுக்குப் பதினைந்து மண்டையோடுகளும் எண்ணற்ற எலும்புகளும் கிடைத்தன. அத்தனையும் ஐந்திலிருந்து பன்னிரண்டு வயதுக் குழந்தைகளின் மண்டையோடுகள். தலைநகரம் அதிர்ச்சியில் உறைந்தது.

அந்த வீட்டின் உரிமையாளரான மொனிந்தர் சிங்கையும் அவரது வேலைக்காரனான சுரீந்தர் கோலியையும் கைது செய்தது காவல்துறை. கொலைக்கான காரணங்களும் கொலைசெய்த முறைகளையும் தெளிவாக அறிய விரும்பிய போலீசார், உண்மை கண்டறியும் சோதனை செய்யத் தீர்மானித்தனர்.

முன்னதாக பிரைன் மேப்பிங் முறையைக் கையாண்டனர். கைப்பற்றப்பட்ட எலும்புக்கூடுகள், ஆடைகள் போன்றவை குற்றவாளிகளுக்குக் காட்டப்பட்டன. அப்போது அவர்களின் மூளைகளில் ஏற்பட்ட அதிர்வுகள் அதைப்பற்றி அவர்களுக்குத் தெரியும் என்பதைக் காட்டின. தொடர்ந்து, கோலிக்கு ட்ரூத் சீரம் எனப்படும் சோடியம் பெண்டோதால் திரவம் ஊசிமூலம் செலுத்தப்பட்டு, அவன் அரைமயக்கநிலைக்குக் கொண்டுசெல்லப்பட்டான். பிறகு கேள்விகள் தொடுக்கப்பட்டன.

கோலியின் ஆழ்மனம் பேசியது. இனிப்புகளையும் பொம்மைகளையும் காட்டி சிறுவர் சிறுமியரை வீட்டுக்கு அழைத்துவந்துள்ளான் கோலி. பிறகு அவர்களை வன்புணர்ந்து கழுத்தை நெரித்துக் கொன்று உடற்பாகங்களைத் துண்டுதுண்டாக வெட்டிச் சாக்கடையில் வீசிவந்துள்ளான். வீட்டு வேலைக்காக ஆள் வேண்டுமென்று கூறி பாயலை அழைத்துவந்த கோலி, வழக்கமான முறையில் அவளையும் கொன்றுள்ளான். அதோடு, கொன்றபின் அவளது மார்பகங்களைச் சமைத்துச் சாப்பிட்டதாகச் சொல்லித் தடய மருத்துவரையே அதிரவைத்தான்.

உண்மை கண்டறியும் சோதனையில் கோலி கூறியவை அனைத்தும், நிகழ்வுகளின் தொடர்ச்சிகள், இறந்த குழந்தைகளின் அடையாளங்கள், ஆடைகளின் நிறம் போன்றவற்றுடன் ஒத்துப்போயின.

கடைசியாக, பாலிகிராஃப் சோதனை மேற்கொள்ளப்பட்டது. தான் குற்றம் செய்யாதவன் என்றான் கோலி. ஆனால், அவன் சொன்னது பொய் என்றது பாலிகிராஃப் முடிவு. மொனிந்தரின் பாலிகிராஃப் சோதனையில் தடயவியல் நிபுணர்களால் ஓர் உறுதியான முடிவுக்கு வரமுடியவில்லை. எனவே, இன்கன்க்ளூசிவ் என்று அறிக்கையளித்தனர். வழக்கு விசாரணைக்குப்பின், நீதிமன்றம் இருவருக்கும் தூக்குத் தண்டனை விதித்தது.

ஒருவர் பொய் சொல்கிறாரா இல்லையா என்பதைக் கண்டறிய நான்கு வழிமுறைகள் உள்ளன.

1. பாலிகிராஃப் *(Polygraph)* சோதனை
2. நார்கோ-அனாலிசிஸ் *(Narco-Analysis)*
3. பிரைன் மேப்பிங் *(Brain Mapping)*
4. கேள்விகளுக்குக் குற்றவாளியின் எதிர்வினையைக் கூர்ந்து கவனித்து உண்மைத்தன்மையைக் கண்டறிதல்.

ஒருவர் பொய் சொல்லும்போது, அந்தப் பொய் கண்டுபிடிக்கப்பட்டுவிடுமோ என்று அஞ்சும்போது, அந்தப் பயவுணர்ச்சி நரம்பு மண்டலத்தைத் தூண்டி, சில உடலியல் மாற்றங்களை ஏற்படுத்துகிறது. இந்த மாற்றங்களைப் பதிவு செய்வதே பாலிகிராஃப் சோதனையின் அடிப்படை. குற்றத்துடன் தொடர்புடைய உண்மைகளை மறைக்கும்போது குற்றவாளி ஓர் அதியுணர்ச்சித் தூண்டல் *(hyper-arousal state)* நிலைக்கு ஆளாகிறார். ஒரு பாலிகிராஃப் நிபுணரால் அதனைக் கண்டுகொள்ளமுடியும்.

பாலிகிராஃப் எந்திரம் நான்கு உடலியல் மாற்றங்களில் கவனம் செலுத்துகின்றது.

1. ரத்த அழுத்தம்
2. சுவாசம்
3. கால்வானிக் சரும எதிர்வினை *(Galvanic Skin Reaction)*
4. இதயத்துடிப்பு

சோதனைக்கு உட்படுத்தப்படும் நபரிடம் சோதனையின் செயல்முறைகள் விளக்கப்படவேண்டும். ஆம் அல்லது இல்லை என்று பதிலளிக்கக்கூடிய வகையில் கேள்விகளைத் தயார் செய்யவேண்டும். பிறகு பாலிகிராஃப் இருக்கையில் அவர் அமரவைக்கப்படுவார். இதயத்துடிப்பையும் ரத்த அழுத்தத்தையும் அளக்கும் கை சுற்றுப்பட்டை *(Arm cuff)* இணைக்கப்படும். சுவாசத்தைப் பதிவுசெய்யும் பெல்ட் ஒன்று நெஞ்சில் பொருத்தப்படும். கால்வானிக் சரும எதிர்வினையைக் கண்டறியும்பொருட்டு ஆள்காட்டி விரலொன்றில் மின்முனையொன்று பிணைக்கப்படும்.

நபரின் எதிர்வினைகள் ஒரு வரைபடத்தில் குறித்துக்கொள்ளப்படும். பொதுவாக, ஓர் அமர்வில் பத்துக் கேள்விகளுக்குமேல் கேட்கப்படாது. கேள்விகளில் மூன்று வகைகளுண்டு.

1. குற்றத்துக்குத் தொடர்பில்லாத கேள்விகள்
2. கட்டுப்பாட்டுக் கேள்விகள்
3. குற்றத்துக்குத் தொடர்புள்ள கேள்விகள்

குற்றத்துக்குத் தொடர்பற்ற கேள்விகள், சோதிக்கப்படுபவரின் உடல்நிலையைப் பரிசோதிக்கவும் அவரை ஆற்றுப்படுத்தவும் கேட்கப்படுகின்றன. எடுத்துக்காட்டாகச் சில கேள்விகளைப் பார்க்கலாம்.

‘உங்கள் பெயர் ரமேஷா?’

‘நீங்கள் அமர்ந்திருப்பது இருக்கைதானே?’

‘இது ஏப்ரல் மாதம்தானே?’ போன்ற கேள்விகள்.

கட்டுப்பாட்டுக் கேள்விகள் என்பவை அண்மையில் நிகழாத, ஆனால் ஒவ்வொருவருக்கும் தொடர்புள்ள பொது உளவியல் கேள்விகள். இவை உணர்ச்சிகளைத் தூண்டக்கூடியவை. உதாரணமாகச் சில கேள்விகளைப் பார்ப்போம்.

‘எப்போதாவது நீங்கள் பொய் சொல்லியிருக்கிறீர்களா?’

‘நீங்கள் திருடியதுண்டா?’

‘எப்போதாவது பெற்றோரை ஏமாற்றியுள்ளீர்களா?’ போன்றவை.

குற்றத்துடன் தொடர்புள்ள கேள்விகள் என்பவை வழக்கு விசாரணையின் மையமான கேள்விகளாக இருக்கும். சில எடுத்துக்காட்டுகள்:

'கொலை நடந்த நாளில் நீங்கள் அந்த இடத்தில் இருந்தீர்களா?'

'நீங்கள் அந்தப் பெண்ணிடம் தவறாக நடக்க முயன்றது உண்மையா?'

'அந்தப் பணத்தை மோசடி செய்து ஏமாற்றியது நீங்களா?' போன்றவை.

அடுத்து நார்கோ-அனாலிசிஸ் சோதனை. ஆல்கஹால் அருந்தியவர், உண்மைகளை உளறுவதாகப் படக்காட்சிகளை நாம் பார்த்திருக்கிறோம். சிலர் நேரிலும் அந்த அனுபவத்தை அடைந்திருக்கலாம். ஆல்கஹாலுக்குப் பதில் வேறு சில போதை மருந்துகளைப் பயன்படுத்தி இதைச் செய்தால் அது நார்கோ-அனாலிசிஸ். அவ்வளவுதான். சுயநினைவை இழக்கும் நிலைக்கு முந்தைய நிலையில் ஒருவர் இருக்கும்போது, அவரிடம் கேட்கப்படும் கேள்விகளுக்குப் பதிலளிப்பதை அவரால் கட்டுப்படுத்த இயலாது. குற்றத்தை மறைக்கும்வண்ணம் அறிவுபூர்வமாகப் பொய்சொல்லவும் சாத்தியங்கள் குறைவு. இதுபோன்ற தத்துவங்களின் அடிப்படையிலேயே நார்கோ-அனாலிசிஸ் முறை செயல்படுகிறது.

சோடியம் பெண்டோதால், பென்சோடையசீபைன், ஸ்கோபோலமின் ஹைட்ரோபுரோமைடு, சோடியம் செக்னால் போன்ற மயக்கமூட்டிகள் பொதுவாகப் பயன்படுத்தப்படுகின்றன.

பிரைன் மேப்பிங் முறையில் எலெக்ட்ரோஎன்செஃபலோகிராஃபியைப் (EEG) பயன்படுத்தி, ஒருவர் பார்க்கும் நிகழ்வுகள் தொடர்பாக மூளையில் தோன்றும் மின் தூண்டல்கள் அளக்கப்படுகின்றன. அவற்றை வைத்து, அந்தக் குறிப்பிட்ட நிகழ்வுடன் அவருக்குத் தொடர்புள்ளதா என்பதை அறியலாம்.

சோதிக்கப்படுபவரிடம் குற்றத்துடன் தொடர்புள்ள புகைப்படங்கள், வார்த்தைகள், காணொளிகள் போன்றவை கணினித் திரையில் காண்பிக்கப்படும். இவற்றைத் தூண்டல்கள் (stimuli) என்போம். குறிப்பிட்ட தூண்டலைத் தன் நினைவகத்திலிருந்து மூளை

அடையாளம் கண்டுகொண்டால் அது மின் எதிர்வினையை வெளிப்படுத்துகிறது. தூண்டலைப் பார்த்தபின் அடுத்த முந்நூறாவது மில்லிசெகண்டில் இது நடக்கிறது. எனவே இந்த எதிர்வினைக்கு *'P300'* என்று பெயர்.

கணினியின் சிபியு-வுக்கும் ஹார்ட் டிஸ்க்குக்கும் தகவல் பரிமாற்றம் நிகழும்போது சில பீப் ஒலிகள் எழுவதைக் கேட்கலாம். அதைப்போலவே மனித எந்திரத்தின் சிபியு-வாகச் செயல்படும் மூளை, தான் பார்த்த நிகழ்வை அதன் ஹார்ட் டிஸ்க்கான நினைவகத்திலிருந்து தேடியெடுத்து அப்டேட் செய்யும்போது *P300* சமிக்ஞைகளை வெளிப்படுத்துகிறது. அவற்றை *EEG* முறையில் கண்டுகொள்ளலாம்.

கேள்விகளுக்கான எதிர்வினையைக் கவனித்து பொய்யைக் கண்டறிதலுக்கு மிகுந்த அனுபவமும் திறமையும் தேவை. பொதுவாக, கீழே பட்டியலிடப்பட்டுள்ள சில எதிர்வினைகள் ஒருவர் பொய் சொல்கிறார் என்பதற்கான சிக்னல்கள்.

★ பேசும் முறையில் மாற்றம்.

★ உச்சரிப்புத் தடுமாற்றம்.

★ கேள்வியைத் திரும்பச் சொல்லுமாறு கேட்டல் - பதிலைச் சரியாகப் புனைவதற்கு நேரம் தேவைப்படுவதன்பொருட்டு நேரத்தைக் கடத்தும் உத்தி.

★ நேருக்கு நேர் கண்களைப் பார்ப்பதைத் தவிர்த்தல் அல்லது நீண்ட நேரம் வலிந்து கண்களை உற்றுப்பார்த்தல்.

★ மெதுவான அல்லது வேகமான கண்ணிமைத்தல்.

★ உதடுகள் உலர்ந்துபோதல் அல்லது வெளுத்துப்போதல்.

★ மூக்கைச் சொறிதல்-ரத்த ஓட்டம் அதிகரிப்பதால் ஏற்படுகிறது.

★ கேள்வி கேட்பவருக்கும் தனக்குமிடையே பௌதிகத் தடைகளை ஏற்படுத்திக்கொளல் - உதாரணமாக, நோட்டையோ பையையோ நெஞ்சோடு சேர்த்துக் கட்டிப்பிடித்துக் கொள்வது.

★ கைகளையோ கால்களையோ குறுக்காகப் பிணைத்துக்கொள்ளல்.

★ கைகளால் வாயையும் கண்களையும் மறைக்கும்படியான உடல்மொழி.

★ தொண்டையைக் கனைத்தல், எச்சில் கூட்டி விழுங்குதல் போன்றவை.

★ கருவிழிகள் விரிதல்.

★ சொல்லுக்கும் அது தொடர்பான சைகைக்கும் பொருத்தமில்லாதிருத்தல்.

★ சோர்வாக இருப்பதுபோல் காட்டுதல்-உதாரணமாக பொய்யாகக் கொட்டாவி விடுதல்.

★ விளக்கமான நீண்ட பதில்கள்.

★ உடலை முடிந்தவரை குறுக்கிக்கொள்ளுதல் அல்லது மறைத்துக்கொள்ளுதல்.

இவை தவிர வேறுசில உடல்மொழிகளும் கவனிக்கப்படவேண்டும். உதாரணமாக,

★ நமது கேள்விக்கு ஒருவர் நமக்கு இடதுபுறமாகப் பார்த்து யோசிக்கிறார் என்றால் ஒரு பொய்யைத் தயார் செய்துகொண்டிருக்கிறார் என்பது பொருள். வலது புறமென்றால் உண்மையான சம்பவத்தை நினைவுக்குக் கொண்டுவர முயல்கிறார் என்று அர்த்தம்.

★ வேறுபக்கமாகப் பார்த்துப் பதிலைச் சொல்லிவிட்டு நம்மைப் பார்த்தால், அவர் சொன்னதை நாம் நம்புகிறோமா என்று சோதிக்கிறார் என்று பொருள்.

★ ஒருவரின் உணர்ச்சியைப் பிரதிபலிக்கும் மைக்ரோ எக்ஸ்ப்ரஷன்கள் என்னும் உடல் மொழிகளைக் கவனிக்க வேண்டும்.

இவை மட்டுமல்லாமல், தடய உளவியலின் கூறுகளைப் பயன்படுத்துவோரும் உண்டு. இது பெரிய சப்ஜெக்ட். ஓர் உதாரணத்தை மட்டும் பார்ப்போம். ‘அவரது பெயர் மட்டும்தான் நினைவில் இருக்கிறது. அவர் தொடர்பான சம்பவங்கள் நினைவில் இல்லை’ என்று ஒருவர் சொன்னால் உளவியலின்படி அது பொய்.

ஒருவரின் பெயர் நினைவில் இருந்தால் அவர் தொடர்பான சம்பவங்கள் நிச்சயம் நினைவில் இருக்கும். மாறாக, சம்பவங்கள் நினைவில் இருந்து பெயர் நினைவில்லாமல்போவது இயல்பானது என்கிறது தடய உளவியல்.

இதுவரை, பொய்களைக் கண்டறியும் முறைகளைப் பற்றிச் சுருக்கமாகப் பார்த்தோம். இவற்றுள் எந்தவொரு முறையும் நீதிமன்றத்தால் முற்றிலுமாக ஏற்றுக்கொள்ளப்படுவதில்லை. பாலிகிராஃப் முறையில் ஃபால்ஸ் பாசிட்டிவ் முடிவுகள் அதிக அளவில் பெறப்பட்டுள்ளன. சோதனைக்கு உள்ளாவோர் இயல்பாகவே பதற்றமடைவதற்குப் பிரகாசமான வாய்ப்புகள் உள்ளன. எனவே இவற்றின் முடிவுகள் கேள்விக்குரியவை. அதோடு, பயிற்சி பெற்ற நிபுணர்களால் பாலிகிராஃபை ஏமாற்ற முடியும். உளவாளிகளுக்கு இதற்கான பிரத்யேகப் பயிற்சிகள் கொடுக்கப்படுகின்றன.

நார்கோ-அனாலிசிஸ் முறையில்கூடத் தப்பிக்கும் நரசிம்மா விஜயகாந்த்கள் நிஜ வாழ்க்கையிலும் உள்ளனர். சிலருக்கு இயல்பாகவே அதிக அளவிலான போதை மருந்துகளைத் தாங்கும் திறனிருக்கும். 'எவ்வளவு குடிச்சாலும் போதையே ஏறல' ரகத்தைச் சேர்ந்தவர்கள் அவர்கள். அனுமதிக்கப்பட்ட அளவிலான சோடியம் பெண்டோதால் அவர்களை அடிமன நிலைக்குக் கொண்டுசெல்லப் போதுமானதாக இல்லாமல் இருக்கலாம். இந்த மருந்துகளின் அளவை அதிகரிப்பது மரணத்தைக்கூட நிகழ்த்தலாம் என்பதால் அனுமதிக்கப்பட்ட அளவை நிபுணர்கள் தாண்டுவதில்லை.

கடைசி முறையான கேள்விகள் கேட்டுக் கண்டறியும் முறையை நீதிமன்றத்தில் சாட்சியமாகப் பயன்படுத்த முடியாது. அது முழுக்கமுழுக்கப் புலனாய்வுக்கு மட்டுமே பயன்படுத்தப்படுவது. முதல் மூன்று முறைகளைப் பயன்படுத்த, சோதனைக்கு உள்ளாகவேண்டியவரின் சம்மதம் அவசியம். எனவே, இந்த முறைகளின் பயன்பாடுகள் வரையறுக்கப்பட்டவை.

25. மண் சொல்லும் சேதி

இரண்டாயிரத்து இரண்டாம் வருடத்தின் ஆகஸ்ட் மாதம் அது. இங்கிலாந்திலுள்ள சொஹம் *(Soham)* கிராமத்தினர் மிகவும் கவலையாக இருந்தனர். ஹோலியையும் ஜெசிக்காவையும் நீண்ட நேரமாகத் தேடியும் கண்டுபிடிக்கமுடியவில்லை. இருவரும் பத்து வயதே நிரம்பிய இணைபிரியாத் தோழிகள். இனிப்பு வாங்கி வருவதாகச் சொல்லிவிட்டு அவர்கள் வீட்டிலிருந்து கிளம்பியிருந்தார்கள்.

அந்தப் பெண்கள் படித்துக்கொண்டிருந்த பள்ளியில் பராமரிப்பாளராகப் பணியாற்றிக்கொண்டிருந்த இயான் ஹன்ட்லி இதுகுறித்து மிகவும் வருந்திக்கொண்டிருந்தான். 'அவர்கள் மிகவும் சந்தோஷமான அற்புதமான குழந்தைகள். இது ஒரு பெரிய சோகம்' என்று புலம்பினான். ஹன்ட்லியின் வீடு பள்ளி வளாகத்திலேயே இருந்தது. பள்ளியில் உதவியாளராகப் பணியாற்றிவரும் அவனது காதலி மாக்சின் கர்-ருடன் அங்கு தங்கியிருந்தான்.

அவனது மிதமிஞ்சிய புலம்பல்கள் போலீசாரின் கவனத்தை ஈர்த்தன. இது குற்றவாளிகளின் நடத்தைகளுள் ஒன்று. அவனது பெயரைச் சிவப்புப் பேனாவால் சுழித்து வைத்துக்கொண்டார் காவல் ஆய்வாளர். தொடர்ந்து, ஜெசிக்காவின் கைபேசி சிக்னல்கள் ஆராயப்பட்டன. அது கடைசியாக ஹன்ட்லியின் வீட்டுக்கருகில் துண்டிக்கப்பட்டிருந்ததைக் கண்டறிந்தார்கள்.

ஆனால், குறிப்பிட்ட அந்த நேரத்தில் ஹன்ட்லீ தன்னுடன் இருந்ததாக வேற்றிடச்சான்று அளித்தாள் மாக்சின். போலிசார் குழப்பத்துக்கு ஆளானார்கள். ஆயினும், ஆய்வாளரின் உள்ளுணர்வு ஹன்ட்லீயைத்தான் சுட்டிக்காட்டியது. இதற்கிடையே பள்ளியிலிருந்து சுமார் பத்து மைல் தொலைவில் அச்சிறுமிகளின் சடலங்கள் கண்டெடுக்கப்பட்டன.

ஒதுக்குப்புறமான பள்ளமொன்றில் எரிந்த நிலையில் வீசப்பட்டிருந்தன அச்சடலங்கள். ஒருவேளை ஹுன்ட்லி இதைச் செய்திருந்தால், இவ்வளவு தூரம் அச்சடலங்களைக் கொண்டுவர அவனது காரைப் பயன்படுத்தியிருக்கலாம். எனவே, அவனது கார் தீவிரமாகச் சோதனையிடப்பட்டது. சோதனையில் அவனது காரில் இருந்த மண் துகள்கள் சேகரிக்கப்பட்டன. அவை, சிறுமிகளின் சடலங்கள் கிடந்த பள்ளத்திலிருந்த மண்ணுடன் கச்சிதமாகப் பொருந்தின.

தன்னுடைய ஷூவையும் ஆடைகளையும் எரித்து, கார்களின் டயர்களை மாற்றி, ஆதாரங்களை அழித்திருந்தான் ஹன்ட்லி . ஆனால், மண் துகள்களை மறந்துவிட்டிருந்தான். அவை அவனைக் காட்டிக்கொடுத்தன. கொலைக்கான காரணம் இன்றுவரை சரியாகத் தெரியவில்லை. சிறுமிகளை அவன் பாலியல் துன்புறுத்தல் செய்ய முனைந்திருக்கலாம். அவர்கள் சத்தமிடவே, பயந்துபோய் அவர்களைக் கொன்றிருக்கலாம் என்ற எடுகோள் முன்வைக்கப்படுகிறது.

தான் பொய் சொன்னதை மாக்சின் ஒப்புக்கொண்டாலும் சிறுமிகளை ஹன்ட்லிதான் கொன்றான் என்பது தனக்குத் தெரியாது என்றாள். பொய்சாட்சி கூறியதற்காக அவளுக்கு இருபத்தொரு மாதங்கள் சிறைத்தண்டனை விதிக்கப்பட்டது. ஹன்ட்லி இரட்டை ஆயுள் தண்டனை பெற்றான். 'மனிதர்கள் பொய்யுரைக்கலாம், தடயவியல் ஆதாரங்கள் பொய்யுரைப்பதில்லை' என்ற தடயவியலின் விதிக்கு இவ்வழக்கு சிறந்த சான்றாக இருந்தது.

ஒவ்வொரு பகுதியின் மண்ணும் தனித்துவம் வாய்ந்தது. மண்ணில் கலந்துள்ள மகரந்தத் துகள்களும் கரிமங்களும் தாவரக்கழிவுகளும் ஊட்டங்களும் அவற்றுக்குத் தனித்துவத்தை அளிக்கின்றன.

ஷெர்லாக் ஹோல்ம்ஸின் சாகசங்கள் கதைத் தொகுதியில் 'தி அட்வெஞ்சர் ஆஃப் தி நேவல் ட்ரீட்டி' *(The Adventure of the*

Naval Treaty) என்றொரு கதையுண்டு. தன் நண்பர் வாட்சனைப் பார்த்து, 'நீங்கள் தபால் அலுவலகத்துக்கு சென்று வந்தீர்கள்தானே?' என்று கேட்பார் ஹோம்ஸ். அதிர்ந்துபோவார் வாட்சன். 'நான் தபால் நிலையத்துக்குச் செல்வதை யாரிடமும் கூறவில்லையே? அந்த முடிவை இன்று காலையில்தானே நான் எடுத்தேன்? தவிர நீங்கள் இப்போதுதானே தூங்கி எழுந்தீர்கள்?' என்று கேட்பார். அதற்கு ஹோம்ஸ், 'தபால் நிலைய வாசலில் சிவப்பு நிற மண் புதிதாகக் கொட்டப்பட்டுள்ளது. உங்கள் ஷூவில் இருந்த அந்த மண்ணைப் பார்த்துத்தான் நீங்கள் அங்கு சென்றதைத் தெரிந்துகொண்டேன்,' என்று எளிமையாகப் பதிலளிப்பார்.

குறிப்பிட்ட பகுதியைச் சேர்ந்த புலனாய்வாளர்கள் அப்பகுதியின் நிலவியலையும் மண் வேறுபாடுகளையும் அறிந்துகொள்வது அவர்கள் திறனுடன் செயல்பட உதவும்.

ஒட்டக்கூடிய தன்மையால் மண்ணானது டயர்களிலும் காலணிகளிலும் ஆடைகளிலும் எளிதாக இடம்பெயரக்கூடியது. இத்தன்மையால், குற்ற நிகழ்விடத்துக்கும்-குற்றவாளிக்கும், குற்ற நிகழ்விடத்துக்கும்-கொலையுண்டவருக்கும் இடையே இவை தொடர்பை ஏற்படுத்துகின்றன. சேகரிக்கப்பட்ட மண் மாதிரிகள் *(Sample Soil)*, குற்ற நிகழ்விடத்திலுள்ள மண் மாதிரிகளுடன் *(Control Soil)* ஒப்பிடப்படுகின்றன.

ஒப்பிடும்போது, மண்ணின் நிறம், வடிவம், கட்டமைப்பு, அடர்த்தி, வேதிச்சேர்க்கை, கலப்புப் பொருள்கள் போன்றவை ஆய்வுக்குட்படுத்தப்படும். வெறும் கண்ணால் பார்த்தே நிறத்தைத் தெரிந்துகொள்ளலாம். எனினும், நிறத்தின் ஆழம் ஈரப்பதத்தைப்பொறுத்து மாறும். எனவே, நன்கு உலர்ந்த நிலையிலோ அல்லது ஈரமான நிலையிலோதான் மண் மாதிரிகள் ஒப்பிடப்படவேண்டும்.

வடிவம், கட்டமைப்பு, கலந்துள்ள பொருள்கள் போன்றவற்றை ஆய்வுசெய்ய ஒளி நுண்ணோக்கிகள் பயன்படுத்தப்படுகின்றன. முனைவுற்ற ஒளி நுண்ணோக்கியைக்கொண்டு வேதிச் சேர்க்கையைக்கூட அறியலாம். மேலும், *SEM-EDAX* போன்ற நவீன கருவியைக்கொண்டும் வேதிச்சேர்க்கை, கலந்துள்ள ஊட்டங்கள் போன்றவற்றை அறியலாம்.

மண்ணின் அடர்த்தியைச் சோதிப்பதற்கு ஒரு நீண்ட கண்ணாடிக் குழாய் தேவைப்படும். வேதி ஆய்வகத்தில் பியூரெட் பயன்படுத்தியிருப்பீர்கள் அல்லவா? அதைப்போன்ற ஒன்று அல்லது அதுவே. அக்குழாயினுள் வெவ்வேறு அடர்த்திகொண்ட ஒன்றோடொன்று கலக்காத வேதித்திரவங்கள் ஒன்றன் மேலொன்றாக நிரப்பப்படும். குழாயின் அடிப்பகுதியில் அடர்த்தி மிகுந்த திரவமும் மேல்பகுதியில் அடர்த்தி குறைந்த திரவமும் இருக்கும். மேலிருந்து கீழே செல்லச்செல்ல அடர்த்தி அதிகமாகும். இதைப்போன்ற இரு குழாய்களைத் தயார்செய்து கொள்ளவேண்டும். தேன், டிஷ் வாஷிங் லிக்விட், நீர், எண்ணெய் போன்ற வீட்டிலுள்ள வெவ்வேறு திரவங்களைக்கொண்டு நாமே இதுபோன்ற அடர்த்தி வேறுபாட்டுக் குழாயை *(Density Gradient Column)* உருவாக்கலாம். ஒரு குழாயில் தடயப்பொருளில் சேகரிக்கப்பட்ட மண் மாதிரியும் மற்றொன்றில் கண்ட்ரோல் மண் மாதிரியும் தூவப்படும்.

மண் ஒரு கலவை என்பதால் அதன் ஒவ்வொரு பகுதியும் குழாயின் ஒவ்வொரு உயரத்தில் மிதக்கும். அதாவது எந்தத் திரவம் மண் மாதிரியின் அடர்த்திக்குச் சமமாக உள்ளதோ அங்கு மண்ணானது மிதக்கும். இப்போது குழாயில் வெவ்வேறு உயரங்களில் பட்டை பட்டையாக மண் துகள்கள் பிரிந்து நிற்கும். இரு குழாய்களிலும் ஒரே உயரத்தில் ஒரே மாதிரியான பட்டைகள் தோன்றினால் அவை ஒரே இடத்திலிருந்து பெறப்பட்ட மண். இவற்றில் வேறுபாடுகள் இருந்தால் இரண்டு மண் மாதிரிகளும் வெவ்வேறு பகுதிகளைச் சேர்ந்தவை.

பலநேரங்களில் ஒருவர் சடலத்தைப் புதைக்கும்பொருட்டு, குழி தோண்டப் பயன்படுத்திய கடப்பாரையோ மண்வெட்டியோ அவ்விடத்திலுள்ள மண்ணைச் சுமந்துகொண்டிருக்க வாய்ப்புள்ளது. கொலையாளியின் வீட்டைச் சோதனையிடும்போது இந்தக் கருவிகள் அகப்படலாம். அந்நேரங்களில் தன்னுடைய தோட்டத்தில் குழிதோண்டியதாகக்கூறி, குற்றவாளி தப்பிக்க எண்ணுவது இயல்பு. அக்கருவிகளிலுள்ள மண்ணை, சடலம் கண்டெடுக்கப்பட்ட குழியிலுள்ள மண்ணுடனும் குற்றவாளி கூறும் அவரது தோட்டத்திலுள்ள மண்ணுடனும் ஒப்பிடும்போது உண்மையை அறிவியல்பூர்வமாக நிறுவிவிடலாம். குற்றவாளி பொய் கூறியதும் இதனால் நிரூபிக்கப்பட்டுவிடும்.

தடயவியலில் மண்ணின் பயன் இத்துடன் முடிந்துவிடவில்லை. ஒருவர் எப்போது புதைக்கப்பட்டார் என்ற தோராயமான கால அளவை அறியவும் மண் பயன்படுகிறது. பொதுவாக, சடலத்தைப் புதைக்க எண்ணும் குற்றவாளிகள், ஆள் அரவமில்லாத காடுகள், புதர்கள் போன்ற ஒதுக்குப்புறமான பகுதியைத்தான் தேர்ந்தெடுக்கிறார்கள். மனிதர்களின் தொந்தரவு இல்லாததால் அங்கிருக்கும் மண் நன்கு இறுகி, பல்வேறு அடுக்குகளைக்கொண்டிருக்கும். காலப்போக்கில் வெவ்வேறு படிமங்கள் மேற்படர்வதால் வெவ்வேறு அடுக்குகள் தோன்றுகின்றன.

மண்ணைத் தோண்டும்போது படிமங்களின் ஒழுங்கு குலைக்கப்படுகிறது. புதைத்து மீண்டும் மூடியபின் அப்பகுதியிலுள்ள மண் இலகுவாக இருக்கிறது. நாள்கள் செல்லச்செல்ல இலகுத்தன்மை குறைந்து அவை இறுகுகின்றன. மண்ணின் அடர்த்தி அதிகரித்துக்கொண்டே செல்கின்றது. இந்நிலையில், தோண்டப்பட்ட இடத்திலும் அதற்கு அருகில் தோண்டப்படாத இடத்திலுமுள்ள மண்ணின் அடர்த்தியைத் தடயவியலாளர் ஆய்வு செய்வார். இந்த அடர்த்தி வேறுபாட்டைக்கொண்டு குழியானது தோண்டப்பட்ட தோராயமான காலத்தை அளந்துவிடலாம்.

புதைத்து நூற்றுக்கணக்கான ஆண்டுகள் கடந்துவிட்டிருந்தால் மண்ணில் புதுப்புது அடுக்குகள் தோன்றியிருக்கும். இந்த அடுக்குகள் தோன்றுவதற்கு குறிப்பிட்ட கால இடைவெளிகள் உள்ளன. தோண்டப்பட்ட இடத்தில் உருவான அடுக்குகளும் அதற்கு அருகில் தோண்டப்படாத இடத்திலுள்ள அடுக்குகளும் ஒப்பிடப்படும். பண்டைய புதைபடிமங்களின் வயதைக் கணிக்க தடய அகழ்வாராய்ச்சியாளர்கள் கைக்கொள்ளும் முறைகளில் இதுவும் ஒன்று.

ஓர் இடத்தைத் தோண்டி, மீண்டும் மண்ணைத் தள்ளி மூடும்போது விதைகளும் மகரந்தங்களும் சேர்த்துப் புதைக்கப்படலாம். அவற்றைக்கொண்டு எந்தப் பருவ காலத்தில் குறிப்பிட்ட சடலம் புதைக்கப்பட்டுள்ளது என்பதை அறியலாம். எடுத்துக்காட்டாக, வசந்த காலத்தில் உருவாகக்கூடிய விதையோ காயோ கண்டறியப்பட்டால், புதைத்தது வசந்த காலத்தில் என்ற முடிவுக்கு வரலாம். புதைக்கப்பட்ட விதைகள் பல நேரங்களில்

மரமாகவும் செடியாகவும் முளைத்துவிட வாய்ப்புகளுள்ளன. அந்தத் தாவரங்களின் வயதைக்கொண்டும் புதைத்தல் நிகழ்ந்த தோராயமான காலத்தைக் கணித்துவிடலாம்.

மற்றொரு சுவாரஸ்யமான தகவலும் மண் தொடர்பான தடயவியலில் உள்ளது. போர், இனப்படுகொலை, கொள்ளை நோய் மரணங்கள் போன்ற நிகழ்வுகளில் மிக அதிக அளவிலான சடலங்கள் ஒரே இடத்தில் பெரிய குழியொன்று தோண்டிப் புதைக்கப்படுவதுண்டு. பிணங்கள் அழுகும்போது இந்தக் குழியில் அதிக அளவிலான நைட்ரஜனும் பாஸ்பரஸும் குவிகின்றன. இதனால் இந்த மண் செழுமை மிக்கதாக உள்ளது. சில குறிப்பிட்ட வகைத் தாவரங்கள் இம்மண்ணில் செழித்து வளருகின்றன. ஒரு பகுதியில் இவற்றின் அசாதாரண வளர்ச்சி அவ்விடத்தில் அதிக அளவிலான பிணங்கள் புதைக்கப்பட்டிருக்கும் சாத்தியக்கூற்றை முன்வைக்கின்றன.

எடுத்துக்காட்டாக, பிணப்பூ *(Corpse Flower)* அல்லது பேய்ப்பூ *(Ghost Flower)* என்றழைக்கப்படும் மோனோட்ரோபா யூரிஃப்புளோரா *(Monotropa uniflora)* வகைத் தாவரங்களைக் கூறலாம். புகைபிடிக்கும் பைப்பினைப் போன்ற தோற்றம் கொண்டிருப்பதால் இவற்றைப் பிணங்களின் பைப் *(Corpse Pipe)* என்றும் அழைப்பர். சுனைக்காஞ்சொறி *(Nettles (Urtica species))* செடிகள் இவ்வகைக்கு மற்றோர் எடுத்துக்காட்டு. நண்பர்கள் சண்டையிட்ட இடங்களில் பேய்ப்பூக்கள் வளரும் என்றும் ‘குருதி நனைத்த நிலங்களில் காஞ்சொறிகள் செழிக்கும்’ என்றும் நாட்டுப்புறக்கதைகள் வழங்கப்பட்டுவருகின்றன.

காஞ்சொறிச் செடிகளைக்கொண்டுதான் முதல் உலகப்போரிலும் இரண்டாம் உலகப்போரிலும் இறந்தவர்களைப் புதைத்த பெரிய பெரிய குழிகள் கண்டறியப்பட்டுள்ளன. இவ்வகைத் தாவரங்கள் சரித்திரத்தில் உருவாக்கப்பட்டுள்ள இதுபோன்ற புதைநிலங்களைக் கண்டறிய, தடய அகழ்வாராய்ச்சியாளர்களுக்குப் பேருதவி புரிகின்றன.

26. விடுபட்டவை

தடயவியல் என்பது பெரிய துறை. அதன் முக்கியமான சில பிரிவுகளைத்தான் கடந்த அத்தியாயங்கள் உங்களுக்கு அறிமுகப்படுத்தின. தடயவியல் முறைகளைத் திறம்படப் புரிந்துகொள்வதற்கு இந்த அறிமுகம் உதவும்.

தடய வேதியியல், தடய இயற்பியல், தடய உயிரியல் போன்ற பிரிவுகள் இப்புத்தகத்தில் தனித்தனி அத்தியாயங்களாகக் குறிப்பிடப்படவில்லை. எனினும், அப்பிரிவுகளில் மேற்கொள்ளப்படும் பெரும்பாலான பணிகள் வெவ்வேறு அத்தியாயங்களில் விவரிக்கப்பட்டுள்ளன. இவற்றைத் தாண்டி, சொல்லாமல் விடுபட்டவையும் ஏராளம்.

விபத்துப் புலனாய்வு: விபத்துப் புலனாய்வு என்பது பெரும்பாலும் இயற்பியல் கோட்பாடுகளை அடிப்படையாகக் கொண்டது. வாகனம் எவ்வளவு வேகத்தில் வந்தது? எந்தத் திசையிலிருந்து வந்தது? எங்கு மோதியது? மோதலின் தாக்கம் என்ன? மோதிவிட்டுச் சென்றது எந்த வகையான வாகனம்? போன்ற கேள்விகள் விபத்து தொடர்பான வழக்குகளில் முக்கியமாக இடம்பெற்றிருக்கும். சில நேரங்களில், நிகழ்ந்தது விபத்தா? திட்டமிட்ட சதியா? என்பதைத் தடயவியலாளர் கண்டறிய வேண்டியிருக்கும்.

நஞ்சியல்: பிரேதப் பரிசோதனை முடிந்ததும், *Viscera* எனப்படும் உள்ளுறுப்புகள் பதப்படுத்தப்பட்டு, நஞ்சியல் பிரிவுக்கு அனுப்பப்படும். அவற்றில் போதைப்பொருளோ நச்சுப்பொருளோ

உள்ளதா என்பதைத் தடயவியல் அறிஞர் கண்டறிவார். இதற்காக வேதிப் பரிசோதனைகளும் திறன் வாய்ந்த நிறமாலைமானிக் கருவிகளும் பயன்படுத்தப்படும்.

போதைப்பொருள் பிரிவு: போதைப்பொருள் எனச் சந்தேகிக்கக் கூடிய பொருள்கள் இப்பிரிவுக்கு அனுப்பப்படும். அனுப்பப்பட்டது போதைப்பொருளா? ஆம் எனில், என்ன போதைப்பொருள்? போன்ற கேள்விகளுக்கு விடை கண்டறிய வேண்டியது இப்பிரிவு நிபுணர்களின் பணி. கஞ்சா, ஹஷிஷ், *LSD* ஸ்டாம்ப்புகள், போதை மாத்திரைகள் போன்றவை இங்கு பெருமளவில் ஆய்வு செய்யப்படுகின்றன.

மோசடி ஆவணங்கள் பிரிவு: போலியான பத்திரங்கள், ஒப்பந்த ஆவணங்கள், காசோலைகள், ஹாலோகிராம்கள், முத்திரைகள், அச்சடிக்கப்பட்ட ஆவணங்கள், கள்ள நோட்டுகள், கையெழுத்து மோசடிகள் போன்றவை இப்பிரிவில் கையாளப்படுகின்றன. இறந்துபோனவர் எழுதிவைத்த மரண வாக்குமூலம் அவரால் எழுதப்பட்டதுதானா என்பதைக் கண்டறிவதும் இப்பிரிவு வல்லுநர்களின் பொறுப்புதான்.

இவை தவிர, ஆல்கஹாலைக் கையாளும் ஆயப்பிரிவு, தடய புகைப்படப் பிரிவு, பல்வேறு ஆடைகள், துணிகளை ஆய்வுசெய்யும் பிரிவு, காட்டுயிர்களுக்கு விளைவிக்கப்படும் தீங்குகளை ஆராயும் பிரிவு, மென்பொருள் வைரஸ் புலனாய்வுப் பிரிவு, நெட்வொர்க் புலனாய்வுப் பிரிவு, கிரெடிட் கார்டு, டெபிட் கார்டு உள்ளிட்ட பணப்பரிவர்த்தனை அட்டைகளின் மோசடிகளை ஆராயும் பிரிவு, தடயத் தொல்லியல் பிரிவு, தடயக் கணக்குப்பதிவியல் பிரிவு, தடயத் தாவரவியல் பிரிவு, தடய உளவியல் பிரிவு, தடயக் குற்றவியல் பிரிவு போன்ற பிரிவுகள் தடயவியலுக்குள் அடங்கியுள்ளன.

தடயவியலை எங்கு படிக்கலாம்?

வேலைவாய்ப்புகள் எப்படி இருக்கும்?

தமிழகத்திலும் வெளிமாநிலங்களிலும் சில தனியார் கல்வி நிறுவனங்கள் தடயவியலில் இளங்கலைக் கல்வியை வழங்குகின்றன. அவற்றில் சேரும் முன்பு, குறிப்பிட்ட அந்தப் படிப்பு யுஜிசியால் அங்கீகரிக்கப்பட்டுள்ளதா? தகுதியும் அனுபவமும் வாய்ந்த

ஆசிரியர்கள் உள்ளனரா? தேவையான ஆய்வக வசதிகளுள்ளனவா? அந்நிறுவனங்கள் கட்டணமாக நிர்ணயித்துள்ள பெருந்தொகையைச் செலுத்த முடியுமா? என்றெல்லாம் சிந்திக்கவேண்டியது அவசியம்.

உண்மையைச் சொல்வதென்றால், தடயவியல் பட்டதாரிகளுக்குப் போதுமான வேலைவாய்ப்பு இந்தியாவில் இல்லை. தனியார் நிறுவனங்களைப் பொறுத்தவரை, தனியார் தடயவியல் ஆய்வகங்கள், டிடெக்டிவ் ஏஜென்சிகள், தடயவியல் மென்பொருள், வன்பொருள்களைத் தயாரித்து விற்கும் நிறுவனங்கள், தனியார் கல்வி, ஆராய்ச்சி நிறுவனங்கள் போன்றவற்றில் தடயவியல் பட்டதாரிகளுக்கு வேலைவாய்ப்புகளுண்டு. அதே நேரம், அரசுத் துறைகளில் வேலைவாய்ப்புகள் மிகக் குறைவு. மத்திய, மாநிலத் தடயவியல் ஆய்வகங்கள், அரசுக் கல்வி, ஆராய்ச்சி நிலையங்கள் போன்றவை அதிகமில்லை. இதனால், ஆயிரக்கணக்கான தடயவியல் பட்டதாரிகள் வேலையில்லாமல் இருக்கின்றனர். அல்லது கிடைக்கும் வேலையைச் செய்துகொண்டு இருக்கின்றனர்.

தமிழகத்தைப் பொறுத்தவரை, தடய அறிவியல் படித்தால்தான் தமிழகத் தடயவியல் துறையில் நுழைய முடியுமென்ற அவசியமில்லை. இயற்பியல், வேதியியல், உயிரியல் போன்ற பாடங்களுள் ஒன்றில் முதுகலைப்பட்டம் பெற்றிருந்தால்கூடப் போதுமானது. குறிப்பாக அறுபது சதவீதத்துக்கும் மேற்பட்ட இடங்கள் வேதியியல் பட்டதாரிகளால் நிரப்பப்படுகின்றன. இயற்பியல், வேதியியல், உயிரியல் போன்ற அடிப்படை அறிவியல் பாடங்களில் பட்டம் பெறுவதில் பல்வேறு சாதகங்களும் உள்ளன. குறிப்பாக, வேலைவாய்ப்புகள் அதிகம். எனவே, இவற்றுள் ஒன்றைத் தேர்வு செய்வதே புத்திசாலித்தனம்.

தடய அறிவியல்தான் படிக்கவேண்டும் என்பதில் உறுதியாக இருப்போர் நல்ல கல்வி நிலையங்களைத் தேர்ந்தெடுக்க வேண்டும். டெல்லியில் உள்ள லோக் நாயக் ஜெயப்பிரகாஷ் நாராயண் தேசிய குற்றவியல் மற்றும் தடய அறிவியல் நிலையம், குஜராத்திலுள்ள தேசிய தடய அறிவியல் பல்கலைக்கழகம், ஆமதாபாத்தில் உள்ள ரக்ஷா சக்தி பல்கலைக்கழகம் போன்றவை நல்ல தேர்வுகள். தமிழகத்திலும் தேசிய தடய அறிவியல் பல்கலைக்கழக வளாகமொன்று விரைவில் தொடங்கப்படவிருக்கிறது. மாநிலமெங்கும் தேசியத் தடய அறிவியல் பல்கலைக்கழக

வளாகங்களை அமைக்க முனைப்பு காட்டிவருகிறது மத்திய அரசு. இதனால், எதிர்வரும் காலங்களில் தடயவியல் துறையில் வேலைவாய்ப்புகள் சற்று அதிகரிக்கலாம்.

தற்போது இந்தியா முழுவதும் ஏழு மத்தியத் தடயவியல் ஆய்வகங்களும் முப்பத்திரண்டு மாநிலத் தடயவியல் ஆய்வகங்களும் தொண்ணூற்று ஏழு வட்டாரத் தடயவியல் ஆய்வகங்களும் உள்ளன. தமிழ்நாட்டைப் பொறுத்தவரை, மாநிலத் தலைமைத் தடயவியல் ஆய்வகம், சென்னை மயிலாப்பூரில் செயல்பட்டு வருகிறது. அதோடு, மாநிலமெங்கும் பத்து வட்டாரத் தடயவியல் ஆய்வகங்களும் முப்பதுக்கும் மேற்பட்ட நகரும் தடயவியல் ஆய்வகங்களும் *(Mobile Forensic Labs)* செயல்பாட்டில் உள்ளன.

தமிழகத் தடயவியல் துறையில் நுழைவதற்கு, டிஎன்பிஎஸ்சி எனப்படும் தமிழ்நாடு அரசுப்பணியாளர் தேர்வாணையம் நடத்தும் ஒருங்கிணைந்த தொழில்நுட்பப் பணிகள் தேர்வில் வெற்றிபெற வேண்டும். அதன் பிறகு, இளநிலை அறிவியல் அலுவலராகப் பணியில் சேரலாம். ஆரம்ப ஊதியம் சுமார் அறுபதாயிரம் ரூபாய். பன்னிரண்டாம் வகுப்புவரை படித்தவர்கள் தடயவியல் துறையில் ஆய்வக உதவியாளராகலாம். அதற்கான தேர்வுகளும் டிஎன்பிஎஸ்சி மூலமே நடத்தப்படும். இவர்கள் ஆரம்ப ஊதியமாக சுமார் இருபத்தைந்தாயிரம் ரூபாய் பெறுவார்கள். தேர்வுக்கான பாடத்திட்டங்கள் டிஎன்பிஎஸ்சி வலைதளத்தில் கிடைக்கின்றன.

உதவிய புத்தகங்கள், ஆய்விதழ்கள், வலைதளங்கள்

1. R. Saferstein, Criminalistics: An Introduction to Forensic Science, Pearson, 12th Edition, 2017.

2. K.S.N. Reddy & O.P.Murthy, The Essentials of Forensic Medicine and Toxicology, Jaypee Brothers Medical Publishers, 34th Edition, 2017.

3. *கு.சாமிதுரை, தடய மருத்துவம் மற்றும் தடய அறிவியல் கையேடு, ATC பதிப்பகம், மதுரை, 2022.*

4. E. Colin, The Casebook of Forensic Detection: How Science Solved 100 of the World's Most Baffling Crimes, Wiley: New York, 1996.

5. S.A. Wagner, Death Scene Investigation: A Field Guide, CRC Press, 2009.

6. B.A. Fisher, Techniques of Crime Scene Investigation, CRC Press, 7th Edition, 2004.

7. L.L. Klepinger, Fundamentals of Forensic Anthropology, Wiley, 2006.

8. D.E. Gennard, Forensic Entomology: An Introduction, Wiley, 2007.

9. D. Craig, Detect Deceit: How to Become a Human Lie Detector in Under 60 Minutes, Skyhorse Publishing, 2012.

10. N. Aliyeva, History of Forensic Science, 2023.

11. L. Bhoyar, Forensic Review Paper on Various Methods Used in Forensic Podiatry, International Medico-Legal Reporter Journal, 2021.

12. B.Singh and co-workers, Estimation of Body Weight from the Base of Gait and the Area Swept in One Stride - Forensic Implications, Egyptian Journal of Forensic Sciences, 2018.

13. ஈ.கோவை, ஜீன் திருத்தம், Amazon Kindle, 2020.

14. P. Parmar & R. Udhayabanu, Voice Fingerprinting: A Very Important Tool Against Crime, Journal of Indian Academy of Forensic Medicine, 2012.

15. J.R. Almirall & K.G. Furton, Analysis and Interpretation of Fire Scene Evidence, CRC Press, 2004.

16. D. Grubin, The Polygraph and Forensic Psychiatry, The Journal of American Academy of Psychiatry and Law, 2010.

17. Forensic Science Course Material of UGC MOOCs, https://ugcmoocs.inflibnet.ac.in/index.php/courses/view_ug/3.

18. Forensic Science and Fingerprints - Free Course on the Open University's Open Learn, https://www.open.edu/openlearn/health-sports-psychology/health/forensic-science-and-fingerprints/content-section-0?active-tab=description-tab.

19. Digital Forensics - Free Course on the Open University's Open Learn, https://www.open.edu/openlearn/science-maths-technology/digital-forensics/content-section-0?active-tab=description-tab.

ஆசிரியரைப் பற்றி

ஆசிரியரின் இயற்பெயர் வ.ரமணன். வேதியியலில் முனைவர் பட்டம் பெற்றவர். அதோடு, குற்றவியலில் முதுகலைப் பட்டமும் தடயவியல், உயிரித் தொழில்நுட்பம் போன்றவற்றில் பட்டயமும் பெற்றுள்ளார். தற்போது தமிழ்நாடு மாநிலத் தடயவியல் துறையில் தடயவியல் வல்லுநராகப் பணியாற்றி வருகிறார். தடயவியலில் சீர்மிகு பணிக்காக, தமிழக முதல்வரின் அண்ணா விருது பெற்றவர்.

சமூகம், வரலாறு, உலக நிகழ்வுகள், அறிவியல் போன்ற தளங்களில் கட்டுரைகள் எழுதிவருகிறார். கதைகள் எழுதுவதிலும் ஆர்வம்மிக்கவர். பல்வேறு முன்னணி அறிவியல் ஆய்விதழ்களில் வேதியியல், தடயவியல் தொடர்பாகப் பல ஆராய்ச்சிக் கட்டுரைகளை எழுதி வெளியிட்டுள்ளார்.

www.ingramcontent.com/pod-product-compliance
Lightning Source LLC
LaVergne TN
LVHW090346051026
849518LV00006B/2059
* 9 7 8 9 3 4 7 2 0 6 6 6 5 *